“വിജയം എന്നത് ഒരു പ്രഹേളികയാണ്, അതിന്റെ ചുരുളഴിക്കുകയാണ് സ്കിപ്പ് പ്രിച്ചാർഡിന്റെ ബിസിനസ്സ് ദൃഷ്ടാന്തങ്ങൾ. പല നേതാക്കൾക്കും സംരംഭകർക്കും സംഭവിക്കാറുള്ള ഒമ്പത് തെറ്റുകളെ കണ്ടെത്തി പഠിച്ച്, ആഗ്രഹം, നന്ദി, വിശ്വാസം എന്നിവയെ നേട്ടങ്ങളിലേക്കുള്ള പാതകളാക്കാൻ സ്കിപ്പ് നമ്മളെ സഹായിക്കുന്നു.”

—**മൈക്കിൾ ഹയാറ്റ്,** *യു എസ് എ ടുഡേ*-യുടെ
ബെസ്റ്റ് സെല്ലറായ *ലിവിംഗ് ഫോർവേർഡ്*-ന്റെ
രചയിതാവ്

“വിജയത്തിന് അത്യാവശ്യമായ ചേരുവകളാണ്, സ്കിപ്പ് പ്രിച്ചാർഡിന്റെ പ്രചോദനപരമായ *തെറ്റുകളുടെ പുസ്തക*ത്തിന്റെ അടിസ്ഥാന തത്വങ്ങൾ. തീർച്ചയായും വായിക്കുക!”

—**കെൻ ബ്ലാൻകാർഡ്,** *ദി ന്യൂ വൺ മിനിറ്റ് മാനേജർ,*
വൺ മിനിറ്റ് മെന്ററിംഗ് എന്നിവയുടെ
സഹരചയിതാവ്

“ഈ രസകരമായ കഥയിലൂടെ, നിങ്ങളുടെ ജീവിതയാത്രയിലെ തെറ്റുകളെ ഒഴിവാക്കി എങ്ങനെ യാത്ര തുടരാമെന്ന് വഴി കാട്ടുകയാണ് സ്കിപ്പ് പ്രിച്ചാർഡ്. ഇതിലെ വരികളിൽ നിങ്ങളെത്തന്നെ നിങ്ങൾക്ക് കാണാൻ കഴിയും. ഒപ്പം തന്നെ ജിജ്ഞാസ, സഹാനുഭൂതി, പ്രവൃത്തി എന്നിവയിലൂടെ വിജയത്തെ നോക്കിക്കാണാനുള്ള പുതിയ കാഴ്ചപ്പാടും.”

—**ടിം സാൻഡേഴ്സ്,** *ലവ് ഈസ് ദി കില്ലർ ആപ്പ് :*
ഹൌ ടു വിൻ ബിസിനസ്സ് ആൻഡ് ഇൻഫ്ലുവൻസ്
ഫ്രണ്ട്സ്-ന്റെ രചയിതാവ്

“അറിവും ഉപദേശവും നിറഞ്ഞ പ്രചോദനപൂർണ്ണമായ ഒന്ന്, കഴിഞ്ഞ കാലത്തിൽ നിന്നും പുറത്തുവരാനും, തിളക്കമാർന്ന ഭാവി കെട്ടിപ്പടുക്കാനും ആഗ്രഹിക്കുന്നവർ തീർച്ചയായും വായിക്കേണ്ട ഒരു പുസ്തകമാണ് *തെറ്റുകളുടെ പുസ്തകം!*”

—**ജോൺ ഗോർഡൻ,** ബെസ്റ്റ് സെല്ലറുകളായ
ദി എനർജി ബസ്സ്, ദി കാർപെന്റർ എന്നിവയുടെ
രചയിതാവ്

"ഈ കഥയിൽ സ്കിപ്പ് പ്രിച്ചാർഡ് ഒരുപാട് അറിവുകൾ ഉൾപ്പെടുത്തിയിട്ടുണ്ട്. പല കഥാപാത്രങ്ങളിലൂടെ വിവരിക്കപ്പെടുന്ന അനന്തമായ വിജയരഹസ്യങ്ങളെ വായിച്ച് മനസ്സിലാക്കുകയും, മറ്റുള്ളവരിലേക്ക് പകരുകയും ചെയ്യൂ. എല്ലാ പ്രായത്തിലുള്ള വായനക്കാർക്കും അനുയോജ്യമായ പുസ്തകമാണിത്."

—**മാർക്ക് സാൻബോൺ,** സാൻബോൺ &
അസ്സോസിയേറ്റ്സിന്റെ പ്രസിഡന്റ്,
ദി ഫ്രെഡ് ഫാക്ടർ-ന്റെ രചയിതാവ്

"നിങ്ങളുടെ ജീവിതത്തിലെ ഓരോ ബിരുദധാരിക്കും, അവർ ബിസിനസ്സിന്റെ യഥാർത്ഥ ലോകത്തേക്ക് കാലെടുത്തു വെക്കുന്നതിനു മുൻപ്, ഈ പുസ്തകം വാങ്ങിക്കൊടുക്കൂ. അവർ നിങ്ങളോട് നന്ദിയുള്ളവരായിരിക്കും!"

—**ബോബ് ബർഗ്,** *ദി ഗോ-ഗിവർ*-ന്റെ സഹരചയിതാവ്

"വിജയത്തിലേക്കുള്ള സൂചനകൾ നമുക്ക് ചുറ്റുമാണെങ്കിലും, അതിന്റെ വാതിൽ തുറക്കാനുള്ള താക്കോൽ നമ്മൾ കണ്ണാടിയിൽ കാണുന്ന വ്യക്തിയുടെ പക്കലാണെന്നതിന്റെ ശക്തമായ ഓർമ്മപ്പെടുത്തലാണിത്."

—**ഡാൻ മില്ലർ,** *ന്യൂയോർക്ക് ടൈംസ്*-ന്റെ ബെസ്റ്റ് സെല്ലറായ
48 ഡേയ്സ് ടു ദി വർക്ക് യു ലവ്-ന്റെ രചയിതാവ്

"*ദി ആൽക്കെമിസ്റ്റ്* എന്ന പുസ്തകത്തെ ഓർമ്മിപ്പിക്കുന്ന, ഒരു ജീവിതമാർഗ്ഗദർശിയാണ് ഈ പുസ്തകം. എല്ലാ പ്രായത്തിലുമുള്ള ആളുകൾക്ക്, പ്രത്യേകിച്ച് ആരംഭം കുറിക്കാൻ തയ്യാറെടുക്കുന്നവർ ഇത് നിർബന്ധമായും വായിക്കേണ്ടതാണ്."

—**ലീ വുഡ്റഫ്,** ന്യൂയോർക്ക് ടൈംസ്-ന്റെ ബെസ്റ്റ്
സെല്ലറുകളായ *പെർഫെക്ട്ലി ഇംപെർഫെക്ട്, ഇൻ ആൻ ഇൻസ്റ്റന്റ്, ദോസ് വി ലവ് മോസ്റ്റ്* എന്നിവയുടെ രചയിതാവ്

"ഇതൊരു സാധാരണ കഥയല്ല. ഈ താളുകൾക്കിടയിൽ, നിങ്ങളുടെ ജീവിതം അടിമുടി മാറ്റിമറിക്കാനുള്ള പ്രാപ്തിയുണ്ട്."

—**ആൻഡി ആൻഡ്രൂസ്,** *ന്യൂയോർക്ക് ടൈംസ്*-ന്റെ ബെസ്റ്റ്
സെല്ലറുകളായ *ഹൌ ഡു യു കിൽ 11 മില്ല്യൺ പീപ്പിൾ?, ദി നോട്ടീസർ, ദി ട്രാവെലെർസ് ഗിഫ്റ്റ്* എന്നിവയുടെ രചയിതാവ്

"സാമ്പത്തിക നേട്ടവും ആത്മസന്തോഷവുമാണ് *ദി എമറാൾഡ് സിറ്റി ഓഫ് ഓസ്* എങ്കിൽ, ആ നേട്ടത്തിലേക്കും സന്തുഷ്ടിയിലേക്കുമുള്ള പാത വിരിക്കുകയാണ് സ്കിപ്പ് പ്രിച്ചാർഡ് ഈ വിശിഷ്ട ഗ്രന്ഥത്തിലൂടെ ചെയ്യുന്നത്. വായിക്കൂ, ജീവിതം മാറ്റിമറിക്കൂ."

—**റോബർട്ട് ഗ്ലൾറിക്ക്,** *ന്യൂയോർക്ക് ടൈംസ്*-ന്റെ
ബെസ്റ്റ് സെല്ലറുകളായ *എ റിലയബിൾ വൈഫ്,*
ഹെഡിംഗ് ഔട്ട് ടു വൺഡർഫുൾ, ദി എൻഡ് ഓഫ്
ദി വേൾഡ് ആസ് വീ നോ ഇറ്റ് എന്നിവയുടെ രചയിതാവ്

"ജീവിതത്തിലും നേതൃത്വ പദവിയിലും നാമെടുക്കുന്ന തീരുമാനങ്ങളുടെ സ്വാധീനം മനസ്സിലാക്കിത്തരുന്നതിന് സഹായകമാണ് സ്കിപ്പ് പ്രിച്ചാർഡിന്റെ ഈ പുതിയ പുസ്തകം."

—**ഡൌഗ് കോനന്റ്,** കോനന്റ് ലീഡർഷിപ്പിന്റെ
സ്ഥാപകൻ, കാംപ്ബെൽ സൂപ് കമ്പനിയുടെ
മുൻ പ്രസിഡന്റും സി ഇ ഒ-യും

"നിങ്ങളെ ഉറങ്ങാനനുവദിക്കാത്ത ഒരു പുസ്തകം; മാത്രമല്ല, ഇരുപത് വർഷങ്ങൾക്ക് മുൻപേ ലഭിക്കേണ്ടതായിരുന്നെന്ന് നിങ്ങളാഗ്രഹിക്കുന്ന പാഠങ്ങളാലും, നിങ്ങളുടെ മക്കൾക്കും തൊഴിലാളികൾക്കും സഹപ്രവർത്തകർക്കും പകർന്നു നൽകേണ്ട വിജയതത്വങ്ങളാലും നിബിഡമാണ് ഈ പുസ്തകം."

—**കെൻ എബ്രഹാം,** *ന്യൂയോർക്ക് ടൈംസ്*-ന്റെ
ബെസ്റ്റ് സെല്ലർ രചയിതാവ്

"തെറ്റുകൾ വരുത്തുന്നതിന്റെയും, മുന്നോട്ടു പോകുന്നതിന്റെയും പ്രാധാന്യം മനസ്സിലാക്കിത്തരുന്ന രസകരമായൊരു വേദി."

—**ടോണി സിയെഹ്,** *ന്യൂയോർക്ക് ടൈംസ്*-ന്റെ ബെസ്റ്റ്
സെല്ലറായ *ഡെലിവെറിംഗ് ഹാപ്പിനെസ്സ്*-ന്റെ രചയിതാവ്

"നിങ്ങളെ പിടിച്ചിരുത്തുന്ന രീതിയിൽ, വിദഗ്ദ്ധമായി, രസകരമാം വിധം കഥ പറയുകയാണ് സ്കിപ്പ് പ്രിച്ചാർഡ് ഈ പുസ്തകത്തിലൂടെ. സ്വന്തം കഴിവുകളെ പരമാവധി ഉപയോഗപ്പെടുത്താനാഗ്രഹിക്കുന്ന നേതാക്കൾക്കായി, ഞാൻ ഈ പുസ്തകം തീർച്ചയായും നിർദ്ദേശിക്കുന്നു."

—**ഡേവിഡ് എം.ആർ. കോവേ,** *ട്രാപ് ടേൽസ്:*
ഔട്ട്സ്മാർട്ടിംഗ് ദി 7 ഹിഡൻ ഒബ്സ്റ്റക്കിൾസ്
ടു സക്സസ്-ന്റെ സഹരചയിതാവ്

“അതിശയിപ്പിക്കുന്ന വേഗത്തിൽ നിങ്ങളെ ലക്ഷ്യത്തിലേക്കെത്തിക്കാവുന്ന പാതയിലേക്ക് നയിക്കുന്ന ഒരു പുസ്തകമാണ് *തെറ്റുകളുടെ പുസ്തകം.*”

—**ജോൺ ബാൾഡോണി,** നേതൃത്വ വിഷയങ്ങളുടെ വിദഗ്ധരിൽ ആദ്യ 50 സ്ഥാനക്കാരിൽ ഒരാൾ, എക്സിക്യൂട്ടിവ് പരിശീലകൻ, *മോക്സി : ദി സീക്രട്ട് ടു ബോൾഡ് ആൻഡ് ഗട്ട്സി ലീഡർഷിപ്പ്*-ന്റെ രചയിതാവ്

“പരമ്പരാഗത വ്യക്തിത്വ വികസന പുസ്തകങ്ങളിൽ നിന്നും വ്യത്യസ്തമായി, രസകരവും ചിന്തോദ്ദീപകവുമായ രീതിയിലാണ് സ്കിപ്പിന്റെ ഒമ്പത് രഹസ്യങ്ങൾ വിശദീകരിക്കപ്പെട്ടിട്ടുള്ളത്. വീണ്ടും വീണ്ടും വായിക്കാനായി അടയാളപ്പെടുത്താനും അടിവരയിടാനും തോന്നിപ്പിക്കുന്ന പുസ്തകം.”

—**മാർക്ക് ടിം,** ഇ വി പി, സിഗ്ലാർ

“നേട്ടത്തിലേക്കും സംതൃപ്തിയിലേക്കും നയിക്കുന്ന മാർഗ്ഗദർശിയാണ് *തെറ്റുകളുടെ പുസ്തകം.* ഇന്നു തന്നെ വായിക്കൂ, നിങ്ങളുടെ നാളെയെ മാറ്റിമറിക്കൂ.”

—**കെവിൻ ക്രൂസ്,** ലീഡ്എക്സിന്റെ സ്ഥാപകനും തലവനും, *ന്യൂയോർക്ക് ടൈംസ്*-ന്റെ ബെസ്റ്റ് സെല്ലർ രചയിതാവ്

“സ്കിപ്പ് പ്രിച്ചാർഡിന്റെ പുതിയ പുസ്തകമായ *തെറ്റുകളുടെ പുസ്തകം,* വെറുമൊരു സാധാരണ പുസ്തകമല്ല. മാറ്റങ്ങൾ കൊണ്ടുവരാൻ പ്രാപ്തിയുള്ളതാണ്! നിങ്ങൾ ഈയൊരു വർഷം ഒരേയൊരു പുസ്തകമേ വായിക്കുകയുള്ളൂ എന്നുണ്ടെങ്കിൽ, ആ പുസ്തകം ഇതായിരിക്കട്ടെ!”

—**ഡോൺ ഹട്സൺ,** *ന്യൂയോർക്ക് ടൈംസ്*-ന്റെ ബെസ്റ്റ് സെല്ലറായ *ദി വൺ മിനിറ്റ് എൻട്രപ്രണർ*-ന്റെ സഹരചയിതാവ്

“അർത്ഥവത്തായ ജീവിതം നയിക്കാനും മികച്ച നേതാവാകാനും ആഗ്രഹിക്കുന്ന ഏതൊരാളും തീർച്ചയായും വായിച്ചിരിക്കേണ്ട, ശ്രദ്ധയാകർഷിക്കുന്ന വിവരണാത്മകമായ ഒരു പുസ്തകമാണ്, സ്കിപ്പ് പ്രിച്ചാർഡിന്റെ *തെറ്റുകളുടെ പുസ്തകം.*”

—**സ്റ്റീഫൻ എം. ആർ. കോവേ,** *ന്യൂയോർക്ക് ടൈംസ്*-ന്റെയും *വാൾ സ്ട്രീറ്റ് ജേർണലിൽ*-ന്റെയും ബെസ്റ്റ് സെല്ലറായ *ദി സ്പീഡ് ഓഫ് ട്രസ്റ്റ്*-ന്റെ രചയിതാവ്, *സ്മാർട്ട് ട്രസ്റ്റ്*-ന്റെ സഹരചയിതാവ്

“മനോഹരവും രസകരവുമായ വിവരണങ്ങളിലൂടെ, കാലങ്ങൾക്കതീതമായ ഒമ്പത് രഹസ്യങ്ങൾ പഠിപ്പിക്കുകയാണ് സ്കിപ്പ് പ്രിച്ചാർഡ്. ലക്ഷ്യങ്ങൾ നേടിയെടുക്കാനും സംതൃപ്തമായ ജീവിതം കെട്ടിപ്പടുക്കാനും, *തെറ്റുകളുടെ പുസ്തകം* നിങ്ങൾക്ക് പ്രചോദനം നൽകും.”

—**മാർഷൽ ഗോൾഡ്സ്മിത്**, തിങ്കേഴ്സ് 50 തിരഞ്ഞെടുത്ത നേതൃത്വ വിഷയത്തിലെ ചിന്തകരിൽ പ്രഥമൻ, *വാട്ട് യു ഗോട്ട് ഹിയർ വോണ്ട് ഗെറ്റ് യു ദേർ*-ന്റെയും *ന്യൂയോർക്ക് ടൈംസ്*-ന്റെ ബെസ്റ്റ് സെല്ലറായ *ട്രിഗർസ്*-ന്റെയും രചയിതാവ്

“ഒരു വ്യക്തിത്വ വികസന പുസ്തകം, ഇത്രയും സാഹിത്യപൂർണ്ണമായി എങ്ങനെ എഴുതാൻ കഴിയുമെന്ന ആശ്ചര്യം എന്നെയിപ്പോഴും വിട്ടുകന്നിട്ടില്ല. തങ്ങളുടെ ആശയങ്ങളുടെ ഇത്രയും സ്മരണാർഹവും ശ്രദ്ധയാകർഷിക്കുന്നതുമായ രീതിയിൽ വ്യാഖ്യാനിച്ചിട്ടുള്ള മറ്റൊരു എഴുത്തുകാരനോ എഴുത്തുകാരിയോ എന്റെ ഓർമ്മയിലില്ല. ഈ വിഭാഗത്തിൽ, പ്രിച്ചാർഡിന് എതിരാളികളില്ല.”

—**മിറ്റ്സി പെർഡ്യൂ**, രചയിതാവ്, പ്രാസംഗിക, ബിസിനസ്സുകാരി

“ജീവിതത്തിലും ബിസിനസ്സിലും എന്തൊക്കെയാണ് പ്രാധാന്യമർഹിക്കുന്നതെന്ന് നിർണ്ണയിക്കാൻ നമ്മളെ ഓർമ്മിപ്പിക്കുന്ന ജീവിത പാഠങ്ങളെ, വിദഗ്ദ്ധമായി, ഒരു മനോഹര കഥയിലേക്ക് തുന്നിച്ചേർത്തിരിക്കുന്നു. ചിന്തിക്കാനും, ഉൾക്കൊള്ളാനും, മറ്റുള്ളവരുമായി പങ്കിടാനുമുള്ള പുസ്തകം. ഇന്ന് തന്നെ വാങ്ങൂ!”

—**മാർക്ക് ഈറ്റൺ**, എൻ.ബി.എ. ആൾ സ്റ്റാർ (മുൻ ബാസ്കറ്റ്ബോൾ താരം), മോട്ടിവേഷണൽ സ്പീക്കർ, *ദി ഫോർ കമ്മിറ്റ്മെന്റ്സ് ഓഫ് എ വിന്നിംഗ് ടീം*-ന്റെ രചയിതാവ്

തെറ്റുകളുടെ പുസ്തകം

വിജയകരമായ ഭാവിയിലേക്കുള്ള 9 രഹസ്യങ്ങൾ

സ്കിപ്പ് പ്രിച്ചാർഡ്

വിവർത്തനം: രഘുരാജ് പനങ്ങാട്ട്

MANJUL

മഞ്ജുൾ പബ്ലിഷിങ് ഹൗസ്

First published in India by

MANJUL

Manjul Publishing House
Corporate and Editorial Office
•2nd Floor, Usha Preet Complex, 42 Malviya Nagar, Bhopal 462 003 – India
Sales and Marketing Office
•C-16, Sector 3, Noida, Uttar Pradesh 201301 – India
Website: www.manjulindia.com
Distribution Centres
Ahmedabad, Bengaluru, Bhopal, Kolkata, Chennai,
Hyderabad, Mumbai, New Delhi, Pune

Malayalam translation of *The Book of Mistakes: 9 Secrets to creating a successful future* by Skip Prichard

Originally published in hardcover and ebook in English by Center Street in February 2018

First trade paperback edition: January 2019

This Malayalam edition published by arrangement with Center Street, a division of Hachette Book Group, Inc, USA.

Malayalam edition first published in 2024

ISBN 978-93-5543-722-8

Translated by: Raghuraj Panangatt

Printed and bound in India by Repro India Limited

ഉള്ളടക്കം

ആമുഖം

എന്റെ കുട്ടിക്കാലം എന്തെങ്കിലുമാകട്ടെ, പക്ഷേ സാധാരണമായിരുന്നില്ല. പലരും ഇങ്ങനെയാണ് ചിന്തിച്ചിട്ടുണ്ടാവുക എന്നാണെനിക്ക് തോന്നുന്നത്. പക്ഷേ, വളർന്ന വലുതാകുന്നതുവരെ നമുക്കത് മനസ്സിലാകില്ല. എന്റെ കാര്യത്തിൽ, വളരെ ചെറുപ്പത്തിൽ തന്നെ ഞാനത് മനസ്സിലാക്കി. നാല് പെൺകുട്ടികളും, രണ്ട് ആൺകുട്ടികളും അടങ്ങുന്ന ആറ് മക്കളിൽ ഒരാളായിരുന്നു ഞാൻ. എന്റെ അച്ഛനമ്മമാരുടെ സ്വപ്നം, നന്മ നിറഞ്ഞ ഒരു ലോകമായിരുന്നു. അതിനായി, മിഷണറി പ്രവർത്തനത്തിനായി അവർ വികസ്വര രാജ്യങ്ങളിലൊന്നിലേക്ക് പോകാനൊരുങ്ങുകയായിരുന്നു. പക്ഷേ, യാത്ര ചെയ്യുന്നതിനു പകരം അവർ വീട്ടിലിരുന്നു തന്നെ പ്രവർത്തനങ്ങൾ ചെയ്യാമെന്ന് തീരുമാനിച്ചു. ആലംബഹീനർക്ക് ഒരു ആശ്രയമായിരുന്നു ഞങ്ങളുടെ വീട്.

ആവശ്യക്കാർ എങ്ങനെ ഞങ്ങളുടെ വീട് കണ്ടെത്തി എന്നത് എനിക്കിപ്പോഴും ആശ്ചര്യമാണ്, പക്ഷേ അവർ വന്നു. ജാതി-മത-ലിംഗ-പ്രായഭേദമന്യേ ജനങ്ങൾ ഞങ്ങളുടെ പടി കയറിവന്നു; ഞങ്ങളുടെ വീട് ഒരു കുഞ്ഞ് അമേരിക്കയായി മാറി. നിറമോ ഭൂതകാലമോ നോക്കാതെ സകലരെയും സ്വീകരിച്ചു. കഴിക്കാനിത്തിരി ഭക്ഷണവും കിടക്കാനൊരിടവും തേടിവന്ന ചിലർ, ചില രാത്രികൾ താമസിച്ച ശേഷം അവർ തങ്ങളുടെ ജീവിതയാത്ര തുടരും. മറ്റുചിലരാകട്ടെ, അവകാശങ്ങളും ഉത്തരവാദിത്തങ്ങളുമായി, കുടുംബാംഗത്തെപ്പോലെ വർഷങ്ങളോളം വീട്ടിൽ നിൽക്കും.

ഒന്ന് നോക്കിയാൽ മനസ്സിലാക്കാൻ കഴിയും, ഇവരെല്ലാവരിലും ഒരു സമാനതയുണ്ടായിരുന്നു, എല്ലാവരെയും ഏതെങ്കിലുമൊരു പ്രശ്നം അലട്ടിയിരുന്നു: ലഹരിവസ്തുക്കൾ, അധിക്ഷേപം, തൊഴിലില്ലായ്മ, അംഗവൈകല്യം, മാനസികവൈകല്യം അങ്ങനെ

ഒരുപാട്, ഇനിയും ഒരുപാട് പ്രശ്നങ്ങളാൽ ആ പട്ടിക നീണ്ടുകൊണ്ടേയിരുന്നു. കൗൺസിലിംഗ് മേഖലയിൽ പ്രവർത്തി പരിചയമോ, അതിന്റെ രീതി അംഗീകരിക്കപ്പെട്ടതോ ആയിരുന്നില്ല, എന്നിരുന്നാലും ഉപകാരപ്രദമായിരുന്നു. എന്റെ അമ്മയുമൊത്തുള്ള സംഭാഷണം തന്നെ, ആത്മാവിനുള്ള വേദനസംഹാരിയായിരുന്നു. നിരീക്ഷകനായും പങ്കാളിയായും ഈ പരീക്ഷണം വീക്ഷിച്ച ഞാൻ, മനുഷ്യരെയും കാഴ്ചപ്പാടുകളെയും കുറിച്ച് ഒരുപാട് പഠിച്ചു.

കടങ്കഥ

ഈ വർഷങ്ങളിൽ, ഒരു കടങ്കഥ, പ്രഹേളിക, അല്ലെങ്കിൽ തത്വശാസ്ത്രം മുതൽ മനഃശാസ്ത്രം വരെ വ്യാപിച്ചുകിടക്കുന്ന സകലവിഷയങ്ങളിലെയും കുരുക്കുകൾ അടങ്ങിയ ഒരു ചോദ്യമെന്ന് ഞാൻ കരുതിയിരുന്ന കാര്യങ്ങൾ ഞാൻ പഠിച്ചു തുടങ്ങി. എന്തുകൊണ്ടാണ് ഒരേ തരത്തിലുള്ള വെല്ലുവിളികൾ നേരിടുന്ന രണ്ടുപേർക്ക് വ്യത്യസ്ത ഫലങ്ങൾ ലഭിക്കുന്നത്? എന്തുകൊണ്ടാണ് ഒരാൾ മികച്ച വിദ്യാഭ്യാസവും നല്ല ജോലിയും നേടുമ്പോൾ, മറ്റേയാൾ ചാപല്യങ്ങളുടെ പടുകുഴിയിൽ രക്ഷപ്പെടാനാവാതെ പെട്ടുകിടക്കുന്നത്?

ഏറ്റവും അപ്രതീക്ഷിതമായ ആളുകളിൽ നിന്ന് ശക്തമായ ചില പാഠങ്ങൾ പഠിച്ചത് എനിക്ക് ഓർമ്മയുണ്ട്. ലഹരിക്കടിമയായ ഒരു തൊഴിൽരഹിതനോട് നേട്ടങ്ങളെക്കുറിച്ച് ചോദിക്കാൻ ഒരുപക്ഷേ നിങ്ങൾ മടിച്ചേക്കാം, പക്ഷേ അതൊരു അസാധാരണ അനുഭവമായിരിക്കും. എനിക്ക് പതിനാറ്-പതിനേഴ് വയസ്സുള്ളപ്പോൾ തലചായ്ക്കാൻ പോലുമൊരിടമില്ലാത്ത ഒരാളെ ഞാൻ കണ്ടുമുട്ടി. അദ്ദേഹം തന്റെ ജീവിതത്തിൽ വരുത്തിയ അബദ്ധങ്ങൾ എന്നോട് പങ്കുവെച്ചു. തന്റെ ജീവിതം ഇങ്ങനെയായിത്തീർന്നത് എന്തുകൊണ്ടാണെന്നും എങ്ങനെയാണെന്നും വിവരിച്ചു. ആ സംഭാഷണവും, അതിന്റെ ഫലമായി അതേ തെറ്റുകൾ ഞാനെന്റെ ജീവിതത്തിൽ വരുത്തില്ല എന്ന് ഞാനെടുത്ത തീരുമാനവും ഞാനിപ്പോൾ ഓർക്കുന്നു.

ചോദിക്കുവിൻ. അന്വേഷിക്കുവിൻ. മുട്ടുവിൻ.

വർഷങ്ങൾ കഴിയുംതോറും, വിജയം, നേതൃത്വപാടവം, വ്യക്തിത്വ

വികസനം എന്നിവയെക്കുറിച്ച് എനിക്ക് കഴിയുന്നത്ര ഞാൻ വായിച്ചു."വിജയരഹസ്യങ്ങൾ"എന്ന്പലരാലുംവിളിക്കപ്പെടുന്നതി നെക്കുറിച്ച് ഞാൻ പഠിച്ചു. അവയെ പിന്തുടരുന്ന ആർക്കും അവ ലഭ്യമാണെന്ന് ഞാൻ കണ്ടെത്തി. ബൈബിളിലെ വചനം നിങ്ങൾ കേട്ടിരിക്കാം, "ചോദിക്കുവിൻ, നിങ്ങൾക്കു ലഭിക്കും; അന്വേഷിക്കു വിൻ, നിങ്ങൾ കണ്ടെത്തും; മുട്ടുവിൻ, തുറക്കപ്പെടും." ഈ അറിവ് എല്ലാവർക്കും *ലഭ്യമല്ലെന്നും, ചോദിക്കുന്നവർക്കും അന്വേഷിക്കുന്ന വർക്കും മുട്ടുന്നവർക്കും* മാത്രമുള്ളതാണെന്നും എന്നെ ആദ്യമായി പഠിപ്പിച്ചത് ബിസിനസ്സ് തത്വചിന്തകനായ ജിം റോൺ ആണ്. പ്രവർത്തിയിലൂടെ മാത്രമേ ഫലമുണ്ടാവുകയുള്ളൂ. ജിമ്മിന്റെ ഉപദേശ ത്തിനു ശേഷം, ചോദിക്കുന്നവനും അന്വേഷിക്കുന്നവനും മുട്ടുന്ന വനും ആയിത്തീരാൻ ഞാൻ തീരുമാനിച്ചു.

വിജയം അന്വേഷിച്ചു നടന്ന ഞാൻ മനസ്സിലാക്കിയത്, സ്വത്തോ സമ്പാദ്യമോ അല്ല യഥാർത്ഥ വിജയമെന്നും, നേട്ട ങ്ങൾക്കു പിറകെ അവ താനേ വന്നുചേരുമെന്നുമാണ്. നമ്മുടെ ജീവിതത്തിലെ ഓരോ വ്യക്തിയും നമുക്ക് അറിവ് പകരുമെന്ന് ഞാൻ മനസ്സിലാക്കി. സമ്പത്തും അധികാരവും മറ്റെല്ലാ സൗഖ്യ ങ്ങളും നേടിയെടുത്ത ഒരാളുടെ ഉപദേശത്തിനായി കാത്തിരി ക്കുന്നത്, ഒരിക്കലും വരില്ലെന്നുറപ്പുള്ള ട്രെയിനിനായി കാത്തിരി ക്കുന്നതിന് തുല്യമാണ്. പാഠങ്ങൾ നമുക്ക് ചുറ്റും ഉണ്ട്. നാം കണ്ടുമുട്ടുന്ന മനുഷ്യരിൽ, നാം വായിക്കുന്ന പുസ്തകങ്ങളിൽ, നമ്മുടേതു മാത്രമായ അനുഭവങ്ങളിൽ നിറഞ്ഞിരിക്കുന്ന അറിവു കളിലാണ് ആ പാഠങ്ങൾ.

വിജയപാഠങ്ങൾ മറയ്ക്കപ്പുറത്താണ്. അന്വേഷണബുദ്ധിയും ദൃഢനിശ്ചയവുമുള്ള ഒരാൾക്ക് മുന്നിൽ മാത്രമേ അവ വെളിപ്പെടു കയുള്ളൂ. ഞാൻ മിക്കപ്പോഴും ചോദിക്കുന്ന ചോദ്യങ്ങൾ ഇവയാണ് :

- നിങ്ങളുടെ ഏറ്റവും വലിയ തെറ്റ് എന്തായിരുന്നു?
- നിങ്ങൾ ഒരിക്കൽക്കൂടി ശ്രമിക്കാൻ ആഗ്രഹിക്കുന്ന കാര്യമെന്താണ്?
- എന്താണ് നിങ്ങളുടെ നേട്ടങ്ങൾക്ക് കാരണം?
- എങ്ങനെയാണ് നിങ്ങളത് ചെയ്തത്?
- എവിടെയാണ് തെറ്റു പറ്റിയത്?

നമ്മുടെ ജീവിതത്തിലെ സാധാരണക്കാരിൽ നിന്ന് അസാധാരണമായ പാഠങ്ങൾ ഉൾക്കൊള്ളാൻ കഴിയുമെന്ന് ഞാൻ മനസ്സിലാക്കി.

എന്റെ ഔദ്യോഗികജീവിതം പുരോഗമിക്കുന്നു. ഞാൻ ഒരു സിഇഒ ആയി, പലതും നേടി. ഞാൻ ഇപ്പോഴും ആളുകളുമായി കൂടിക്കാഴ്ച നടത്തുന്നു, ചോദ്യങ്ങൾ ചോദിക്കുന്നു, അറിവുകൾ അന്വേഷിക്കുന്നു. എന്റെ ജോലിയും യാത്രകളും രസകരമായ ഒരുപാട് വ്യക്തികളെ കണ്ടുമുട്ടാൻ എന്നെ സഹായിച്ചു. ബിസിനസ്സ് പ്രമുഖർ, അറിയപ്പെടുന്ന മാധ്യമപ്രവർത്തകർ, കലാകാരന്മാർ, രാഷ്ട്രീയക്കാർ, പ്രഗത്ഭരായ എഴുത്തുകാർ, ഇതിഹാസങ്ങളായ കായികതാരങ്ങൾ, മറ്റു നിരവധി പ്രശസ്തർ എന്നിവരെ കാണാനും അവരുമായി അഭിമുഖം നടത്താനും സാധിച്ചതിൽ ഞാൻ അനുഗ്രഹീതനാണ്. എനിക്ക് അവരിൽ നിന്നും ലഭിച്ച പാഠമെന്തെന്നാൽ, അവരിൽ പലരും നേട്ടങ്ങൾ കൊയ്തത്, അവർ കടന്നുവന്ന കഷ്ടതകളും അവരുടെ സംശയങ്ങളും പുതിയ തീരുമാനങ്ങളിലേക്ക് വഴിതെളിക്കാനുള്ള ദൃഢനിശ്ചയം ഉണ്ടാക്കിയതുകൊണ്ടാണ്.

പലരെയും കീഴടക്കുന്ന ഒമ്പത് തെറ്റുകൾ പഠിക്കാനുള്ള ഒരു യുവാവിന്റെയും യുവതിയുടെയും നിഗൂഢമായ യാത്രയെക്കുറിച്ചുള്ള കെട്ടുകഥയാണ് ഈ പുസ്തകം. ഈ ഒമ്പത് തെറ്റുകൾ ഒഴിവാക്കുന്നതിലൂടെ, നമ്മളിൽ പലർക്കും ജീവിതത്തെ അനുകൂലമായി മാറ്റാൻ കഴിയും. സ്വന്തം ജീവിതയാത്രയിൽ നിങ്ങളിപ്പോൾ എവിടെയാണെങ്കിലും, അത് തുടക്കത്തിലാണെങ്കിലും, പാതിവഴിയിലാണെങ്കിലും, അതിനൊരു ഉദ്ദേശ്യമുണ്ടെന്ന് മനസ്സിലാക്കുക. നിങ്ങളുടെ പ്രായമോ അവസ്ഥയോ ഒന്നും വിഷയമല്ല, ഇപ്പോഴും നിങ്ങൾക്ക് ആ ഉദ്ദേശ്യം പൂർത്തീകരിക്കാനാകും.

നിങ്ങളുടെ സ്വപ്നങ്ങൾ സാക്ഷാത്ക്കരിക്കപ്പെടുന്നതിന്, നിങ്ങൾ ചോദിക്കുന്നവനും അന്വേഷിക്കുന്നവനും മുട്ടുന്നവനും ആകേണ്ടത് അനിവാര്യമാണ്. അവിടെ നിന്നാണ് അദ്ഭുതം ആരംഭിക്കുന്നത്. അവിടെയാണ് വിജയത്തിന്റെ കടങ്കഥയുടെ ഉത്തരം വെളിപ്പെടുന്നത്.

ചോദിക്കുവിൻ. അന്വേഷിക്കുവിൻ. മുട്ടുവിൻ.

വാതിൽ നിങ്ങളുടെ മുന്നിൽ തന്നെയുണ്ട്.

അവതാരിക

ഇംഗ്ലണ്ട്, 1425

അദ്ദേഹം മുന്നോട്ട് നീങ്ങി, വഴിയുടെ വീതി കുറയുന്നു, ഇരുൾ പരക്കുന്നു. പടികൾ കയറുംതോറും അദ്ദേഹത്തിന്റെ കിതപ്പിന്റെ വേഗത കൂടി. ഓരോ ചുവടും കൽഭിത്തികളിൽ തട്ടി പ്രതിധ്വനിച്ചു. തന്റെ സാന്നിധ്യം ആരെയും അറിയിക്കാതിരിക്കാൻ, ആരെയും ഉണർത്താതിരിക്കാൻ തന്റെ ചുവടുകൾ മന്ദഗതിയിലാക്കി.

നെറ്റിക്കിരുവശവും അദ്ദേഹത്തിന്റെ മനസ്സിലെ താളത്തിനൊത്ത് സ്പന്ദിച്ചു; അത് പ്രാർത്ഥനാ ഗാനങ്ങൾ ആവുകയും, കൈകാലുകളിലെ വേദനയിൽ നിന്നും അദ്ദേഹത്തിന്റെ ശ്രദ്ധയെ വ്യതിചലിപ്പിക്കുകയും ചെയ്തു. തുകൽ സഞ്ചി ഒരു തോളിൽ നിന്ന് മറ്റേതിലേക്ക് മാറ്റി മരവാതിലിന് അഭിമുഖമായി നിന്നു. മങ്ങിയ വെളിച്ചത്തിന്റെ സഹായത്തോടെ അദ്ദേഹം വാതിൽ തള്ളിത്തുറന്നു. ഒരു ഞരക്കത്തോടെ അത് തുറന്നു.

അകത്ത് കടന്നയുടനെ, അദ്ദേഹം പള്ളിയുടെ മദ്ധ്യഭാഗവും കടന്ന് മുന്നോട്ടു നടന്നു. അദ്ദേഹത്തിനപ്പോൾ കണ്ണുകെട്ടിവിട്ടാൽ പോലും തെറ്റാതെ നടക്കാൻ കഴിയുമായിരുന്നു. അദ്ദേഹം പതിയെ തന്റെ സഞ്ചി കാൽക്കീഴിൽ വെച്ചു. എന്നിട്ട് ചുമരിലെ ഇളകി നിൽക്കുന്ന കല്ലിലേക്ക് ശ്രദ്ധ തിരിച്ചു. മനസ്സിൽ ഭീതി നിറയുന്നുണ്ടായിരുന്നെങ്കിലും, ആ കല്ല് ഇളക്കിയെടുക്കുന്നതിൽ അദ്ദേഹം വ്യാപൃതനായി.

ഗുരു നേരിട്ട് ഏല്പിച്ച ദൌത്യമാണിത്. അദ്ദേഹത്തെപ്പോലെ തന്നെ ഈ ദൌത്യവും നിഗൂഢമായിരുന്നു. മറുത്തൊന്നും ചോദിച്ചില്ല. ആജ്ഞകൾ അനുസരിക്കുക, കടമകൾ കൃത്യമായി നിറവേറ്റുക എന്നതായിരുന്നു അദ്ദേഹത്തിന്റെ ജോലി. കഴിഞ്ഞ വർഷ

ങ്ങളിൽ, അങ്ങ് തെക്കേയറ്റത്തുള്ള മരുഭൂമിയിലെ, ആകാശത്തോളം ഉയരമുള്ള മനുഷ്യനിർമ്മിത ശിലാപർവ്വതങ്ങളുടെ നാട്ടിലിരുന്ന്, ഒരു പുരാതന ജ്ഞാനഗ്രന്ഥത്തിന്റെ പത്ത് പ്രതികൾ അദ്ദേഹം ശ്രദ്ധാപൂർവ്വം എഴുതി. അതിലെ വാക്കുകൾ വായിക്കാൻ മറ്റാരെയും അനുവദിച്ചില്ല. ഇപ്പോൾ, കാരണങ്ങൾ അറിയാതെ തന്നെ, അതിന്റെ ഒരു പ്രതിയെടുത്ത് കൽഭിത്തിക്കു പിന്നിൽ മറച്ചുവെക്കാൻ നിയോഗിക്കപ്പെട്ടു. ഒൻപത് അധ്യാപകർക്കും, പുതിയ കാവൽക്കാരനും എന്നിങ്ങനെ പത്ത് കോപ്പികളും വിതരണം ചെയ്യുന്നതുവരെ എല്ലാ രാത്രിയിലും അദ്ദേഹമിത് ചെയ്യണമായിരുന്നു. ഓരോ രാത്രിയിലും, പുസ്തകം വെക്കേണ്ടുന്ന ഇടം ശൂന്യമായിരുന്നുവെന്ന് അദ്ദേഹം തീർച്ചപ്പെടുത്തി. എല്ലാ കൈയെഴുത്തുപ്രതികളും ഒരേസമയം ഒരിടത്ത് സൂക്ഷിക്കുന്നത് സുരക്ഷിതമല്ലെന്ന് ഗുരു ചിന്തിച്ചിട്ടുണ്ടാകുമെന്ന് അദ്ദേഹം മനസ്സിലാക്കി. അതിനാൽത്തന്നെ, താൻ നിർവ്വഹിക്കുന്നതിനായി രൂപപ്പെടുത്തിയ പദ്ധതി കൃത്യമായി അദ്ദേഹം പിന്തുടർന്നു.

ഇന്നത്തേതായിരുന്നു അവസാന രാത്രി.

അദ്ദേഹം കൈയെഴുത്തുപ്രതി ചുമരിനുള്ളിലേക്ക് നന്നേ നീക്കിവെച്ച് കല്ല് തിരികെ വെച്ചു.

അദ്ദേഹത്തിന്റെ മനസ്സൊന്ന് പതറി. ഈ മതിലുകൾ അദ്ദേഹത്തിന് പരിചിതമായിരുന്നു. എന്തോ ഒരു അശുഭസൂചന നിശ്ചലതയെ ഭീഷണിപ്പെടുത്തി. കണ്ണുകൾക്ക് പ്രത്യക്ഷമല്ലെങ്കിലും, അദ്ദേഹത്തിനത് അനുഭവപ്പെട്ടു.

അദ്ദേഹത്തിനു പിന്നിൽ വലിയൊരു മുഴക്കം പ്രതിധ്വനിച്ചു, പുരോഹിതഗൃഹത്തിൽ നിന്നുമായിരുന്നു അത്.

അദ്ദേഹത്തിന്റെ ശ്വാസം നിലച്ചു. അദ്ദേഹം വേദനയോടെ കൈകളൂന്നി മുട്ടിലിഴഞ്ഞ് ഒളിക്കാനായി ഒരു മറവ് തേടി. പുസ്തകം മോഷ്ടിക്കുന്നതിനായി ആരെങ്കിലും വന്നേക്കാമെന്ന മുന്നറിയിപ്പ് അദ്ദേഹത്തിന് ലഭിച്ചിരുന്നെങ്കിലും, അത് കൂട്ടാക്കിയിരുന്നില്ല. ഇത്രയും നാൾ, ഒരു തടസ്സങ്ങളുമില്ലാതെയാണ് ദൌത്യം നിറവേറ്റിയിരുന്നത് എന്നതും അദ്ദേഹത്തിന്റെ ധൈര്യം വർദ്ധിപ്പിച്ചിരുന്നു.

പുസ്തകം, അതിന്റെ ജ്ഞാനം വെളിച്ചമേകിയ എല്ലാവരുടെയും വിജയസാധ്യത വർദ്ധിപ്പിച്ചു. മനുഷ്യർക്ക് നിസ്സാരമായ അബദ്ധങ്ങളിൽ പെടാതെ, അതിവേഗം തങ്ങളുടെ ലക്ഷ്യങ്ങളിലേക്കെത്തിച്ചേരാൻ സാധ്യമായി. വ്യക്തിഗത നേട്ടങ്ങളുടെ കാര്യത്തിൽ ഇത് വിജയകരമായിരുന്നുവെങ്കിൽ, ഒരു കൂട്ടം

പ്രതിബദ്ധതയുള്ള പരിശീലകർക്കിടയിൽ ഇത് അതിലും വലിയ വിജയമായിരുന്നു. പുസ്തകം തെറ്റായ കൈകളിൽ എത്താതിരിക്കാൻ എല്ലാവരും ശ്രദ്ധിച്ചു.

പൌരോഹിത്യത്തിലേക്കുള്ള വാതിൽ തുറക്കുന്നതിനായി അദ്ദേഹം നിരന്തരം പ്രവർത്തിച്ചു. ക്ഷമയോടെ കാത്തിരുന്നു. പ്രതീക്ഷ കൈവിട്ടില്ല.

ആ സമയം വന്നെത്തി. അദ്ദേഹത്തിന്റെ സഹോദരന്മാർ ഉടൻ തന്നെ, നിശയുടെ അവസാനമെന്ന് കരുതപ്പെടുന്ന മൂന്ന് മണിക്ക് പുതിയ ദിവസത്തിലെ ആദ്യത്തെ സേവനമായ നോക്ടേർനസിനായി ഒരുങ്ങും.

അദ്ദേഹം നിർദ്ദേശിക്കപ്പെട്ടതുപോലെ നിശബ്ദനായി കാത്തിരുന്നു, അവർ വരുമ്പോൾ അവർക്കിടയിലേക്ക് നുഴഞ്ഞു കയറാൻ ക്ഷമയോടെ ഇരുന്നു.

അദ്ദേഹത്തിന്റെ അജ്ഞാത ശത്രുവിനും എന്താണ് സംഭവിക്കുന്നതെന്ന് അറിയാമായിരുന്നു. അയാൾ വിളിച്ചുപറഞ്ഞു, “നീ ഇവിടെയുണ്ടെന്ന് എനിക്കറിയാം! അതെനിക്ക് തന്നേക്കൂ. നിനക്ക് അതിന്റെ ആവശ്യമില്ല. നീ എത്ര വലിയ തുക ആവശ്യപ്പെട്ടാലും, ഞാനത് സന്തോഷത്തോടെ നൽകും!”

സന്യാസി നിശബ്ദമായി പുഞ്ചിരിച്ചു. *എനിക്കെന്തിനാണ് പണം?* ദാരിദ്ര്യത്തെക്കുറിച്ചുള്ള തന്റെ പ്രതിജ്ഞ അനുസ്മരിച്ചുകൊണ്ട് അദ്ദേഹം ചിന്തിച്ചു.

ആ നിമിഷം കള്ളൻ സന്യാസിയുടെ മുന്നിൽ പ്രത്യക്ഷപ്പെട്ടു. തന്റെ തൊട്ടുമുന്നിൽ. അയാളുടെ ശ്വാസം സന്യാസിയുടെ മേൽ പതിച്ചു, അയാളുടെ ഗന്ധം അനുഭവപ്പെട്ടു. അയാളുടെ കൈകൾക്കിടയിൽ കിടന്ന് അദ്ദേഹത്തിന്റെ കഴുത്ത് ഞെരിഞ്ഞമർന്നു, അദ്ദേഹം ശ്വാസം കിട്ടാതെ തുടിച്ചു. അയാളുടെ വിരലുകൾ കഴുത്തിലെ മാംസത്തെ കീറിമുറിക്കുന്നതായി തോന്നി. അയാൾ ആവർത്തിച്ചു. “ഒന്നുകിൽ നീ അത് എനിക്ക് തരും, അല്ലെങ്കിൽ നീ മരിക്കും...”

പക്ഷേ ആ നിമിഷം, ആ മനുഷ്യൻ തറയിലേക്ക് വീണു. സന്യാസി ആർത്തിയോടെ ശ്വാസം വലിച്ചു. എന്താണ് തന്നെ രക്ഷിച്ചതെന്നറിയാൻ അദ്ദേഹം തലയുയർത്തി നോക്കി. ഇരുട്ടിന്റെ മറവിൽ, തന്നെ ആക്രമിച്ചയാളുടെ ശരീരവും തോളിലേറ്റി ഒരു രൂപം നടന്നകന്നു. വാതിലിന്റെ ശബ്ദം കേട്ടു.

എന്താണ് സംഭവിച്ചതെന്ന് അദ്ദേഹത്തിനറിയാമായിരുന്നു.

പുസ്തകത്തെയും അദ്ദേഹത്തെയും സംരക്ഷിച്ചുകൊണ്ട് കാവൽക്കാരൻ എല്ലായ്പ്പോഴും അവിടെയുണ്ടായിരുന്നു.

സന്യാസിയുടെ ഹൃദയമിടിപ്പ് സാധാരണ ഗതിയിലാകുന്ന തേയുണ്ടായിരുന്നുള്ളൂ. പക്ഷേ, പുസ്തകം സുരക്ഷിതമാണെന്ന ബോധ്യം അദ്ദേഹത്തിന്റെ ചുണ്ടിൽ പുഞ്ചിരി വിടർത്തി.

എത്രനാൾ ഇത് രഹസ്യമായി നിലനിൽക്കുമെന്ന് അദ്ദേഹം ചിന്തിച്ചു. *ഈ പുസ്തകത്തിലെ അറിവുകൾ നേടാനുള്ള പ്രാപ്തി എന്നാണ് ഈ ലോകത്തിനുണ്ടാവുക? ദുഷ്ടശക്തികൾ ക്ഷയിച്ച്, സർവരുടെ മേലും അറിവിന്റെ വെളിച്ചം പതിക്കുന്ന ഒരു ദിനം ഉണ്ടാകുമോ?*

അപ്പോഴേക്കും അദ്ദേഹത്തിന്റെ സഹോദരന്മാർ എത്തി. ഗുരുവിനോടെന്നപോലെ ഒന്ന് വന്ദിച്ച ശേഷം, അദ്ദേഹം വരിയിൽ സ്ഥാനം പിടിച്ചു.

ഇന്നലെ രാത്രി ഗുരുവിന്റെ നിർദ്ദേശപ്രകാരം യഥാർത്ഥ കൈയെഴുത്തുപ്രതി അദ്ദേഹം കത്തിച്ചുകളഞ്ഞു. പ്രാചീന ഭാഷ മൺമറഞ്ഞുകൊണ്ടിരിക്കുകയാണ്, അത് വിവർത്തനം ചെയ്യാൻ കഴിവുള്ള ചുരുക്കം ചിലർ മാത്രമേ ഇന്നുള്ളൂ. എന്നിരുന്നാലും, അദ്ദേഹം തനിക്കു ലഭിച്ച നിർദ്ദേശങ്ങൾ അക്ഷരംപ്രതി പാലിച്ചു.

ഇനി അദ്ദേഹത്തിന് വിശ്രമിക്കാം. പുസ്തകം സുരക്ഷിതമായി ആശ്രമത്തിന് പുറത്തെത്തിച്ചിരിക്കുന്നു. അതിലെ രഹസ്യങ്ങൾ അടുത്ത തലമുറയ്ക്കായി സംരക്ഷിക്കപ്പെട്ടു.

ഡേവിഡ്

ഇന്നത്തെ ദിവസം

കൃത്യം 5:30-ന് അലാറം മുഴങ്ങി. വ്യാഴാഴ്ചയായിരുന്നു, വാരാന്ത്യം അരികിലെത്തി. പക്ഷേ, ആഴ്ചയിലെ ഉത്തരവാദിത്തങ്ങൾ പകുതിയിലധികം ബാക്കിയുള്ളതായി അനുഭവപ്പെട്ടു. ജോലിഭാരത്തെക്കുറിച്ചുള്ള ചിന്തകൾ ഡേവിഡിന്റെ ഉറക്കം കെടുത്തി. എത്ര തന്നെ ശ്രമിച്ചാലും അതവനെ മുള്ളായി കുത്തിനോവിച്ചുകൊണ്ടിരുന്നു.

കട്ടിലിൽ കിടന്നുകൊണ്ടുതന്നെ ഘടികാരത്തിൽ ഒന്ന് തട്ടിയ ശേഷം, ഒരു പത്ത് മിനിറ്റ് കൂടി ഉറങ്ങാൻ തീരുമാനിച്ചു. മുറിയാകെ നടുക്കിക്കൊണ്ട്, അലാറം വീണ്ടും മുഴങ്ങി. മനസ്സില്ലാമനസ്സോടെ എഴുന്നേറ്റ് അവൻ കുളിമുറിയിലേക്ക് നടന്നു. കണ്ണാടിയിലെ അവന്റെ പ്രതിബിംബം അവന്റെ ശ്രദ്ധ തിരിച്ചു.

അവന്റെ തലമുടി സാധാരണ രീതിയിലല്ലാതെ, ഇടത്തോട്ട് ഉയർന്നുപൊങ്ങി നിൽക്കുന്നത് കണ്ട് അവനു ചിരി വന്നു. കൗമാരക്കാലം കടന്നുപോയ അവന്റെ മനസ്സിൽ കഴിഞ്ഞകാലം മിന്നിമാഞ്ഞു. അവന്റെ തവിട്ടുനിറമുള്ള കണ്ണുകളിൽ യുവത്വവും വിനോദവും തിരികെയെത്തി. പലരും അവനെ "സുന്ദരൻ" എന്ന് വിശേഷിപ്പിക്കുമായിരുന്നെങ്കിലും, സിനിമയിൽ അഭിനയിക്കാനുള്ള ഉദ്ദേശ്യമൊന്നും ഇല്ലാത്തതിനാൽ അവനത് കൂട്ടാക്കിയില്ല.

തന്റെ പഴയ അപ്പാർട്ട്മെന്റിൽ ചൂടുവെള്ളം കിട്ടാൻ ബുദ്ധിമുട്ടായിരുന്നെങ്കിലും, ഷവറിലെ ചൂടുവെള്ളത്തിനായി അവൻ കാത്തുനിന്നു. ഏകദേശം പതിനഞ്ച് മിനിറ്റിനുശേഷം, അവൻ അടുക്കളയിൽ കയറി കാപ്പിയിട്ടുകൊണ്ട്, തനിക്കു വന്ന മെയിലുകൾ വായിക്കുകയായിരുന്നു.

പതിവില്ലാതെ അവന്റെ മനസ്സിലെ ആധികൾ കൂടിക്കൊണ്ടിരുന്നു. എപ്പോഴാണത് തുടങ്ങിയത്? ഏകദേശം രണ്ട് വർഷം മുമ്പ്, കോളേജിൽ നിന്ന് ബിരുദം നേടി ജോലിയിൽ പ്രവേശിക്കുമ്പോൾ തന്റെ മനസ്സ് എത്രമാത്രം സ്വതന്ത്രമായിരുന്നുവെന്ന് ഡേവിഡ് ഓർത്തു. സ്വന്തമായൊരു വീട് എന്നത് സ്വപ്നം മാത്രമായി അവശേഷിച്ചേനെ. അങ്ങനെ പ്രത്യേകിച്ചൊന്നുമില്ല. തുടക്കം നല്ലതായിരുന്നു. തുടക്കത്തിൽ, അവന് അമിതമായ ആത്മവിശ്വാസമോ സമ്മർദ്ദങ്ങളോ ഇല്ലായിരുന്നു, ഒഴുക്കിനൊപ്പം നീന്താമെന്ന മട്ട്.

കഴിഞ്ഞ വർഷം കാര്യങ്ങൾ മാറിമറിഞ്ഞുതുടങ്ങി, മാറ്റങ്ങൾ അനുകൂലമായിരുന്നില്ലതാനും. ശമ്പളം കൈയിലെത്താൻ വൈകുന്നു. അടയ്ക്കാനുള്ള ബില്ലുകൾ മേശപ്പുറത്ത് കുന്നുകൂടുന്നു. സഹായമാകുമെന്ന് കരുതി എടുത്ത രണ്ട് ക്രെഡിറ്റ് കാർഡുകൾ, കൂനിന്മേൽ കുരുവായി. ഉടമ്പടി ഒപ്പിട്ട് ജോലിയിൽ കയറുമ്പോൾ അവൻ കരുതിയത്, ഈ ജോലിയിൽ അവന് ചെയ്യാൻ പറ്റാത്തതായി ഒന്നുമില്ല എന്നായിരുന്നു. അതോർക്കുമ്പോൾ, ഇപ്പോൾ ചിരിയാണ് വരുന്നത്. വരവുചിലവുകളുടെ കണക്കു നോക്കാൻ വേണ്ടത്ര സമയം നൽകിയില്ല. സത്യം പറഞ്ഞാൽ, അങ്ങനൊരു കാര്യം ചിന്തിക്കാൻ പോലും അവൻ കൂട്ടാക്കിയിരുന്നില്ല. അദ്ദേഹം ഒരു ബജറ്റ് വികസിപ്പിക്കാൻ സമയമൊന്നും ചെലവഴിച്ചിരുന്നില്ല. എന്തൊക്കെയാണ് ആവശ്യങ്ങൾ എന്നുപോലും അറിയാതെ ജീവിച്ച അവന്, തന്റെ വരുമാന നികുതിയുടെ കണക്കുകൾ പോലും ശ്രദ്ധിക്കാൻ കഴിഞ്ഞില്ല.

പിന്നെ അവന്റെ ജോലി. തുടക്കത്തിൽ, നല്ല രീതിയിലാണ് പോകുന്നുണ്ടായിരുന്നത്. അവന്റെ മേലുദ്യോഗസ്ഥന് അവനെ ഇഷ്ടപ്പെട്ടു, ഒരു മാർഗ്ഗദർശിയായി, ഒരു സഹോദരനായി അയാൾ അവനെ തന്റെ ചിറകിനടിയിൽ സംരക്ഷിച്ചു. ആ താത്കാലിക സുരക്ഷിതത്വബോധം അവനെ വല്ലാതെ ആകർഷിച്ചു. മൂന്ന് മാസം അങ്ങനെ കടന്നുപോയി. ഒരു ദിവസം അവന്റെ സഹോദരതുല്യനായ മേലുദ്യോഗസ്ഥൻ മറ്റൊരു സ്ഥാപനത്തിൽ ജോലിയിൽ പ്രവേശിച്ചു. ഡേവിഡിന്റെ പുതിയ മേലുദ്യോഗസ്ഥൻ അവനെ ഒരു ജോലിക്കാരനായി മാത്രം കണ്ടു, അവന്റെ തമാശകൾ അയാളെ ചിരിപ്പിച്ചില്ല.

പക്ഷേ, പ്രശ്നം വഷളാകുന്നത് അവിടെ നിന്നുമായിരുന്നില്ല. വലിയ തെറ്റൊന്നുമല്ല അവൻ ചെയ്തത്, അവന്റെ ഭാഗത്തു

നിന്നും നോക്കുമ്പോൾ. പക്ഷേ, പുതിയ മേലുദ്യോഗസ്ഥന്റെ കണ്ണിൽ അത് ഒരിക്കലും മായ്ക്കാനാവാത്ത ഒരു അപരാധമായിരുന്നു. അതിന് ഇത്രത്തോളം വില കൊടുക്കേണ്ടിവരുമെന്ന് അവൻ സ്വപ്നത്തിൽ പോലും കരുതിയില്ല. ഒരു കസ്റ്റമറെ തിരികെ ഫോൺ ചെയ്യാൻ മറന്നു, അത്രയേയുള്ളൂ. സ്ഥാപനത്തിന് അതുകൊണ്ട് വലിയ നഷ്ടമൊന്നുമില്ലതാനും.

രണ്ടാഴ്ച മുമ്പാണ് അവന് കാര്യങ്ങളുടെ സത്യാവസ്ഥ മനസ്സിലാകുന്നത്. ഒരു ചെറിയ സ്ഥാപനത്തിൽ ഇത്രയും പക്ഷപാതങ്ങൾ ഉണ്ടാകുമെന്നോ, ഒരാൾക്ക് ഇത്രത്തോളം ഗൂഢമായി പെരുമാറാൻ കഴിയുമെന്നോ അവൻ ഒരിക്കലും കരുതിയിരുന്നില്ല. ആരോ അവനെ മനഃപൂർവ്വം കെണിയിലാക്കിയതാണ്. ചെയ്യാതിരുന്ന ഫോൺ കോൾ ആയിരുന്നില്ല യഥാർത്ഥ പ്രശ്നം. അതിലും കൂടുതലായിരുന്നു. ചെയ്യാത്ത ഒരുപാട് കാര്യങ്ങൾക്ക് അവൻ കുറ്റപ്പെടുത്തപ്പെട്ടു, അവയിൽ മിക്കതും കിംവദന്തികളുടെ ഫലമായിരുന്നു, അതും മേലുദ്യോഗസ്ഥന്റെ ഭാഗത്ത് നിന്നും.

ഇങ്ങനെയൊന്നുമായിരുന്നില്ല അവന്റെ പ്രതീക്ഷകൾ. താൻ ബിരുദം നേടുന്നതിന് കുറച്ചു വർഷങ്ങൾക്കു മുൻപ് ബിരുദധാരിയായ ഒരു സുഹൃത്തിനെക്കുറിച്ച് അവനോർത്തു. പെട്ടെന്നുള്ള ജോലിക്കയറ്റങ്ങൾ. വലിയ സമ്പാദ്യം. വാർത്തകളിൽ നിറഞ്ഞു നിൽക്കുന്ന സുഹൃത്തിന്റെ പേര്. ആദ്യമൊക്കെ, ഡേവിഡ് കൂട്ടുകാരന്റെ നേട്ടങ്ങളിൽ ആത്മാർത്ഥമായി സന്തോഷിച്ചു. പക്ഷേ, അർത്ഥശൂന്യമായ ജോലിയാണ് തന്റേതെന്ന തോന്നലും, സാമ്പത്തിക ഞെരുക്കങ്ങളും കാരണം, കൂട്ടുകാരന്റെ നേട്ടങ്ങളെ അംഗീകരിക്കാൻ അവൻ വിഷമിച്ചു. ആ മോശം മനോഭാവം അവനെ സ്വയം വെറുക്കാൻ പ്രേരിപ്പിച്ചു.

മെയിലുകൾ നോക്കുന്നതിനിടയിൽ, മേലുദ്യോഗസ്ഥനിൽ നിന്നും അപ്രതീക്ഷിതമായൊരു സന്ദേശം കണ്ടു, ഒരു ഹ്രസ്വ സന്ദേശം. അതിനു പിന്നിലെ അർത്ഥം അറിയാനായി, അവൻ വീണ്ടും വീണ്ടും ആ സന്ദേശം വായിച്ചു.

"11:00 മണിക്ക് നിങ്ങൾ എന്റെ ഓഫീസിൽ ഉണ്ടാകണം."

അതായിരുന്നു സന്ദേശം. മറ്റു വിശദീകരണമൊന്നുമില്ല.

അവന്റെ ഹൃദയം അതിവേഗം മിടിച്ചു, തളരുന്നതുപോലെ. കണ്ണുകളടയുന്നു. അവൻ നെറ്റിക്കിരുവശവും വിരലുകളമർത്തി സമ്മർദ്ദം കുറയ്ക്കാൻ ശ്രമം നടത്തി.

പഴയ മെയിലുകൾക്കിടയിൽ, അവൻ മറ്റൊന്ന് കണ്ടു. അമ്മ യിൽ നിന്നുമുള്ള ഹൃദ്യമായ സന്ദേശമായിരുന്നു അത്. അവൻ ഫോൺ താഴെ വെച്ചു, കാപ്പി കുടി തുടർന്നു.

അവന്റെ മാനസികാവസ്ഥ അച്ഛനമ്മമാർക്ക് അറിയില്ലായി രുന്നു. നല്ലൊരു സ്ഥാപനത്തിൽ ജോലി ചെയ്യുന്ന, ബിരുദധാരി യായ തങ്ങളുടെ മകനെക്കുറിച്ച് അവർ അഭിമാനിച്ചു. അവരുടെ കൂട്ടുകാർക്കിടയിൽ മകന്റെ നേട്ടങ്ങളെ സ്തുതിച്ചു, അതിലവന് അല്പം നാണക്കേടും തോന്നിയിരുന്നു. തന്നെ വഴിനടത്തിയിരുന്ന പഴയ മേലുദ്യോഗസ്ഥൻ പോയതോ, പുതിയ മേലുദ്യോഗസ്ഥനു തന്നോടുള്ള നീരസമോ, തന്റെ ബുദ്ധിമുട്ടുകളോ അവൻ അവരോട് പങ്കുവെച്ചിരുന്നില്ല. തന്റെ ജോലി എത്ര അർത്ഥശൂന്യമായി തോന്നുന്നെന്നും, ആവർത്തനവിരസത എത്രത്തോളം അലോസ രപ്പെടുത്തുന്നുണ്ടെന്നും, മെയിലുകളിൽ നിന്നു മെയിലുകളിലേ ക്കുള്ള സഞ്ചാരം എത്ര മടുപ്പുളവാക്കുന്നതാണെന്നും അവരെ അറിയിച്ചില്ല. മെയിലുകൾക്ക് മറുപടി അയച്ച് അവനു മടുക്കു മായിരുന്നു. എന്നാലും, ഓരോ മെയിലിനും ഒരു ദിവസത്തിനകം മറുപടി നൽകണമെന്നത് നിർബന്ധമായിരുന്നു. പലപ്പോഴും അവൻ മറ്റൊരു ജീവിതം സ്വപ്നം കണ്ടു, അതിൽ അവൻ ആവർ ത്തനവിരസതകളാൽ തടവിലാക്കപ്പെട്ടിരുന്നില്ല.

സമ്മർദ്ദങ്ങളോ സാമ്പത്തിക ഞെരുക്കങ്ങളോ ഉത്കണ്ഠ കളോ അവനാരോടും പങ്കുവെച്ചിരുന്നില്ല. എന്തിനാണ് മറ്റുള്ള വരെക്കൂടി വിഷമിപ്പിക്കുന്നത്? ഓഹരി വിപണിയിലെ ഇടിവ് തന്റെ റിട്ടയർമെന്റ് നീക്കിയിരിപ്പിനെ ബാധിക്കുന്നു എന്ന സമ്മർദ്ദത്തിലാണ് അച്ഛനിപ്പോൾ. പിന്നെ അമ്മയുടെ കാര്യം, അവരുടെ ആരോഗ്യസ്ഥിതി വഷളായിരിക്കുന്ന ഈ സാഹചര്യ ത്തിൽ എന്റെ ബുദ്ധിമുട്ടുകൾ അറിയിക്കുന്നത് മണ്ടത്തരമാണ്. ഒരു കല്യാണവും മക്കളും ജീവിതത്തിൽ അനിവാര്യമാണെന്നും, അതിനായി ഞാൻ മനസ്സിണങ്ങിയ പങ്കാളിയെ കണ്ടെത്തി യെന്നുമുള്ള വാർത്ത മാത്രമാണ് അവരെന്നിൽ നിന്നുമിപ്പോൾ കേൾക്കാനാഗ്രഹിക്കുന്നത്. തന്റെ ഈ അവിവാഹിത ജീവിത ത്തിന് ഭംഗം വരാതിരിക്കാനും, അമ്മയുടെ പ്രതീക്ഷകൾ കൂട്ടാ തിരിക്കാനുമായി അവൻ പ്രണയത്തെയോ പങ്കാളിയെയോ കുറിച്ച് ഒന്നും സംസാരിക്കാൻ തയ്യാറായില്ല.

“യഥാർത്ഥത്തിൽ എന്നെ പുറത്താക്കുമോ? ചെയ്യാത്ത കാര്യങ്ങൾക്കായി?” അവന്റെ ചിന്തകളുടെ ബഹളം, പ്രഭാത

ത്തിന്റെ നിശബ്ദതയെ കീറിമുറിച്ചു. അതിനു മറുപടിയായി ഹീറ്റർ ഉറക്കെ മുരണ്ടുകൊണ്ട് പ്രവർത്തിച്ചു തുടങ്ങി.

ചിലപ്പോൾ ഈ കൂടിക്കാഴ്ച തന്റെ ജോലിയെക്കുറിച്ച് സംസാരിക്കാനായിരിക്കില്ല. ചിലപ്പോൾ പുതിയൊരു ദൌത്യം ഏല്പിക്കാനായിരിക്കും, അല്ലെങ്കിൽ മറ്റെന്തെങ്കിലും. ചിലപ്പോൾ അനാവശ്യമായി കുറ്റപ്പെടുത്തിയതിന്, മേലുദ്യോഗസ്ഥൻ തന്നോട് ക്ഷമ പറയാനായിരിക്കാം.

അനാവശ്യ ചിന്തകൾക്ക് വിരാമമിടാനായി, അവൻ പ്രാദേശിക വാർത്തകളിലേക്കു കടന്നു. നഗരത്തിലെ പ്രമുഖ ബിസിനസ്സുകാരിൽ ഒരാൾ ചില ജീവകാരുണ്യ പ്രവർത്തനങ്ങളിലൂടെ വാർത്തകളിൽ നിറയുന്നു, സമൂഹത്തോടുള്ള പ്രത്യുപകാരത്തിന്റെ ഒരു ഊഷ്മളമായ കഥ. നഗരത്തിൽ കളിക്കുന്ന പുതിയ നാടകത്തെക്കുറിച്ചും, ഒരു പ്രശസ്ത ഹോക്കി കളിക്കാരന്റെ ടീം മാറ്റത്തെക്കുറിച്ചും അവൻ വായിച്ചു. പുതിയ വർഷത്തെ തന്റെ ടീമിന്റെ സാധ്യതകളെക്കുറിച്ച് ടീം പരിശീലകൻ അഭിമുഖത്തിൽ സംസാരിച്ചു.

വാർത്തകൾ അവന്റെ മാനസികനില നേരെയാക്കാൻ സഹായിച്ചില്ല. ഡേവിഡ് ദീർഘമായി നിശ്വസിച്ചു, സമ്മർദ്ദങ്ങളെ ശ്വാസത്തിനൊപ്പം പുറന്തള്ളാമെന്ന് ആശിച്ചു. കാപ്പിക്കപ്പ് കഴുകിവെച്ച്, ബാഗുമെടുത്ത് അവൻ ജോലിക്കിറങ്ങി. താങ്ങാവുന്നതിലും അധികമായിരുന്നു സമ്മർദ്ദം. എത്ര പെട്ടെന്നാണ് ജീവിതം ഇത്ര സങ്കീർണ്ണമായതെന്നോർത്ത് ആശങ്കപ്പെട്ടു.

പതിവിലും തണുപ്പുണ്ടായിരുന്നു ആ ശരത്കാല ദിനത്തിന്. കാറ്റ് ഇലകളെ നുള്ളിയെടുത്ത് അമ്മാനമാടി. ഇലകളെ ഉയരത്തിലേക്കു കൊണ്ടുപോയി വഴിയിലേക്കു വലിച്ചെറിയുന്നത് ഒരു കാഴ്ചയായിരുന്നു. ചായമടിച്ച ചില്ലുജനാലകളും വലിയ മരവാതിലുമുള്ള കോർണർ ചർച്ചിനു മുന്നിലൂടെ കടന്നുപോകുമ്പോൾ, എതിർവശത്തെ ഭിത്തിയിൽ ഒരാൾ ചാഞ്ഞുകിടക്കുന്നത് അവൻ ശ്രദ്ധിച്ചു. ഒരു പഴകിയ പലകയിൽ, ഏതാനും വാചകങ്ങളിൽ, ഒരു ജീവിതകഥ പറഞ്ഞിരിക്കുന്നു. ഒരു നിമിഷം ഡേവിഡ് മനസ്സിലോർത്തു, താനുമൊരുനാൾ തെരുവിലേക്കിറങ്ങും. ജോലി പോകുമെന്നും പുറത്താക്കപ്പെടുമെന്നുമുള്ള അശുഭചിന്തകളിലേക്ക് അവന്റെ മനസ്സ് ഊളിയിട്ടു. എത്ര ശ്രമിച്ചിട്ടും, അവനതിൽ നിന്നും പുറത്തുവരാൻ കഴിയുന്നുണ്ടായിരുന്നില്ല. അത്തരം സാഹചര്യം ഉണ്ടാകുമെന്നുപോലും ഉറപ്പില്ല, മാത്രമല്ല, അവനെപ്പോൾ വേണമെങ്കിലും വീട്ടിലേക്കു തിരിച്ചുപോവുകയും ചെയ്യാം. സമ്മർദ്ദം അവനെ വരിഞ്ഞുമുറുക്കി.

അതേ സമയം, മറ്റെന്തോ ഒന്ന് അവനൊപ്പം നിൽക്കുന്നുണ്ടായിരുന്നു : അവനിലെ കഴിഞ്ഞകാല കൗമാരക്കാരന്റെ പ്രതീക്ഷാനിർഭരമായ ചിന്തകൾ. ജോലിക്കയറ്റങ്ങൾ, നല്ല സമ്പാദ്യം, ഉറ്റവരുമായുള്ള ഒത്തുകൂടലുകൾ, കുടുംബത്തോടൊപ്പമുള്ള ജീവിതം എന്നീ ചിന്തകൾ. ശുഭകരവും അനുകൂലവുമായ ചിന്തകൾ അവനുള്ളിൽ മിന്നിമാഞ്ഞു.

എപ്പോഴാണ് ആ ചിന്തകൾക്ക് പകരം അതിജീവന ചിന്തകൾ വന്നത്? ജോലിയില്ലാതാകുന്നതിന്റെ ചിന്തകൾ? തെരുവിലേക്കിറങ്ങേണ്ടിവരുമെന്നതു പോലെയുള്ള തികച്ചും യുക്തിഹീനമായ ചിന്തകൾ?

തിരക്കേറിയ തെരുവിലേക്ക് നോക്കിയ അവൻ, ഉദ്യാനത്തിലൂടെയുള്ള എളുപ്പവഴിയിലൂടെ പോകാമെന്ന് തീരുമാനിച്ചു. അവൻ പോകുന്ന വഴിയിലെ ചുറ്റുപാടുകളോ ആളുകളെയോ ഒന്നും ശ്രദ്ധിക്കാറില്ല, അതായിരുന്നു ശീലം. പകരം, നടത്തത്തിന്റെ വേഗത കൂട്ടി ജോലിസ്ഥലത്തെത്തി, പേപ്പറുകൾക്കും മെയിലുകൾക്കുമിടയിലിരുന്ന് പ്രശ്നങ്ങൾ പരിഹരിക്കുകയായിരുന്നു ലക്ഷ്യം.

ആലോചനയിൽ മുഴുകിയ ഡേവിഡ്, കൈകളിൽ നിന്നും കാറ്റു കൊണ്ടുപോയ മഞ്ഞ പേപ്പറുകൾ തിടുക്കത്തിൽ പെറുക്കിയെടുക്കുന്ന ഒരു യുവതിയുടെ മേൽ ഇടറിവീഴാൻ തുടങ്ങി. കാറ്റിനോട് ജയിക്കാനാവുന്നില്ലെങ്കിലും, ഒരു സൗഹൃദ മത്സരമെന്നോണം അവൾ ചിരിച്ചു കളിച്ച് ആ നിമിഷങ്ങൾ ആസ്വദിക്കുകയായിരുന്നു. ഡേവിഡ് ആ പേപ്പറുകൾ കാറ്റിന്റെ കൈകളിൽ നിന്നും തട്ടിയെടുത്തുതുടങ്ങി. അവന്റെ വേഗവും അനായാസവും അവൾ മാറിനിന്ന് ആസ്വദിച്ചു.

"നന്ദി. എന്നെക്കൊണ്ട് ഒരിക്കലും ഇത് സാധിക്കില്ലായിരുന്നു."

ഡേവിഡ് തല കുലുക്കി, ചെറുതായി വണങ്ങിക്കൊണ്ട് പറഞ്ഞു, "അവിടുത്തെ സേവനത്തിൽ." പേപ്പറുകൾക്കൊപ്പം ഒരു പുഞ്ചിരിയും അവൾക്ക് സമ്മാനിച്ച ശേഷം, അവൻ നടന്നകന്നു.

നിമിഷങ്ങൾക്കകം, അവൻ ഓഫീസ് കെട്ടിടത്തിനു മുന്നിലെത്തി. സമയം നോക്കി. പറഞ്ഞതിലും നേരത്തെയാണ്. വളരെ നേരത്തെ. എന്നാൽ കുറച്ചു സമയം കളയാമെന്ന് അവൻ തീരുമാനിച്ച് ഒരു കടയിലേക്കു പോയി. രാവിലെ കാപ്പി കുടിച്ചതിനാൽ, ഇപ്പോൾ ഒരു ചായയാകാമെന്നു കരുതി, പല തരം ചായകളുടെ

പേരുകളിലൂടെ കണ്ണോടിച്ചു. അവസാനം, പഴത്തിന്റെ രുചി ചേർത്ത കട്ടപ്പമുള്ള കട്ടൻ ചായയുമായി ഒരു കസേരയിൽ പോയിരുന്നു. ജോലിക്ക് കേറുന്നതിനു മുൻപായി, മനസ്സൊന്ന് ശാന്തമാക്കാമെന്നവൻ തീരുമാനിച്ചു.

അവനു ചുറ്റും, തിരക്കിനിടയിൽ കഴിക്കാൻ മറന്ന് വിശന്നു വലഞ്ഞ് ജോലിക്കു പോകുന്നവരുടെ ബഹളം കൂടിവന്നു. ഡേവിഡ് അന്നത്തെ ദിവസത്തെ നേരിടാൻ സജ്ജനായി. കടയിൽ നിന്നിറങ്ങി, ഓഫീസിന്റെ പടിക്കലെത്തി. വാതിൽ കടന്ന് അകത്തു കയറിയതും, മാറ്റം അനുഭവപ്പെട്ടുതുടങ്ങി. ഓഫീസിനകത്ത്, അവൻ മറ്റൊരാളായിരുന്നു, വേഷമണിഞ്ഞ് തട്ടിൽ കയറിയ നാടക നടനെപ്പോലെ. കുറച്ച് സഹപ്രവർത്തകരെ അഭിവാദ്യം ചെയ്ത ശേഷം, തന്റെ ഇരിപ്പിടത്തിലേക്ക് നീങ്ങി.

കുറച്ച് മണിക്കൂറുകൾക്ക് ശേഷം, മേലുദ്യോഗസ്ഥനെ കാണാനുള്ള സമയമായി. ഉള്ളംകൈ വിയർത്തു, മുഖം വിളറി. അവൻ ഹാളിലൂടെ പതിയെ നടന്നു. മങ്ങിയ പുഞ്ചിരിയുമായി, ആത്മ വിശ്വാസം വീണ്ടെടുക്കാനുള്ള ശ്രമവുമായി അവൻ ഓഫീസിന്റെ വാതിൽ തുറന്നു

കൂടിക്കാഴ്ച രണ്ടു മിനിറ്റിൽ അവസാനിച്ചു.

അവനെ പുറത്താക്കിയില്ല, ഒരു മുന്നറിയിപ്പ് മാത്രം. ഇനി തെറ്റുകൾ ഉണ്ടാവരുത്.

തർക്കിക്കാതിരുന്ന ഡേവിഡിനെ കണ്ട് മാനേജർ അത്ഭുത പ്പെട്ടു. കാര്യങ്ങൾ മെച്ചപ്പെടുത്തുമെന്നു സ്വയം വാക്കു നൽകിയ ഡേവിഡ്, തന്നെത്തന്നെ അത്ഭുതപ്പെടുത്തി. ഓഫീസിൽ നിന്നും ഇറങ്ങിയ ഉടൻ, ബാത്റൂമിലേക്കു പോയി തണുത്ത വെള്ളം മുഖത്തു തളിച്ചു. മണിക്കൂറുകളോളം താൻ ചിന്തിച്ചുകൂട്ടിയതൊന്നുമല്ല നടന്നതെന്നതിൽ അവന് അതിശയം തോന്നി. ജോലി നഷ്ട പ്പെടുത്താൻ കഴിയില്ല, തത്കാലത്തേക്കാണെങ്കിലും, ഒരു നീക്കിയിരിപ്പുമില്ലാതെ. കുടുംബവും കൂട്ടുകാരുമെല്ലാം കരുതിയി രിക്കുന്നത്, ഡേവിഡ് നല്ല നിലയിലാണെന്നാണ്.

അവനെ പുറത്താക്കിയിരുന്നെങ്കിൽ, അവർക്കത് വിശ്വസി ക്കാൻ പോലും കഴിയുമായിരുന്നില്ല. വീട്ടിൽ ആത്മവിശ്വാസമുള്ള വൻ, സ്കൂളിൽ രണ്ട് കായിക ഇനങ്ങളിൽ മികവ് കാട്ടിയവൻ, കോളേജിലും സമർത്ഥൻ, മികച്ച മാർക്കുകളും പരിശീലനങ്ങളും ലഭിച്ചവൻ. എല്ലാവർക്കും അവനെ ഇഷ്ടമായിരുന്നു, അവൻ വിജ യകരമായൊരു ഔദ്യോഗിക ജീവിതം കെട്ടിപ്പടുക്കുമെന്ന് എല്ലാ വരും വിശ്വസിച്ചു.

അവന് തോൽക്കാൻ കഴിയില്ല. അവൻ തോൽക്കുകയില്ല.

മാറ്റം വരുത്തണമെന്ന് ഡേവിഡിന് അറിയാമായിരുന്നു, പക്ഷേ എവിടെ തുടങ്ങണമെന്നറിയില്ല.

അന്ന് വൈകുന്നേരം അവൻ പാർക്കിലൂടെ തിരികെ പോകുമ്പോൾ ഒരു ശബ്ദം കേട്ടു. തലയുയർത്തി നോക്കിയപ്പോൾ കല്ലിന്റെ അടിയിൽ വൃത്തിയായി മടക്കിവെച്ച ഒരു കടലാസ്സ് കഷണം കണ്ടു. രാവിലെ കണ്ടതുപോലത്തെ, ഇളം മഞ്ഞ നിറത്തിലുള്ള കടലാസ്സ്. അവൻ ചെന്ന് ആ കടലാസ്സുകഷണമെടുത്ത്, ആ സ്ത്രീ പരിസരത്തെവിടെയെങ്കിലും ഉണ്ടോയെന്ന് നോക്കി ആ മഞ്ഞപ്പേപ്പർ കീശയിലിട്ട ശേഷം നടത്തം തുടർന്നു. അടുത്ത ദിവസം രാവിലെയും ആ സ്ത്രീയെ കണ്ടുമുട്ടും എന്നവൻ ചിന്തിച്ചു. അവരുടെ ഹ്രസ്വമായ കൂടിക്കാഴ്ചയും, അവളുടെ വശ്യമായ പുഞ്ചിരിയും, കണ്ണുകളിലെ തിളക്കവും അവന്റെ ചുണ്ടിൽ ചിരി വിടർത്തി.

വീട്ടിലെത്തി വസ്ത്രം മാറുന്നതിനിടയിൽ പോക്കറ്റിൽ നിന്നും ആ പേപ്പർ കഷണമെടുത്തു. അതിലൊരു കുറിപ്പുണ്ടായിരുന്നു :

നോർത്ത് കഫേ, സെപ്റ്റംബർ 14 വെള്ളിയാഴ്ച രാവിലെ 10:00 മണി.

മടക്ക് നിവർത്തി അവൻ വായിച്ചു :

ഒൻപത് തെറ്റുകൾ ഒഴിവാക്കിയാൽ മാത്രമേ നിങ്ങളുടെ വിജയംസാധ്യമാകൂ.പലരുംഇത്മനസ്സിലാക്കുമ്പോഴേക്കും ഏറെവൈകിയിരിക്കും.അങ്ങനെസംഭവിക്കാൻഅനുവദിക്കരുത്. ജനാലയ്ക്കരികിലെ അവസാന ബൂത്തിൽ ഞാനുണ്ടാകും. നിങ്ങൾ വരുന്നുണ്ടെന്ന് അവരറിയും.

കാരുണ്യ പ്രവർത്തനങ്ങൾ ചെയ്ത് വാർത്തയിൽ ഇടം നേടിയ, രാവിലെ പത്രത്തിൽ കണ്ട ആളുടെ പേരും ഒപ്പും ഉണ്ടായിരുന്നു അതിൽ.

ഇത് അവളുടേതായിരിക്കണം, ഡേവിഡ് വിചാരിച്ചു. അവന്റെ മനസ്സിൽ അവളുടെ ആകർഷകമായ മുഖം തെളിഞ്ഞു, കാതിൽ അവളുടെ ഇമ്പമുള്ള ചിരി കേട്ടു. *എനിക്ക് ഒരിടത്തിരിക്കാൻ കഴിഞ്ഞില്ല. ഞാൻ ചെന്ന് പേപ്പർ കിട്ടിയെന്ന്*

പറയാം, എന്താണ് സംഭവിക്കുന്നതെന്ന് നോക്കാം. ഇതാണ് എനിക്ക് വേണ്ടത്!

ഒരുപാടുപേർക്ക് ഉപകാരിയായ ആ മനുഷ്യനെക്കുറിച്ച് കേട്ട കാര്യങ്ങളിലേക്ക് അവന്റെ ചിന്തകൾ നീങ്ങി : അദ്ദേഹത്തിന്റെ നേട്ടങ്ങൾ, നഗരത്തിലെ പ്രവർത്തികൾ, ബന്ധങ്ങൾ. *അദ്ദേഹം എനിക്കൊരു വഴികാട്ടിയായിരിക്കും. അദ്ദേഹത്തിനു വേണ്ടി ജോലി ചെയ്യാനായിരിക്കും, അല്ലെങ്കിൽ പുതിയൊരു സ്ഥാനം. ഞാൻ തീർച്ചയായും പോകും.*

അന്നു രാത്രി, കിടക്കയിൽ കിടന്നുകൊണ്ട് ചുമരിലേക്കു കണ്ണും നട്ട് കിടന്നു. പുറത്തെ വാഹനങ്ങളുടെ ശബ്ദത്തിന്റെ താളത്തിൽ ആ ദിവസത്തെ വീണ്ടും വീണ്ടും അയവിറക്കി. മേലുദ്യോഗസ്ഥനുമായുള്ള കൂടിക്കാഴ്ച മനസ്സിലോർത്തു. അത് അവനിലെ ആത്മവിശ്വാസം വർദ്ധിപ്പിച്ചു. ആ കൂടിക്കാഴ്ച അവന് അനുകൂലമായിരുന്നു എന്ന് തന്റെ മനസ്സ് പറഞ്ഞു പഠിപ്പിക്കുകയാണോ എന്നവൻ അതിശയിച്ചു.

ഇതിനെല്ലാം മാറ്റം വരട്ടെ എന്നവൻ മൌനമായി പ്രാർത്ഥിച്ചു, ആ മൌനമന്ത്രണം, പ്രാർത്ഥനയേക്കാളുപരി ഒരു അപേക്ഷയോ ആഗ്രഹമോ ആയിരുന്നു. ജോലിസ്ഥലത്തെ കാര്യങ്ങൾ മെച്ചപ്പെടണമെന്നോ സാമ്പത്തിക ബാദ്ധ്യതകൾ തീരണമെന്നോ മാത്രമായിരുന്നില്ല അവന്റെ ആഗ്രഹം; അവന് അവന്റെ ആത്മവിശ്വാസം തിരികെ വേണമായിരുന്നു, സ്വപ്നങ്ങൾ തിരികെ വേണമായിരുന്നു!

“വഴുതി വീഴുന്നതും വലിയ തെറ്റുകൾ വരുത്തുന്നതും കാലേക്കൂട്ടി അറിയാൻ കഴിഞ്ഞിരുന്നെങ്കിൽ. അല്ലെങ്കിൽ അവയെല്ലാം മായ്ച്ചു കളയാൻ കഴിഞ്ഞിരുന്നെങ്കിൽ.”

അവൻ ആത്മവിശ്വാസം പ്രകടിപ്പിച്ചത്, മുഷ്ടി ചുരുട്ടി കാറ്റിൽ കൈകളുയർത്തിയായിരുന്നു.

അവൻ പുഞ്ചിരിച്ചു, ഒടുവിൽ ഉറക്കത്തിന്റെ ആഴങ്ങളിലേക്ക് വഴുതിവീണു. വളരെക്കാലത്തിനു ശേഷം, നന്നായി ഉറങ്ങി.

ആരംഭം

ഡേവിഡ് വളരെ നേരത്തെ തന്നെ നോർത്ത് കഫേയിൽ എത്തി. ആ സ്ത്രീയെ കണ്ടുമുട്ടി കാര്യങ്ങൾ വിശദീകരിക്കാം, അല്ലെങ്കിൽ, പന്തിയല്ലെങ്കിൽ സ്ഥലം കാലിയാക്കാം എന്നതായിരുന്നു ഉദ്ദേശ്യം. അവൾ അവിടെ ഇല്ലായിരുന്നു, അതിനാൽ ജനാലയ്ക്കരികിലുള്ള അവസാന ബൂത്തിൽ ഇരിക്കാൻ അവനോട് ആവശ്യപ്പെട്ടു.

അവൻ ക്ലോക്കിലേക്ക് നോക്കി. രണ്ട് മിനിറ്റിനുള്ളിൽ, വീണ്ടും നോക്കി. അവസാനത്തെ ബൂത്തിൽ ഇരിക്കുന്ന അവന്റെ ആകാംക്ഷ ഇരട്ടിച്ചുവന്നു. അവിടുത്തെ ജോലിക്കാരൻ ഭവ്യതയോടെ കാപ്പി നിറച്ചുകൊടുത്തു. ഒരാൾ രാവിലത്തെ തിരക്കുകൾക്കു ശേഷമുള്ള തറ വൃത്തിയാക്കൽ പണിയിലാണ്.

കൃത്യം നാലു മിനിറ്റിനും ഒരു കപ്പ് കാപ്പിക്കും ശേഷം അവൻ തലയുയർത്തി നോക്കി, ഒരു വൃദ്ധൻ അകത്തേക്ക് നടന്നുവന്നു. ചെറിയ മുറിയിലൂടെ കണ്ണോടിച്ച ശേഷം, അയാൾ അവനെ നോക്കി. അടുക്കളയിലെ പാത്രങ്ങളുടെയും, അടുത്ത് തറ തുടയ്ക്കുന്നതിന്റെയും ശബ്ദത്തിനിടയിലും, തനിക്കു നേരെ നടന്നടുക്കുന്ന ആ വൃദ്ധന്റെ ദുർബ്ബലമായ ശ്വാസോച്ഛ്വാസം അവന് കേൾക്കാമായിരുന്നു.

ഡേവിഡ് ഒന്നുകൂടെ ക്ലോക്കിലേക്ക് നോക്കി, ആതിഥേയൻ സമയനിഷ്ഠയുള്ള ആളാണ്. പ്രതീക്ഷിച്ചതുപോലെ തന്നെ. എന്നാൽ ഒരു സമൂഹത്തിന്റെ നെടുംതൂണായ അയാളുടെ രൂപം പ്രതീക്ഷിച്ചതു പോലെയായിരുന്നില്ല.

ഈ മനുഷ്യൻ തന്റെ കാലഘട്ടത്തിലെ ഏറ്റവും വിജയകരമായ വ്യക്തികളിൽ ഒരാളാണെന്ന് ഡേവിഡിന് അറിയാമായിരുന്നു. അദ്ദേഹത്തിന് വലിയ സ്വത്തുക്കൾ ഉണ്ടായിരുന്നു, കൂടാതെ പ്രാദേശികമായി ആരംഭിച്ചതും എന്നാൽ ലോകമെമ്പാടും

അതിവേഗം വികസിച്ചതുമായ നിരവധി ബിസിനസ്സുകൾ വളരെക്കാലം മുമ്പ് അദ്ദേഹം വിറ്റിരുന്നു. ആകർഷണീയമായ വസ്ത്രവും, തിളങ്ങുന്ന ഷൂസും, അലക്കിത്തേച്ച പാന്റ്സും, ചെറു തുവാലയുടെ ഭംഗി പുറത്തു കാട്ടുന്ന കോട്ടുമെല്ലാം ധരിച്ച ഒരു വ്യക്തമായ ചിത്രമായിരുന്നു അയാളെക്കുറിച്ച് അവന്റെ മനസ്സിൽ.

പക്ഷേ കണ്ടത്, സാധാരണ ഷർട്ടും, നിറം മങ്ങിയ ജീൻസും, പഴകിയ തുകൽ ഷൂസും ധരിച്ച, ക്ഷൗരം ചെയ്യാത്ത മുഖവുമുള്ള വൃദ്ധനെ. അയാളൊരു സമ്പന്നനായിരുന്നു എന്നതിന്റെ ഒരേയൊരു തെളിവ് അയാളുടെ വാച്ചായിരുന്നു. എതിർവശത്തുള്ള കസേരയിൽ ഇരുന്ന അയാളുടെ വാച്ചിലേക്ക് ഒരു നോട്ടം പായിക്കാനേ കഴിഞ്ഞുള്ളൂ, അതിനാൽ അതിന്റെ മോഡലോ പഴക്കമോ തിരിച്ചറിയാൻ അവനു കഴിഞ്ഞില്ല.

ആ വൃദ്ധൻ പുഞ്ചിരിച്ചുകൊണ്ട്, മുൻധാരണകളില്ലാതെ, ആഴവും ജിജ്ഞാസയും നിരീക്ഷണ ബോധവുമുള്ള കണ്ണുകളാൽ മേശയിലേക്കൊന്നു നോക്കി. അതീവ ശ്രദ്ധയും ചുറ്റുമുള്ളതെല്ലാം മനസ്സിലാക്കാനുള്ള കഴിവും, തുളച്ചു കയറുന്ന ആ നോട്ടത്തിലുള്ളതായി തോന്നി. ആ നോട്ടം ഡേവിഡ് പ്രതീക്ഷിച്ചിരുന്നില്ല. കണ്ണുകൾ തമ്മിലിടയാതിരിക്കാൻ അവൻ ശ്രദ്ധ മറ്റൊരിടത്തേക്ക് തിരിച്ചു. ഒരുപക്ഷേ, പണത്തേക്കാൾ രസകരമായ എന്തോ അതിലുണ്ടായിരുന്നു.

“നിങ്ങളെ കണ്ടുമുട്ടിയതിൽ എനിക്ക് അതിയായ സന്തോഷമുണ്ട്, രാവിലെ തന്നെ കാണാൻ സാധിച്ചതിലും. നിങ്ങൾ വരുമെന്ന് എനിക്കറിയാമായിരുന്നു,” വൃദ്ധൻ ശോഭയും ആത്മാർത്ഥതയും നിറഞ്ഞ ഒരു പുഞ്ചിരിയോടെ ആരംഭിച്ചു.

ആ ബൂത്തിനകത്ത് ആ വൃദ്ധന്റെ നിരീക്ഷണവലയത്തിലാണ് താനെന്ന് ഡേവിഡ് ഓർത്തു. മുന്നേ കണ്ടുമുട്ടിയ സ്ത്രീയെക്കുറിച്ച് ഇതുവരെ ഒരു വിവരവുമില്ല. അത്രയും നേരം പരിശീലിച്ച, പറയാൻ കാത്തുവെച്ച വരവിന്റെ ഉദ്ദേശ്യമെല്ലാം പാഴായിരിക്കുന്നു.

കസേരയിൽ നേരെയിരുന്ന വൃദ്ധൻ, മേശയ്ക്കു മുകളിലൂടെ ഒരിക്കൽക്കൂടി നോട്ടം പായിച്ച ശേഷം, ആവർത്തിച്ചു, “അതെ, നിങ്ങൾ വരുമെന്ന് എനിക്കറിയാമായിരുന്നു.”

“ഓ, ക്ഷമിക്കണം...” ഡേവിഡ് പറഞ്ഞു, “നിങ്ങൾക്ക് തെറ്റു പറ്റിയെന്ന് തോന്നുന്നു. നോക്കൂ, ഞാൻ... ഞാൻ... കുറച്ച് പേപ്പറുകൾ നഷ്ടപ്പെട്ട ഒരാളെ സഹായിക്കുകയായിരുന്നു, ഞാൻ... ഞാൻ...” അടുത്തതായി എന്താണ് പറയേണ്ടതെന്നറിയാതെ അവൻ വിഷമിച്ചു, അവന് സമനില തെറ്റുന്നതായി തോന്നി.

“ചെറുപ്പക്കാരാ, എല്ലാത്തിനും പിന്നിൽ ഒരു കാരണമുണ്ട്. നിങ്ങൾ ക്ഷണം കണ്ടെത്തി ഇന്ന് ഇവിടെ എത്തിയതിൽ എനിക്ക് സന്തോഷമുണ്ട്. അത് നിങ്ങൾക്കുള്ളതായിരുന്നു.”

“ക്ഷണമോ? ഞാനോ? ഇല്ല, ഞാൻ കണ്ടുവെന്നേ ഉള്ളൂ, എനിക്ക് ആകാംക്ഷ തോന്നി. ആ ഒമ്പത് തെറ്റുകളെക്കുറിച്ച്?”

“അതെ, പക്ഷേ നിങ്ങൾക്കത് ഇപ്പോൾ മനസ്സിലാക്കാൻ കഴിയില്ല. ധൃതിവെക്കരുത്. സമയമുണ്ട്.”

അവിടുത്തെ ജോലിക്കാരൻ മേശയ്ക്കരികിൽ വന്നുനിന്നു. വൃദ്ധൻ അയാളുടെ കൈയിൽ പിടിച്ചു, പുഞ്ചിരിച്ചു. അവർ അടുത്ത സുഹൃത്തുക്കളായിരുന്നു.

“പതിവ് കാപ്പി?” അയാൾ ചോദിച്ചു. എന്നിട്ട് ഒരു കപ്പിൽ കാപ്പി ഒഴിച്ചുകൊണ്ട്, കൗണ്ടറിന് പിന്നിലുള്ള ഒരാളെ നോക്കി തല കുലുക്കി.

“നിനക്കെന്നെ നന്നായി അറിയാം. പിന്നെ, നിങ്ങൾക്കെന്താണ് വേണ്ടത്?” വൃദ്ധൻ തന്റെ അരികിലുള്ള ബാഗ് പരിശോധിക്കുന്നതിനിടയിൽ ഡേവിഡിനോട് ചോദിച്ചു.

“എനിക്ക് കോണ്ടിനെന്റൽ,” പലതരം കാപ്പികളുടെ വിവരണങ്ങളിലൂടെ പരതിയ ശേഷം ഡേവിഡ് പറഞ്ഞു.

താൻ വന്നതിൽ അദ്ഭുതപ്പെടാതെ, ഇതെല്ലാം പ്രതീക്ഷിച്ചതുപോലെ, സാധാരണ രീതിയിൽ പെരുമാറുന്ന, തന്റെ മുന്നിലിരിക്കുന്ന നേട്ടങ്ങളുടെ തോഴനെ ഡേവിഡ് നോക്കി. കുറഞ്ഞത്, നല്ലൊരു പ്രാതലും കഴിച്ച്, വൃദ്ധനെ കണ്ടുമുട്ടിയ കാര്യം പറയാമെന്ന് കരുതി. അവന്റെ കുടുംബത്തിന് കൂടിക്കാഴ്ചയുടെ വിവരങ്ങൾ അറിയണമെന്നുണ്ടാകും, പക്ഷേ, ഇതെങ്ങനെ വിശദീകരിക്കുമെന്ന ആശയക്കുഴപ്പത്തിലാണ് ഡേവിഡ്. എന്നാൽ, ഈ അവസരത്തിൽ, കുറച്ചധികം പ്രതീക്ഷകളോടെയാണ് വന്നിരിക്കുന്നതെന്ന് അവനോർത്തു. അവന് ഉത്തരങ്ങൾ വേണമായിരുന്നു; ജീവിതത്തിന്റെ തടവറയിൽ നിന്നും മോചനം. ഒരു മാർഗ്ഗം തെളിക്കണം, ഈയിടെയായി അവനെ ചുറ്റിവരിഞ്ഞിരിക്കുന്ന ജീവിതഭാരങ്ങളിൽ നിന്നും രക്ഷപ്പെടാനുള്ള എന്തെങ്കിലുമൊരു മാർഗ്ഗം, ഒരു വഴികാട്ടൽ.

വൃദ്ധൻ ഒരു ചെറിയ തുകൽ പുസ്തകം പുറത്തെടുത്തു. അതിന്റെ പഴക്കം വ്യക്തമായിരുന്നു. വാസ്തവത്തിൽ, അതിനൊരു നൂറ് വർഷം പഴക്കമുണ്ടെന്ന് പറഞ്ഞാൽ പോലും ഡേവിഡ് വിശ്വസിക്കുമായിരുന്നു, അത്രത്തോളം കേടുപാടുകൾ പറ്റിയ ഒന്ന്. വൃദ്ധൻ

അതിലൊന്ന് തലോടി, എന്നിട്ട്, നെഞ്ചോട് ചേർത്തു. പേരക്കുട്ടിയെ കൈയിലെടുത്ത് താലോലിക്കുന്ന പോലെ പുഞ്ചിരിച്ചു. അദ്ദേഹം കീശയിൽ നിന്നും കണ്ണടയെടുത്തു, പുസ്തകത്തിന്റെ ആദ്യ പേജ് തുറന്നുനോക്കി.

"ആഹ്, എന്നോട് ക്ഷമിക്കൂ. ഇതിലെ കാര്യങ്ങൾ പങ്കിടാൻ അവസരം ലഭിക്കുമ്പോഴെല്ലാം എന്നിൽ സന്തോഷം നിറയും. വളരെ പ്രത്യേകതയുള്ളതാണ്. പക്ഷേ അതിനുമുമ്പ്, നിങ്ങളെക്കുറിച്ച് വിശദീകരിക്കൂ."

ഡേവിഡ് പൊതുവെ അപരിചിതരോട് അധികം തുറന്ന സംസാരിക്കാറില്ല. സാധാരണയായി തന്റെ ജോലിയെയും സ്ഥാപനത്തെയും കുറിച്ചാണ് പറഞ്ഞു തുടങ്ങുക, ചിലപ്പോൾ ഏത് കോളേജിലാണ് പഠിച്ചതെന്നും. എന്തു കൊണ്ടെന്നറിയില്ല, വൃദ്ധന്റെ മുന്നിൽ അതെല്ലാം പറയുന്നത് നിസ്സാരമാണെന്നവനു തോന്നി. അതിനാൽ, അവൻ മറ്റൊരിടത്തു നിന്ന് ആരംഭിച്ചു. ജനിച്ചു വളർന്ന സ്ഥലം, സാഹചര്യങ്ങൾ, കൂടപ്പിറപ്പുകൾ, മാതാപിതാക്കൾ, സ്വപ്നങ്ങൾ, പ്രതീക്ഷകൾ എന്നിവയെക്കുറിച്ച് പറഞ്ഞുതുടങ്ങി. വൃദ്ധൻ ചോദ്യങ്ങൾ ചോദിച്ചും, ആകാംക്ഷയോടെയും വളരെ താത്പര്യത്തോടെയും അവനെ ശ്രദ്ധിച്ചു.

ഒരു ഘട്ടത്തിൽ, വൃദ്ധൻ എന്തോ മനസ്സിലാക്കിയെന്ന മട്ടിൽ ഇടയ്ക്കു കയറി. "എനിക്ക് ഒരു കാര്യം അറിയണം. നിങ്ങൾ എന്തിനെയാണ് ഭയക്കുന്നത്?"

അപ്രതീക്ഷിതമായൊരു അടിയായിരുന്നു ആ ചോദ്യം. അവന്റെ ശബ്ദമിടറി. അവൻ സംസാരിക്കാൻ ശ്രമിച്ചു. പക്ഷേ, വാക്കുകൾ തൊണ്ടയിൽ കുരുങ്ങി ശ്വാസം മുട്ടിച്ചു. അല്പം വെള്ളം കുടിച്ച ശേഷം, അവൻ ആത്മസംയമനം വീണ്ടെടുക്കാൻ ശ്രമിച്ചു. പറയുന്ന കാര്യങ്ങളിൽ സത്യസന്ധത പുലർത്താനും, അതേ സമയം എല്ലാത്തിന്റെയും ശുഭകരമായ വശം പുറത്തുകാട്ടാനും അവൻ വല്ലാതെ പാടുപെട്ടു. വൃദ്ധന്റെ ഇഷ്ടം പിടിച്ചുപറ്റുക, ശക്തനായ ഒരു സുഹൃത്തിനെ നേടുക എന്നതായിരുന്നു അവന്റെ മനസ്സിൽ. അവന്റെ തലയ്ക്കകത്ത്, ഒരു പ്രക്ഷോഭം തന്നെയായിരുന്നു. അവന്റെ ജീവിതയാത്രയുടെ സത്യാവസ്ഥ വെളിപ്പെടുത്താൻ അവൻ താത്പര്യപ്പെട്ടിരുന്നില്ല.

നിമിഷങ്ങൾ കടന്നുപോയി, വൃദ്ധൻ മൌനം പൂണ്ട് ഡേവിഡിന് സംസാരിക്കാനുള്ള സമയം നൽകുകയായിരുന്നു. ശരിയായ പദങ്ങൾ ക്രമപ്പെടുത്തി വിശദീകരിക്കാനുള്ള അവന്റെ ശ്രമം മനസ്സിലാക്കിയ പോലെ അദ്ദേഹം ക്ഷമയോടെ ഇരുന്നു.

അവസാനം, നല്ല വശങ്ങൾ മാത്രം വെളിപ്പെടുത്താനുള്ള ശ്രമം തോൽവിയിലേക്കാണ് നീങ്ങുന്നതെന്ന് അറിയാമായിരുന്നെങ്കിലും, അവന്റെ മനസ്സിന്റെ പിരിമുറുക്കം അയഞ്ഞു തുടങ്ങിയിരുന്നു. കൂടുതൽ തുറന്നു പറയാമെന്നവൻ തീരുമാനിച്ചു. തുടക്കത്തിൽ ബുദ്ധിമുട്ടിയെങ്കിലും, തന്റെ ഉൾമനസ്സിലെ ചിന്തകൾ പോലും പങ്കുവെക്കാമെന്നുള്ള വിശ്വാസം അവനിലുണ്ടായി. ജലത്തിന്റെ സമ്മർദ്ദം താങ്ങാനാകാതെ തകർന്നുവീണ അണക്കെട്ടു പോലെ അവൻ മനസ്സിലുള്ളത് പുറത്തേക്കൊഴുക്കി : അമ്മയുടെ അസുഖങ്ങൾ, മേലുദ്യോഗസ്ഥന്റെ പക്ഷപാതവും മുന്നറിയിപ്പും, ജോലിസ്ഥലത്തെ ബുദ്ധിമുട്ടുകൾ, അടച്ചു തീർക്കാനുള്ള ബില്ലുകൾ, സാമ്പത്തിക ഞെരുക്കം, തന്നെക്കുറിച്ചുള്ള പ്രതീക്ഷകൾ, നന്നായി ജീവിക്കണമെന്ന ആഗ്രഹം, കുടുംബത്തോടുള്ള പ്രതിബദ്ധത.

അവയെല്ലാം തന്നെ ഇപ്പോൾ അനിശ്ചിതത്വത്തിലാണ്. ഓരോ കാര്യങ്ങൾ തുറന്നു പറയുമ്പോഴും, അവനുള്ളിലെ ഭാരം അലിഞ്ഞില്ലാതാകുകയായിരുന്നു. നല്ലതോ മോശമോ, അവനത് തുടർന്നു.

വൃദ്ധൻ സശ്രദ്ധം കേട്ടു. അദ്ദേഹം കുറച്ച് ചോദ്യങ്ങൾ കൂടി ചോദിച്ചു. അതൊന്നും തന്നെ അദ്ഭുതപ്പെടുത്തിയതായി തോന്നിയില്ല. “നന്ദി,” വൃദ്ധൻ പറഞ്ഞു. “നിങ്ങളുടെ അവസ്ഥ എനിക്കു മനസ്സിലാകും. ഞാനും അതിലൂടെ കടന്നു പോയിട്ടുണ്ട്.” വൃദ്ധന്റെ തല ചെറുതായി ആടിക്കൊണ്ടിരുന്നു. അദ്ദേഹം അല്പനേരം മറ്റെന്തോ അന്വേഷിച്ച് അലഞ്ഞു. “ബാക്കി കൂടി പറയൂ.” ഡേവിഡ് കഥ തുടർന്നു.

ഡേവിഡ് കഥ പറച്ചിലിൽ നിന്നും പുറത്തു വരുമ്പോഴേക്കും തന്നെ, ജോലിക്കാരൻ മേശ വൃത്തിയാക്കുകയും വൃദ്ധൻ പണം കൊടുക്കുകയും ചെയ്തുകഴിഞ്ഞിരുന്നു. സംസാരിക്കുന്നതിനിടെ ഡേവിഡ്, സ്വയമറിയാതെ തന്നെ ഭക്ഷണം കഴിക്കുകയും ഉള്ളിലെ ഭയത്തെ ഒഴുക്കിക്കളയുകയുമായിരുന്നു. ഭാവിയെക്കുറിച്ചുള്ള തന്റെ ചില വലിയ പ്രതീക്ഷകൾ ഡേവിഡ് പങ്കുവെച്ചു. വ്യക്തിപരവും തൊഴിൽപരവുമായ ജീവിതത്തിൽ ഡേവിഡ് ആഗ്രഹിക്കുന്ന സ്ഥാനം എന്താണെന്ന് അദ്ദേഹത്തിന് വ്യക്തമായെങ്കിലും, ആ സ്ഥാനങ്ങളേക്കാൾ മറ്റു ചിലതാണ് അവന് കൂടുതൽ ആവശ്യമെന്ന് മനസ്സിലാക്കി. നിയന്ത്രണബോധം, ഉദ്ദേശ്യം നിറവേറ്റൽ, മാറ്റം കൊണ്ടുവരുക എന്നിവയാണ് അവന്റെ പ്രധാന ആഗ്രഹങ്ങൾ.

വൃദ്ധൻ കസേരയിൽ ചാഞ്ഞിരുന്നു, ദീർഘമായി നിശ്വസിച്ചു, ഊഷ്മളമായ പുഞ്ചിരിയിൽ അദ്ദേഹത്തിന്റെ കണ്ണുകൾക്കു താഴെയുള്ള ചർമ്മത്തിൽ ചെറിയ ചുളിവ് വീണു. "നിങ്ങൾ തയ്യാറാണെന്ന് കരുതുന്നുണ്ടോ?"

"അതെയെന്ന് തോന്നുന്നു. ഒരു നോട്ട്ബുക്ക് ആവശ്യമുണ്ട്."

"അത്തരം ഒരുക്കമല്ല ഉദ്ദേശിച്ചത്. ഉത്തരങ്ങളേക്കാൾ കൂടുതൽ ചോദ്യങ്ങൾ ഉള്ളതെപ്പോഴാണോ, അതാണ് ആരംഭം. വ്യതിചലനങ്ങളേക്കാൾ ആഗ്രഹങ്ങൾ ശക്തമാകുമ്പോഴാണ്, യഥാർത്ഥത്തിൽ തയ്യാറാകുന്നത്."

ഡേവിഡ് പുഞ്ചിരിച്ചു, "അതെല്ലാം ശരിയാണോ എന്ന് എനിക്കറിയില്ല, പക്ഷേ ഞാൻ നിങ്ങളെ വിശ്വസിക്കുന്നു. ശരിയല്ലേ?"

അല്പം ഗൗരവത്തോടെ വൃദ്ധൻ തുടർന്നു, "ഈ പാഠങ്ങൾ പഠിക്കാൻ നിങ്ങൾ സന്നദ്ധനാണെന്ന് ഞാൻ വിശ്വസിക്കുന്നു. തികഞ്ഞ ആത്മാർത്ഥതയോടെയാണ് നിങ്ങൾ തുടരുന്നതെങ്കിൽ, നിങ്ങളുടെ ചിന്തകളെ മാത്രമല്ല, ജീവിതത്തെയും മാറ്റിമറിക്കാൻ കഴിയുമെന്ന് എനിക്ക് വിശ്വാസമുണ്ട്. ശരി, എന്തു പറയുന്നു?"

എങ്ങനെ പ്രതികരിക്കണമെന്നറിയാതെ ഡേവിഡ് മൗനം ഭജിച്ചു. ഇത് തന്നെ എങ്ങോട്ടാണ് കൊണ്ടുപോകുന്നതെന്ന് അവന് അറിയില്ലായിരുന്നു. എന്തിനാണ് ഇവിടെ വന്നതെന്നോ, തന്റെ വ്യക്തിപരമായ എല്ലാ കാര്യങ്ങളും പങ്കുവെച്ചതെന്നോ അവന് ഉറപ്പില്ല, അവൻ അതോർത്ത് വീണ്ടും ആശ്ചര്യപ്പെട്ടു.

"തയ്യാറാണോ അല്ലയോ എന്നു മാത്രം പറയൂ. അനുകൂലമായ മറുപടിയാണ് ഞാൻ പ്രതീക്ഷിക്കുന്നത്."

"യഥാർത്ഥത്തിൽ, എന്തിനോടാണ് ഞാൻ സമ്മതം മൂളേണ്ടത്?" ഡേവിഡിന്റെ കണ്ണുകളിൽ ആകാംക്ഷ നിറഞ്ഞു.

"ഒമ്പത് തെറ്റുകളെ പഠിക്കാൻ," സ്വയം മറന്നിരുന്ന ഡേവിഡിനോട്, അമ്പരപ്പിക്കുന്ന, അല്പം അധികാരം നിറഞ്ഞ സ്വരത്തിൽ വൃദ്ധൻ പറഞ്ഞു. "നിങ്ങൾ പറഞ്ഞ ആഗ്രഹങ്ങൾ സാധിക്കണമെങ്കിൽ, നിങ്ങൾ ഈ തെറ്റുകളെ പഠിക്കേണ്ടതുണ്ട്. നിലവിലെ അവസ്ഥയിൽ നിന്ന് രക്ഷപ്പെടാനാണ് നിങ്ങൾ ആഗ്രഹിക്കുന്നതെങ്കിൽ, മറ്റൊരു മാർഗ്ഗവും എന്റെ അറിവിലില്ല."

"നിങ്ങളോടൊപ്പമുള്ള ഈ സമയം ഞാൻ ആസ്വദിച്ചു. എന്റെ പ്രതീക്ഷകളും പ്രശ്നങ്ങളും കേൾക്കാൻ മനസ്സു കാണിച്ചതിന് നന്ദിയുമുണ്ട്, എന്നാലും നിങ്ങൾ എന്നെ എങ്ങനെ,

എന്തുകൊണ്ട് പ്രതീക്ഷിച്ച എന്നെനിക്കിപ്പോഴും മനസ്സിലാകുന്നില്ല. ഞാൻ സ്വബോധത്തിൽ അല്ലേയെന്നുപോലും എനിക്ക് സംശയമുണ്ട്. പക്ഷെ എനിക്ക് ജിജ്ഞാസയുണ്ട്. അതെ, ഒമ്പത് തെറ്റുകളെ അറിയാൻ വളരെ ആഗ്രഹമുണ്ട്. യഥാർത്ഥത്തിൽ, അത് അനിവാര്യമാണെന്ന് തോന്നുന്നു. ഏതൊക്കെയാണ് അവ?"

വൃദ്ധൻ ചിരിച്ചു. സാധാരണ പുഞ്ചിരിയല്ല, കഫേയുടെ ഓരോ കോണിലും അതിന്റെ കമ്പനം അലയടിക്കും വിധം, അദ്ദേഹം പൊട്ടിച്ചിരിച്ചു. ഊഷ്മളവും നിഷ്കളങ്കവുമായ ആ ചിരി പകരുന്നതായിരുന്നു. സ്വയമറിയാതെ ഡേവിഡും ചിരിച്ചു. നല്ലൊരു അനുഭവമായിരുന്നു അത്.

"നമ്മൾ എന്തിനാണ് ചിരിക്കുന്നത്?" കുറച്ച് പാടുപെട്ടിട്ടാണെങ്കിലും, ഡേവിഡ് ചിരി നിർത്തി ചോദിച്ചു.

"അത് അത്രയെളുപ്പം കൈമാറ്റം ചെയ്യാൻ പറ്റുന്ന ഒന്നാണെന്നാണോ കരുതിയത്? എനിക്ക് കഴിയുമായിരിക്കാം." വൃദ്ധന്റെ വിരലുകൾ മീശയെ ഒന്നു തലോടിയ ശേഷം പുസ്തകത്തിൽ തഴുകി. "പക്ഷേ, അതിൽ അർത്ഥമില്ല. ഫലമുണ്ടാകുമെന്ന് ഉറപ്പുമില്ല." അദ്ദേഹത്തിന്റെ കണ്ണുകൾ പുസ്തകത്തിലേക്ക് നോക്കി, ചിന്തകൾ അദ്ദേഹത്തെ വിദൂരതയിലേക്ക് കൊണ്ടുപോയി. "രസകരമെന്തെന്നാൽ, നൂറ്റാണ്ടുകളായി ആളുകൾ ഈ പുസ്തകം മോഷ്ടിക്കാൻ ശ്രമിക്കുന്നു. അവർ കരുതുന്നത്, പുസ്തകം കൈവശപ്പെടുത്തുന്നതിലൂടെ മാത്രം ഇതിന്റെ ശക്തി കൈവരിക്കാമെന്നാണ്, ഇതിന്റെ താളുകളിലെ അക്ഷരങ്ങളിലാണ് രഹസ്യങ്ങളെന്നാണ്. എന്നാൽ വാസ്തവമതല്ല. സൃഷ്ടിയെക്കാൾ മികച്ചതാണ് വിമർശനം എന്നാണ് ചിലരുടെ പക്ഷം. എപ്പോഴെല്ലാം ശുഭകരമായ അനുകൂല ശക്തികൾ ഉണ്ടാകുന്നുവോ, അപ്പോഴെല്ലാം അവയെ നിഷേധിക്കാനും അടുത്തവന്റെ സ്വപ്നങ്ങളെ അടിച്ചമർത്താനും ആഗ്രഹിക്കുന്നവരുമുണ്ടാകും. അതുകൊണ്ടുതന്നെ, ഓരോ തലമുറയിലും, അറിവുകൾ സുരക്ഷിതമാക്കാനും സ്വപ്നങ്ങൾ ഹൃദയത്തിൽ കാത്തുസൂക്ഷിക്കാനുമുള്ള വഴി കണ്ടെത്തേണ്ടിയിരിക്കുന്നു."

ജോലിക്കാരൻ വന്ന്, പരിചയഭാവത്തിൽ ഒരു പുഞ്ചിരിയും സമ്മാനിച്ച്, അവസാനമായി ഒരിക്കൽ കൂടി വൃദ്ധന്റെ കപ്പിലേക്ക് കാപ്പി നിറച്ചു. വൃദ്ധൻ കപ്പിലേക്ക് നോക്കി. അത് നിറഞ്ഞു കവിയുന്നുണ്ടായിരുന്നു.

"ഈ കപ്പ് നിറഞ്ഞിരിക്കുന്നു, നിങ്ങളും. ഓരോ പാഠം ഉൾ

ക്കൊള്ളുന്നതിനു മുൻപും, അതിനുള്ള ഇടം നിങ്ങൾക്കുള്ളിൽ കരുതിയിരിക്കണം. ഓരോന്നും ഉൾക്കൊള്ളേണ്ടതുണ്ട്." ആവി പറക്കുന്ന കാപ്പി വായിലേക്കൊഴിക്കുന്നതിനിടെ വൃദ്ധൻ പറഞ്ഞു. "അതിനാൽ, നിങ്ങൾക്ക് ഉൾക്കൊള്ളാൻ കഴിയുന്ന രീതിയിൽ, ഓരോ പാഠവും പകർന്നു നൽകണം."

ഭക്ഷണം കഴിക്കുന്നതിനിടെ ഡേവിഡ് തന്റെ ജീവിത കഥകൾ പങ്കുവെക്കുന്നതിനിടെ, വൃദ്ധൻ അധികമൊന്നും മിണ്ടിയില്ല. പക്ഷേ ഇപ്പോൾ അദ്ദേഹം അതിനായി പൂർണ്ണ സജ്ജനായിരിക്കുകയാണ്. "വിവരങ്ങൾ എത്തുന്നത് ശബ്ദകോലാഹലങ്ങളോടെയാണ്, പക്ഷേ അറിവ് സംവദിക്കുന്നത് നിശബ്ദതയിലൂടെയാണ്. പഴയതിനെ ഒഴിവാക്കി ഇടമുണ്ടാക്കിയാൽ മാത്രമേ, പുതിയവയെ സ്വീകരിക്കാൻ കഴിയൂ. അനാവശ്യമായവയെ ഉപേക്ഷിക്കാൻ തയ്യാറായില്ലെങ്കിൽ, പ്രധാനപ്പെട്ടവയ്ക്ക് ഇടമുണ്ടാകില്ല."

ശേഷം, സ്വന്തം വാക്കുകൾക്ക് അംഗീകാരം നൽകുന്നുവെന്ന പോലെ, നിശബ്ദമായി തല കുലുക്കി. "നിങ്ങൾ ആത്മാർത്ഥമായി പഠിക്കാൻ ആഗ്രഹിക്കുന്നുവെങ്കിൽ, ഞങ്ങൾ നിങ്ങളെ പഠിപ്പിക്കും."

"ഞങ്ങളോ?"

"അതെ, ഞങ്ങൾ. അവ പഠിപ്പിക്കാൻ ഏറ്റവും മികച്ച ആൾ ഞാനല്ല."

"എപ്പോഴാണ് നമ്മൾ ആരംഭിക്കേണ്ടത്?" ഡേവിഡ് ചോദിച്ചു. എപ്പോൾ തുടങ്ങണമെന്നും എന്താണ് പ്രതീക്ഷിക്കുന്നതെന്നും വൃദ്ധനോട് ചോദിക്കുന്നതിനിടയിൽ, സ്വബോധം നഷ്ടപ്പെട്ടോ, എന്താണ് ചെയ്യുന്നതെന്ന് അറിയുന്നുണ്ടോ, ഇതെങ്ങനെ മറ്റുള്ളവരോട് വിശദീകരിക്കും എന്നിങ്ങനെയുള്ള ചോദ്യങ്ങൾ ഡേവിഡിന്റെ മനസ്സിനകത്ത് മുഴങ്ങിക്കേട്ടു.

"പലപ്പോഴും, നമ്മുടെ ബോധമനസ്സ് തിരിച്ചറിയുന്നതിന് മുമ്പുതന്നെ നമ്മൾ ഒരു പാത തിരഞ്ഞെടുത്തിട്ടുണ്ടാകും. നമ്മൾ ആരംഭിച്ചു കഴിഞ്ഞിരിക്കുന്നു," വൃദ്ധൻ പറഞ്ഞു. ഇതിനകം തന്നെ, അദ്ദേഹം കോട്ട് ധരിച്ച് വാതിലിനടുത്തേക്ക് നീങ്ങുകയായിരുന്നു.

"നിൽക്കൂ, നിങ്ങളുടെ പക്കൽ എന്റെ നമ്പർ പോലുമില്ല!" ഡേവിഡ് കൗതുകത്തോടെയും ആകാംക്ഷയോടെയും അദ്ദേഹത്തെ പിന്തുടർന്നു.

"നിങ്ങൾ ചെയ്യാൻ പോകുന്ന യാത്രയെക്കുറിച്ച് നിങ്ങൾക്ക്

ഒരു ധാരണയുമില്ല. ആരംഭിച്ചു കഴിഞ്ഞതിനാൽതന്നെ, ഒന്നിനും അത് തടയാനും കഴിയില്ല. വാസ്തവത്തിൽ, അധ്യാപകർ പ്രത്യക്ഷപ്പെടുന്നത്, ശരിയായ സമയത്തും, തീരെ സാധ്യതയില്ലാത്തതും അസാധാരണവുമായ സാഹചര്യങ്ങളിലാണ്. എനിക്ക് അങ്ങനെ ചെയ്യാൻ സാധിച്ചിരുന്നെങ്കിൽ എന്ന് ഞാൻ ആഗ്രഹിക്കുന്നു. വൈകാതെ തന്നെ അങ്ങനൊരു കൂടിക്കാഴ്ച നിങ്ങൾക്കുണ്ടാകും!"

അത് പറഞ്ഞതോടെ, ഡേവിഡിനെ വാതിൽക്കൽ ഏകനാക്കി, തിരക്കേറിയ തെരുവിലേക്ക് വൃദ്ധൻ അപ്രത്യക്ഷനായി. ഡേവിഡ് ജാക്കറ്റ് ധരിച്ച് തെരുവിലൂടെ അങ്ങോട്ടും ഇങ്ങോട്ടും അലഞ്ഞു, പക്ഷേ, അദ്ദേഹത്തെ എവിടെയും കണ്ടില്ല.

താനറിയാതെ തന്റെ കൈകളിൽ വൃദ്ധൻ വെച്ച കടലാസ്സുകഷണം അപ്പോഴാണ് ഡേവിഡ് ശ്രദ്ധിച്ചത്. അവൻ അതിലെ വാക്യങ്ങളിലേക്കു നോക്കി. വായിച്ചതിനു ശേഷം, സശ്രദ്ധം അത് കീശയിൽ ഭദ്രമാക്കി.

ആരംഭം

ഉത്തരങ്ങളേക്കാൾ കൂടുതൽ ചോദ്യങ്ങൾ ഉള്ളതെപ്പോഴാണോ, അപ്പോഴാണ് ആരംഭം.

വ്യതിചലനങ്ങളേക്കാൾ ആഗ്രഹങ്ങൾ ശക്തമാകുമ്പോഴാണ്, യഥാർത്ഥത്തിൽ തയ്യാറാകുന്നത്.

വിവരങ്ങൾ എത്തുന്നത് ശബ്ദകോലാഹലങ്ങളോടെയാണ്, പക്ഷേ അറിവ് സംവദിക്കുന്നത് നിശബ്ദതയിലൂടെയാണ്.

പഴയതിനെ ഒഴിവാക്കി ഇടമുണ്ടാക്കിയാൽ മാത്രമേ, പുതിയവയെ സ്വീകരിക്കാൻ കഴിയൂ.

അനാവശ്യമായവയെ ഉപേക്ഷിക്കാൻ തയ്യാറായില്ലെങ്കിൽ, പ്രധാനപ്പെട്ടവയ്ക്ക് ഇടമുണ്ടാകില്ല.

പലപ്പോഴും, നമ്മുടെ ബോധമനസ്സ് തിരിച്ചറിയുന്നതിന് മുമ്പ് തന്നെ നമ്മൾ ഒരു പാത തിരഞ്ഞെടുത്തിട്ടുണ്ടാകും.

ആരിയ

⌘⌘⌘

അമേരിക്കൻ കോളനികൾ, 1771

ആകാംക്ഷയാൽ അവളുടെ ശരീരത്തിലെ സകല പേശികളും വലിഞ്ഞു മുറുകി. വിയർപ്പുതുള്ളികൾ നെറ്റിയിലൂടെ മുഖത്തിന്റെ ഇരുവശത്തേക്കും ഒഴുകിവീണു. അവളെ തഴുകിയ കാറ്റിൽ പോലും പ്രതീക്ഷയുടെ ഗന്ധമുണ്ടായിരുന്നു. അമ്മാവൻ റെയ്മണ്ടിന്റെ പഠന മുറിയിലെ മര ഏണിയുടെ മുകളിൽ, ഒരു കൈയിൽ മെഴുകുതിരി യുമായി, ആരിയ കാലുകൾ വിറയ്ക്കാതെ നിൽക്കാൻ പരിശ്രമിച്ചു. കുതിരകളുടെ കുളമ്പടി ശബ്ദം അടുത്തടുത്തു വന്ന്, പുറത്ത് നിശ്ചല മായി. ഇനി അധികം സമയമില്ല.

അദ്ദേഹം പറഞ്ഞിടത്തുതന്നെ ഉണ്ടായിരുന്നു അത്, പക്ഷേ കൈയെത്തുന്നുണ്ടായിരുന്നില്ല.

കുറച്ച് പുസ്തകങ്ങൾ നീക്കിവെച്ച്, മെഴുകുതിരിയ്ക്ക് സ്ഥലമു ണ്ടാക്കി. തടയാതിരിക്കാനായി പാവാട ഒതുക്കിപ്പിടിച്ച്, ഏണി യുടെ മുകളറ്റത്തേക്ക് കയറി. ഒരു കൈ ഷെൽഫിന്റെ അറ്റത്ത് ഊന്നി, മറുകൈ ആ വലിയ കറുത്ത പെട്ടിയിലേക്ക് നീണ്ടു. ഏണിയൊന്ന് ഇളകിയെങ്കിലും, ശ്വാസമടക്കി കാലുകൾ ദൃഢമാ ക്കാൻ അവൾ ശ്രദ്ധിച്ചു.

അവളത് കൈക്കലാക്കി; മെഴുകുതിരി എടുക്കാനായി അവൾ പെട്ടി കക്ഷത്തിനിടയിൽ വെച്ച്, ഏണിപ്പടികൾ ഇറങ്ങി. അമ്മാവൻ ഈ രാത്രി കഴിച്ചുകൂട്ടില്ലെന്ന് അവൾക്കറിയാമാ യിരുന്നു. അവളുടെ അവസ്ഥയും ഏതാണ്ട് അതുതന്നെയായിരുന്നു.

പെട്ടി മാറോട് ചേർത്ത് ഭദ്രമാക്കി. അവളിലെ ആകാംക്ഷ

ആ പെട്ടി തുറപ്പിച്ചു. മഞ്ഞ പേപ്പറുകൾ. അവളുടെ കൈയിലെ ആ എഴുത്തുപ്രതി; ശാന്തമായ ജീവിതത്തിൽ നിന്നും, സാഹസികമെന്നു തോന്നിക്കുന്ന അജ്ഞാതവും അപകടകരവുമായ ദൗത്യത്തിലേക്ക് അപ്രതീക്ഷിതമായി അവളെ വലിച്ചിഴക്കുന്ന, അവളെ കളിപ്പാട്ടമാക്കുന്ന ആ താളുകൾ.

അവളുടെ കർത്തവ്യബോധം അവളുടെ ആത്മാവിനെ സ്പന്ദിച്ചു. ആ കൈയെഴുത്തുപ്രതി തെറ്റായ കരങ്ങളിൽ എത്തുന്നത്, ഒരിക്കലും ക്ഷമയർഹിക്കാത്ത തെറ്റായി അവൾ കരുതി. അതിനായി പലരും ശ്രമിച്ചിട്ടുണ്ടെന്ന് അമ്മാവൻ മുന്നറിയിപ്പ് നൽകിയിട്ടുണ്ട്. മറ്റുള്ളവർക്കു മേൽ അധികാരം സ്ഥാപിക്കാൻ ഉതകുന്ന ഒരു മാന്ത്രിക ശക്തിയാണ് ഈ പുസ്തകം എന്ന് കരുതപ്പെടുന്നത് ഇതാദ്യമായല്ല. ഈ സാഹചര്യത്തിലും, അവരുടെ തെറ്റിദ്ധാരണയോർത്ത് ആരിയ പുഞ്ചിരിച്ചു. എന്നിരുന്നാലും, ഈ താളുകളിലെ അറിവുകൾ ദുരുദ്ദേശ്യങ്ങൾക്കായി ഉപയോഗിക്കപ്പെടാം. മാത്രമല്ല, അർഹിച്ചു നേടുന്നവരും മോഷ്ടിക്കുന്നവരും തമ്മിലുള്ള പ്രധാന വ്യത്യാസം, മോഷ്ടിക്കുന്നവർ അതിലെ പാഠങ്ങൾ ഉപയോഗിച്ച് വലിയ ദോഷം ചെയ്യും. അവളുടെ സംരക്ഷണ ചുമതല ഏറ്റെടുക്കുന്നതിനും വർഷങ്ങൾക്കു മുൻപ് തന്നെ, അദ്ദേഹം ഈ രഹസ്യങ്ങളുടെ കാവൽക്കാരനായിരുന്നു. അദ്ദേഹത്തിന്റെ അവസാന ശ്വാസം വരെയും, അവൾ അമ്മാവന്റെ വിശ്വാസം കാത്തുസൂക്ഷിക്കാൻ ശ്രമിച്ചു. കാര്യകാരണങ്ങൾ പൂർണ്ണമായും മനസ്സിലായില്ലെങ്കിലും, അദ്ദേഹത്തിന്റെ ആവശ്യം നിറവേറ്റാൻ അവൾ ദൃഢനിശ്ചയമെടുത്തു.

പഠനമുറി വിട്ടിറങ്ങുമ്പോൾ അവളുടെ ഹൃദയം അതിവേഗം മിടിക്കുന്നുണ്ടായിരുന്നു. ഇപ്പോൾ പിടിക്കപ്പെട്ടാൽ, എല്ലാം അവസാനിക്കും.

അമ്മാവന്റെ വാക്കുകൾ അവൾക്ക് ആത്മവിശ്വാസമേകി. സാഹചര്യം അവൾക്കറിയാമായിരുന്നു.

നടത്തത്തിനിടയിൽ എന്തോ ഒന്ന് അവളുടെ ശ്രദ്ധ പിടിച്ചുപറ്റി, അവൾ നിശ്ചലയായി. മെഴുകുതിരി അണച്ച്, പുറത്ത് കാറ്റിലാടുന്ന വാതിലിന് കാതോർത്തു. മറ്റു ശബ്ദങ്ങളൊന്നുമില്ല. ഈ നിശബ്ദത സംശയാസ്പദമായിരുന്നു.

അവർ വീട്ടിനകത്തുണ്ടായിരുന്നോ?

ഒരു മാനിനെപ്പോലെ, സശ്രദ്ധം, നിശബ്ദം അവൾ ഹാളിലൂടെ നീങ്ങി പിന്നാമ്പുറത്തെ മുറിയിലെത്തി. ജാലകങ്ങളിലൂടെ

ചന്ദ്രകിരണങ്ങൾ തിളങ്ങി. നെരിപ്പോടിലെ ചൂട് അണഞ്ഞിട്ടില്ലായിരുന്നു, തീക്കനലുകൾ സ്വർണ്ണം തിളങ്ങി.

അതെ. അവർ വീട്ടിലുണ്ടായിരുന്നു. ആരോ ഉള്ളതായി അവൾക്ക് തോന്നി. അല്ലെങ്കിൽ എന്തെങ്കിലും. അപരിചിതമായ എന്തോ ഒന്നിന്റെ സാന്നിദ്ധ്യം.

ഒരു തട്ടലും കരച്ചിലും കേട്ടു. വേദന കൊണ്ടുള്ള കരച്ചിലാണ്, ഉറപ്പാണ്. അടുത്ത മുറിയിൽ, എന്തോ ഒന്നിൽ തട്ടി ഇടറിയ ഒരാളുടെ ശബ്ദമാണ്. ആ പ്രദേശത്തെ ഏറ്റവും വലിയ വീടുകളിൽ ഒന്നാണ് അമ്മാവൻ റെയ്മണ്ടിന്റെ എന്നത് ഉപകാരമായി. അവൾ ശ്രദ്ധാപൂർവ്വം ഹാളിലൂടെ കണ്ണോടിച്ചു. ദൂരെ വാതിലും നെരിപ്പോടുമെല്ലാം വീക്ഷിച്ച ശേഷം മറഞ്ഞിരുന്നു. ആരെയും കാണുന്നില്ല.

ശ്വാസമെടുക്കുമ്പോൾ പോലും ശബ്ദം വരാതെ സൂക്ഷിച്ച്, സ്വീകരണമുറിയിലേക്കുള്ള വാതിലിൽ നോട്ടമിട്ടു. അവളുടെ ഇന്ദ്രിയങ്ങൾ അതീവ ജാഗ്രതയിലായിരുന്നു. മാസങ്ങളായി, അവളിൽ ഈ ഊർജ്ജസ്വലത കണ്ടിട്ട്. പെട്ടിയിൽ നിന്നും പേപ്പറുകൾ സശ്രദ്ധം പുറത്തെടുത്ത്, എല്ലാം ഉണ്ടെന്ന് പരിശോധിച്ച് ഉറപ്പുവരുത്തിയ ശേഷം, അവ പെട്ടിയിൽ തന്നെ ഭദ്രമായി തിരികെ വെച്ചു.

അവളുടെ മനസ്സിൽ ഒരു ചിന്ത കടന്നുപോയി. അവളുടെ പതിനെട്ടാം ജന്മദിനം വൈകാതെയെത്തും. അതുവരെ ജീവിച്ചിരിക്കുമെന്ന ഉറപ്പ് അവൾക്കില്ല. ഒരാഴ്ച മുൻപാണ്, ഈ നൂറ്റാണ്ട് പിന്നിടുമ്പോൾ തനിക്കെത്ര വയസ്സാകുമെന്നവൾ കണക്കുകൂട്ടി നോക്കിയത്; 1800 എന്നത് വളരെ വിദൂരമായി തോന്നി. എന്നാൽ ഇപ്പോൾ, കൈയെഴുത്തുപ്രതി അവളുടെ നെഞ്ചിൽ മുറുകെപ്പിടിച്ചിരിക്കുമ്പോൾ, അവളുടെ അടുത്ത ജന്മദിനം പോലും അകലെയായാണ് അവൾക്ക് തോന്നിയത്.

അവൾ ജനലിലൂടെ ഒന്നെത്തി നോക്കി. കുറച്ചുപേർ കൂടി എത്തിച്ചേർന്നിരിക്കുന്നു.

ആരിയ മനസ്സിലെ ചിന്തകൾക്കു വിരാമമിട്ട്, ശ്രദ്ധ കേന്ദ്രീകരിക്കാൻ ശ്രമിച്ചു. അവൾ സ്വന്തം തീരുമാനത്തെ ഒരിക്കൽക്കൂടി വിലയിരുത്തി, മറ്റൊരു മാർഗ്ഗത്തെക്കുറിച്ച് ചിന്തിക്കാൻ അല്പനേരം കൂടെ ലഭിച്ചിരുന്നെങ്കിലെന്ന് ആഗ്രഹിച്ചു. അവളുടെ പരാജയം അമ്മാവൻ അറിയേണ്ടതില്ല. അവൾ വിജയിച്ചുവെന്ന് കരുതി അയാൾക്ക് മരിക്കാം.

പക്ഷേ ഇല്ല, എന്താണ് ചെയ്യേണ്ടതെന്ന് അവൾക്ക് അറിയാമായിരുന്നു. സംശയങ്ങളെ ദൂരീകരിച്ച്, വീണ്ടും തന്റെ ദൗത്യത്തിൽ ശ്രദ്ധ കേന്ദ്രീകരിച്ചു.

പമ്മിപ്പമ്മി നെരിപ്പോടിനടുത്തെത്തിയ അവൾ, ഒരു തുണിയെടുത്ത് ഇടതു കൈയിൽ മൂന്ന് തവണ ചുറ്റി, മുറുക്കിക്കെട്ടി. അവൾ മുറിക്ക് ചുറ്റും നോക്കി. അപ്രതീക്ഷിതമായി അവളുടെ ആത്മാവിൽ നിന്നുമുള്ള കണ്ണുനീർ കണ്ണുകൾ വഴി കവിളിലേക്കൊഴുകി. അതവളുടെ കാഴ്ചയെ മങ്ങലേല്പിച്ചു. അവളുടെ ഏറ്റവും വിലപ്പെട്ട ഓർമ്മകളെല്ലാം, ഈ ചുവരുകൾക്കുള്ളിൽ ഉണ്ടായവയാണ്. കണ്ണുനീർ തുടയ്ക്കാൻ കഴിഞ്ഞ അവൾക്ക്, പക്ഷേ വികാരത്തെ തുടച്ചുമാറ്റാൻ കഴിഞ്ഞില്ല. ഭൂതകാലത്തിനും ഭാവിക്കും ഇടയിലെ നേർത്ത രേഖ തന്നെ പരിഹസിക്കുന്നു. ആ രേഖ താൻ താണ്ടിപ്പോകാൻ പോവുകയാണെന്ന് അവൾക്കറിയാമായിരുന്നു; ഒരു ജീവിതത്തിന്റെ സുരക്ഷിതത്വം പണയമാക്കി അജ്ഞാതമായ മറ്റൊന്നിലേക്ക്.

നെരിപ്പോടിന്നരികിലുള്ള ചൂലെടുത്ത്, അവസാനമായി ദീർഘനിശ്വാസമെടുത്ത ശേഷം, വൈക്കോൽക്കെട്ട് തീയിലേക്ക് വലിച്ചെറിഞ്ഞു. ഒരു ഗർജ്ജനത്തോടെ തീ ആളിക്കത്തി, നാളങ്ങൾ ഉയർന്നു പൊങ്ങി. ചൂലിന്റെ ഒരറ്റത്ത് തീ പടർത്തിയ ആരിയ കർട്ടനുകളിലേക്ക് തീ പകർന്നു, പിന്നീട്, അടുത്ത മുറിയിലെ അമ്മാവൻ റെയ്മണ്ടിന്റെ പ്രിയപ്പെട്ട കസേരയെയും അഗ്നിക്കിരയാക്കി. അതിലിരുന്നാണ് അവൾ പലപ്പോഴും അദ്ദേഹത്തിന്റെ മടിയിലിരുന്ന് കഥകൾ കേട്ടിട്ടുള്ളത്. ഈ കസേരയിലിരുന്ന് വിരുന്നുകാരെ വിനോദിപ്പിക്കുന്നത് അദ്ദേഹം എത്രമാത്രം ആസ്വദിച്ചിരുന്നുവെന്ന് അവൾ ഓർത്തു. വീട്ടിലെ ജോലിക്കാർ തങ്ങളുടെ ജോലി മറന്ന് കേട്ടിരിക്കുമായിരുന്നു അദ്ദേഹത്തെ.

തന്റെ ഈ ചെയ്തികൾ കാണാൻ ജോലിക്കാർ ഇല്ലാത്തതിൽ ആരിയ സന്തോഷിച്ചു. അവർക്കൊരിക്കലും തന്റെ അവസ്ഥ മനസ്സിലാകുമായിരുന്നില്ല.

തീ ആളിക്കത്തുകയാണ്, പുറത്തുനിന്ന് ഒരു നിലവിളി കേട്ടു. കൂടുതൽ പേർ മിനിറ്റുകൾക്കുള്ളിൽ അകത്തെത്തും, അവളും, നിശയെ കളങ്കപ്പെടുത്തുന്ന ജ്വാലകളും ആയിരിക്കും അവരുടെ ലക്ഷ്യം.

അവൾ പെട്ടിയും എടുത്ത് വീണ്ടും ഹാളിലേക്ക് വന്നു. ആരു

മില്ല, ഒരു ശബ്ദം കേട്ട് അവൾ നിന്നു. അടുത്ത നിമിഷം, മുറിയുടെ വാതിലിന്നരികിലുള്ള കർട്ടനു പിന്നിൽ മറഞ്ഞിരുന്നു. അധിക നേരം അവിടെ നിൽക്കാനോ, ജീവനോടെ പുറത്തു കടക്കാനോ കഴിയില്ലെന്ന് അവൾക്കറിയാമായിരുന്നു. പുകയും പൊടിപടല ങ്ങളും അവളെ ചുറ്റി, ചുമയ്ക്കാതിരിക്കാൻ അവൾ പാടുപെട്ടു. ഒന്നും കാണുന്നുണ്ടായിരുന്നില്ല, അവൾ അനങ്ങാതിരുന്നു. ശ്വാസമെടു ക്കുന്നതിൽ പോലും ശ്രദ്ധിക്കാതെ, അതിക്രമിച്ചു കയറിയവരുടെ ശബ്ദത്തിനായി കാതോർത്തു.

അപ്പോഴാണ് അവൾ മനസ്സിലാക്കിയത്, താൻ കേട്ട ശബ്ദം ആ വീടിന്റേതായിരുന്നെന്ന്. തന്റെ നിലനിൽപ്പിന് ഭീഷണിയു ണ്ടായതറിഞ്ഞ ജീവനുള്ള ആ വീടിന്റെ രോദനമായിരുന്നു അത്. അതിന്റെ കാരണം താനാണെന്നതിൽ അവൾക്ക് കുറ്റബോധം തോന്നി.

അവൾ വീണ്ടും പുറത്തേക്ക് നോക്കി. ഒരാൾ മുടന്തിയാണെ ങ്കിലും, തീയെ ലക്ഷ്യമാക്കി അതിവേഗം അടുക്കുന്നു. അധികം സമയമില്ലെന്ന് മനസ്സിലാക്കിയ ആരിയ, അല്പനേരം കൂടി കാത്തിരുന്ന ശേഷം, കർട്ടന്റെ മറവിൽ നിന്നും പുറത്തുവന്നു. അവൾ എതിർദിശയിലേക്ക് നീങ്ങി. ഞൊടിയിടയിൽ, അവൾ പിൻവാതിലിലൂടെ കടക്കുകയായിരുന്നു. പെട്ടെന്നാണ്, ആരോ പിന്നിൽ നിന്നും അവളെ പിടിച്ചു വലിക്കുന്നതായി തോന്നിയത്. വാതിലിലെ ഒരു ആണിയിൽ വസ്ത്രം കുരുങ്ങിയതാണ് എന്നവൾ ആശ്വസിച്ചു. അവൾ നാശത്തിലേക്ക് തള്ളിവിട്ട ആ വീട്, അവസാനമായി അവളോട് രക്ഷിക്കാൻ അപേക്ഷിക്കുകയാണെ ന്നവൾ ഓർത്തു. അല്പം കീറിയെങ്കിലും, ആണിയിൽ നിന്നും വസ്ത്രത്തെ വിടുവിച്ചു. പുറത്ത് നിശ അവളെ ആശ്ലേഷിക്കാൻ കാത്തുനിൽക്കുകയായിരുന്നു. ഇരുട്ടിന്റെ മറ അവളെ സ്വാഗതം ചെയ്തു, ശുദ്ധവായു അവൾക്ക് ശ്വാസമേകി. അവൾ കളിച്ചുവളർന്ന, സുപരിചിതമായ പുൽത്തകിടിയിലൂടെ അവൾ നടന്നുനീങ്ങി. കുന്നിനു മുകളിൽ, പുറംലോകത്തിൽ നിന്നും ഇടവേളയെടുത്ത്, വായനയ്ക്കായി സ്ഥിരം ചെന്നിരിക്കാറുള്ള പാറയ്ക്കു പിന്നിൽ അവൾ സ്ഥാനം പിടിച്ചു.

ജനാലകളെ തീ വിഴുങ്ങിത്തുടങ്ങി. അതിന്റെ വെളിച്ചത്തിൽ, ആളുകൾ വീടിനു പുറത്തേക്ക് പായുന്നത് അവൾ കണ്ടു. അവൾക്ക് മനസ്സിലായത്, അവരാരും അവളവിടെ ഉണ്ടായിരു ന്നത് അറിഞ്ഞില്ലെന്നും, അവളെ ആരും തിരഞ്ഞില്ലെന്നുമാണ്.

ഒരു ദീർഘനിശാസത്തിലൂടെ, അത്രനേരം പേറി നടന്ന സമ്മർദ്ദത്തെ അവൾ വായുവിലലിയിച്ചു.

അവളെ ആർക്കും കണ്ടെത്താൻ കഴിയാതിരുന്നത് അദ്ഭുതം തന്നെ, പ്രാർത്ഥനാഫലം. അവൾ പോകാനൊരുങ്ങി. കുന്നിനു താഴെ നിന്നും ഒരു നേർത്ത ശബ്ദവുമായി കാറ്റ് മുകളിലേക്കു വീശി.

ആ ശബ്ദം!

ആരിയ പാതിവഴിയിൽ നിന്ന് വീടിനു നേരെ തിരിഞ്ഞു നോക്കി. അവൾക്ക് വിശ്വസിക്കാനായില്ല. അസാധ്യമെന്ന് കരുതിയത് സാധ്യമായെന്ന് മനസ്സിനെ പറഞ്ഞു പഠിപ്പിക്കാൻ അവൾ പാടുപെട്ടു, അത് വിശ്വസിക്കാൻ, ആ രാത്രിയിൽ അവളുടെ വീട്ടിൽ അവന്റെ സാന്നിദ്ധ്യത്തെ സ്വയം വിശദീകരിക്കാൻ.

സാധ്യമല്ല.

വിശ്വസിക്കാനാകാതെ അവൾ കണ്ണുകൾ തിരുമ്മി വീണ്ടും നോക്കി, പക്ഷേ അവൾ വ്യക്തമായി കണ്ടു. അത് അവനായിരുന്നു. അലക്സാണ്ടർ. വളരെ പ്രായമുള്ള, നരച്ച മുടിയും വസൂരിക്കല നിറഞ്ഞ ചർമ്മവും കുഴിഞ്ഞ കവിൾത്തടങ്ങളുമുള്ള, ഓർമ്മയിൽ നിന്നും മായാത്ത പരുക്കൻ മുഖവുമുള്ള ഒരാളുമായി അവൻ സംസാരിച്ചു നില്ക്കുന്നു. അയാളും അലക്സാണ്ടറും തമ്മിൽ കാഴ്ചയിൽ വളരെ വ്യത്യാസമുണ്ടായിരുന്നു.

അലക്സാണ്ടർ ഇവിടെ എന്താണ് ചെയ്യുന്നത്?

ഇത്രയും ഉയരത്തിൽ നിൽക്കുന്ന തന്നെ ആരും കാണില്ലെന്നറിഞ്ഞുകൊണ്ടുതന്നെ, ആരിയ ദൂരെ നിന്നും അവനെ നോക്കി നിന്നു. കാതോർത്തെങ്കിലും, വാക്കുകൾ വ്യക്തമായില്ല. കണ്ണുകൾ അലക്സാണ്ടറെയാണ് കാണുന്നതെങ്കിലും, അവളുടെ ഉൾക്കാഴ്ച അവൾ ആഗ്രഹിച്ചത് ചിത്രീകരിച്ചു. കട്ടിലിൽ കിടക്കുന്ന, അവളെ അന്വേഷിക്കുന്ന, അമ്മാവനെ അവൾ ഓർത്തു. *അദ്ദേഹം ഇപ്പോഴും ജീവനോടെയുണ്ടെന്ന് ഞാനെങ്ങനെയിനി പ്രതീക്ഷിക്കും,* അവളോർത്തു. സുഹൃത്തായ റോബർട്ടിന്റെ വീട്ടിൽ വെച്ച് അമ്മാവൻ അസുഖബാധിതനായപ്പോൾ, വീട്ടിലേക്കു കൊണ്ടുവരാമെന്ന് ആരിയ ഒരുപാട് നിർബന്ധിച്ചതായിരുന്നു. പക്ഷേ, ആരും അവളുടെ വാക്കുകൾ ചെവിക്കൊണ്ടില്ല. അവർ ഉടൻ തന്നെ അദ്ദേഹത്തിനുവേണ്ടി ഒരു മുറി തയ്യാറാക്കി, ഒരു ഡോക്ടറെ വിളിച്ചു. അമ്മാവൻ അവിടെത്തന്നെ താമസിക്കണമെന്ന് ഡോക്ടറും നിർദേശിച്ചു. അദ്ദേഹത്തിന്റെ രോഗാവസ്ഥ കൂടുതൽ കൂടുതൽ

വഷളാകുമെന്ന് കരുതിയില്ല; ഓരോ ദിവസം കഴിയുംതോറും അദ്ദേഹം സുഖം പ്രാപിക്കുമെന്ന പ്രതീക്ഷ അസ്തമിച്ചുകൊണ്ടിരുന്നു. പരിചയപ്പെട്ടവർക്കെല്ലാം പ്രിയപ്പെട്ടവനായിരുന്നു അമ്മാവൻ. അതിനാൽത്തന്നെ അഭ്യുദയകാംക്ഷികളുടെ വലിയൊരു നിര തന്നെ അദ്ദേഹത്തെ കാണാൻ ചെന്നു. പക്ഷേ, അത് അദ്ദേഹത്തിന്റെ ആരോഗ്യസ്ഥിതി മോശമാക്കുമെന്നറിഞ്ഞ റോബർട്ടിന്റെ ഭാര്യ മായേ, അവരെയെല്ലാം തിരിച്ചയച്ചു.

സംസാരിച്ചുകൊണ്ടിരുന്ന രണ്ടുപേരും എതിർ ദിശകളിലേക്ക് നടന്നു നീങ്ങിയപ്പോൾ, അലക്സാണ്ടറിനൊപ്പം സംസാരിച്ചുകൊണ്ടിരുന്നയാളെ ആരിയ സൂക്ഷ്മമായി നോക്കി. അലക്സാണ്ടർ പിൻവാതിലിന്നരികിൽ നിന്നു. അവന്റെ കൈകൾ എന്തോ പരതാൻ തുടങ്ങി. ആരിയ തന്റെ വസ്ത്രത്തിലെ കീറിയ കൈ ഭാഗം നോക്കി, അവന്റെ ശ്രദ്ധ ആകർഷിച്ചത് എന്താണെന്ന് മനസ്സിലായി. ആണിയിൽ കുരുങ്ങി കീറിപ്പോയ അവളുടെ വസ്ത്രത്തിന്റെ നൂലിഴകൾ അവന്റെ ശ്രദ്ധയിൽപ്പെട്ടു. അവിടെ നിന്നും നോക്കിയാൽ അവളെ കാണാൻ കഴിയില്ലെന്ന് അറിയാമെങ്കിലും, അവൾ അല്പം കൂടി പതുങ്ങിയിരുന്നു. അവന്റെ കണ്ണുകൾ വീടിനു പുറകുവശവും, പിന്നെ മുകളിലേക്കും പരതി. വീടിന്റെ മേൽക്കൂരയിലേക്ക് ആളിപ്പടർന്ന തീ, ഇരുട്ടിനെ കീറിമുറിച്ചു. തീ നാളങ്ങൾ വീടിനു ചുറ്റും പടർന്നു തുടങ്ങി. കത്തിയമരുന്ന വീട് ഒരു അഗ്നികുണ്ഡമായി മാറി. അവൾ നോക്കുമ്പോൾ, അലക്സാണ്ടർ വീടിന്റെ ഒരു വശത്തുകൂടി നടന്നകന്ന് അപ്രത്യക്ഷനായി.

പെരുമ്പറ മുഴക്കുന്ന ഹൃദയത്തിനു മീതെ കൈ വെച്ച്, അവൾ സ്വയം ശാന്തയാകാൻ ശ്രമിച്ചു. മറു കൈയാൽ അവളാ പെട്ടി മുറുകെ പിടിച്ചു. അത് തീയിൽ കത്തി നശിച്ചുവെന്ന് വന്നവർ കരുതിക്കാണുമെന്നവൾ പ്രതീക്ഷിച്ചു. അലക്സാണ്ടർ അവർക്കൊപ്പം എന്തു ചെയ്യുകയായിരുന്നു? പുസ്തകം മോഷ്ടിക്കാനുള്ള പദ്ധതിയിൽ അവനും പങ്കാളിയായിരുന്നോ? മറ്റെന്ത് സാധ്യതയാണുള്ളത്?

പ്രഭാത സൂര്യന്റെ ആദ്യ കിരണങ്ങൾ വീഴുമ്പോൾ, തന്റെ പ്രിയപ്പെട്ട വീടിനെ ആരിയ അവസാനമായൊന്ന് നോക്കി. ക്ഷീണിതയായിരുന്നു അവൾ. ഓർമ്മകൾ ഓരോന്നായി മനസ്സിൽ മിന്നിമാഞ്ഞു. അപകടത്തിൽ പെട്ട് അച്ഛനമ്മമാർ മരിക്കുമ്പോൾ, അവൾക്ക് ആറ് വയസ്സേ ഉണ്ടായിരുന്നുള്ളൂ. അമ്മാവൻ അവളെ ചേർത്തു നിർത്തി. അന്നു മുതൽ അമ്മാവ

നായിരുന്നു അവൾക്കെല്ലാം. അവൾക്കീ വീടല്ലാതെ മറ്റൊന്നുമറിയില്ല.

അവൾ മനസ്സിൽ നിന്ന് ചിന്തകളെ അകറ്റിനിർത്തി. ഭൂതമോ ഭാവിയോ അല്ല, ഈ നിമിഷമാണ് പ്രധാനം. അവൾക്ക് മുന്നോട്ടു പോകണം.

അവൾ കൈകളാൽ കണ്ണുനീർ തുടച്ചു നീക്കി, മരക്കൂട്ടങ്ങൾക്കിടയിലൂടെ പതിയെ നടന്നു നീങ്ങി. അമ്മാവനടുത്തെത്താൻ ഇനിയും ഒരു മണിക്കൂർ വേണം. അദ്ദേഹത്തിന്റെ സുഖത്തിനായി അവൾ പ്രാർത്ഥിച്ചു. എല്ലാത്തിലുമുപരി, അദ്ദേഹത്തെ വീണ്ടും കാണാനുള്ള അവസരമുണ്ടാകുമെന്നവൾ പ്രതീക്ഷിച്ചു.

⌘⌘⌘

ഒന്നാം തെറ്റ്

ദിവസങ്ങൾ കടന്നുപോയി, വൃദ്ധന്റെ ഒരു വിവരവുമില്ല. ജോലി സ്ഥലത്തേക്ക് നടക്കുന്ന ഡേവിഡിന്റെ വേഗത കുറഞ്ഞു, അവൻ ചുറ്റുപാടുകൾ ശ്രദ്ധിച്ചു തുടങ്ങി, പേപ്പറുകൾ കാറ്റിൽ പറത്തി ഇതിനെല്ലാം തുടക്കമിട്ട സ്ത്രീയെ അവന്റെ കണ്ണുകൾ അന്വേഷിച്ചു. വൃദ്ധനെ കാണാനാകുമെന്ന പ്രതീക്ഷയിൽ കഫേയിലും ചെന്നു.

വൃദ്ധനെ കണ്ടുമുട്ടിയതിനു ശേഷം, അവന്റെ എല്ലാ ആശങ്കകളും നിസ്സാരമായി തോന്നി. ഒമ്പത് തെറ്റുകൾ അറിയാൻ അവൻ ആഗ്രഹിച്ചു. അവ എന്തൊക്കെയാണെന്നും, എവിടെ നിന്നും വന്നുവെന്നും, അവയുടെ പ്രസക്തിയെന്താണെന്നും അവൻ ചിന്തിച്ചു. ആ ചിന്തകളെല്ലാം തന്നെ മാറ്റിവെച്ച് ജോലിയിലേക്ക് ശ്രദ്ധ കേന്ദ്രീകരിക്കാൻ ശ്രമിച്ചു. തന്റെ മുതലാളിക്ക് തന്നെ ഇഷ്ടപ്പെടണം, അല്ലെങ്കിൽ കുറഞ്ഞപക്ഷം, അയാൾക്ക് തന്നോട് അനിഷ്ടം തോന്നാതിരിക്കണം. ആ ചിന്തയും അവനെ അലട്ടിയിരുന്നു.

എങ്കിലും, വൃദ്ധന്റെ വാക്കുകൾ അവന്റെ മനസ്സിൽ വേരുറച്ചു നിന്നു, മറ്റു ചിന്തകളിലേക്ക് സഞ്ചരിക്കാൻ അതവനെ അനുവദിച്ചില്ല.

"അനാവശ്യ വ്യാമോഹമാണ് ഒന്നാമത്തെ തെറ്റെന്ന് ഞാൻ ഊഹിക്കുന്നു!" അവനറിയാതെ വാക്കുകൾ ശബ്ദമായി. ആരെങ്കിലും അത് കേട്ടോ എന്നവൻ ചുറ്റിലും നോക്കി. ശബ്ദം കുറച്ച്, അവൻ തുടർന്നു, "അതോ ഈ തെറ്റുകളെ പഠിച്ച ശേഷം, സമനില തെറ്റുമെന്നായിരിക്കും."

ഒരു ദിവസം ഉച്ചയ്ക്ക്, ഡേവിഡ് ഉച്ചഭക്ഷണം കഴിഞ്ഞ് ജോലിയിലേക്ക് മടങ്ങുകയായിരുന്നു. ലിഫ്റ്റിനായുള്ള ബട്ടൺ അമർത്തിയ ശേഷം, ലിഫ്റ്റിന്റെ സ്വർണ്ണ നിറമുള്ള വാതിലുകളിൽ തന്റെ പ്രതിഫലനം അവൻ ശ്രദ്ധിച്ചു. അവൻ തലയുയർത്തിപ്പിടിച്ചല്ല നിൽക്കുന്നത്. അവന്റെ ആ ശീലത്തെക്കുറിച്ചുള്ള

അമ്മയുടെ ഉപദേശം അവനോർത്തു, അവൻ നിവർന്നു നിന്നു. *എനിക്കിതിൽ താത്പര്യമില്ലാത്തതിനാലാവാം ഞാനിങ്ങനെ നടക്കുന്നത്. അച്ഛനെപ്പോലെ വലിയൊരു സ്ഥാപനത്തിൽ ജോലി ചെയ്യുന്നതിൽ എനിക്ക് താത്പര്യമില്ല.* ഉടൻ, ആനുകൂല്യങ്ങൾ, ഉദ്യോഗവിയോഗ സമയത്തു ലഭിക്കുന്ന തുക, എന്നിങ്ങനെ വലിയ സ്ഥാപനങ്ങളിൽ നിന്നുള്ള ഗുണങ്ങളെക്കുറിച്ചുള്ള അച്ഛന്റെ വാക്കുകൾ കാതിൽ മുഴങ്ങി. *എന്തുകൊണ്ടാണ് എനിക്കതിനോട് യോജിക്കാൻ തോന്നാത്തത്?*

ലിഫ്റ്റിനകത്തെ തിരക്കിനിടയിൽ ഇടം കണ്ടെത്താൻ ബദ്ധപ്പെടുന്നതിനിടെ, ഡേവിഡ് തന്റെ ജോലിയെക്കുറിച്ച് ചിന്തിച്ചു. വിചിത്രമെന്നു പറയട്ടെ, ഓരോ ദിവസം കഴിയുംതോറും, ഡേവിഡിന് ജോലിയോടുള്ള മടുപ്പ് കുറഞ്ഞുതുടങ്ങിയിരുന്നു. അതീവ താത്പര്യം അല്ലെങ്കിൽപോലും, അവനിലെ അസഹിഷ്ണുതയ്ക്ക് അയവ് വന്നുതുടങ്ങി. ഒരു ദിവസം മേലുദ്യോഗസ്ഥൻ ഡേവിഡിനെ അഭിനന്ദിക്കുക പോലും ചെയ്തു, അല്ലെങ്കിൽ, അയാളുടെ വാക്കുകൾ അവന് അഭിനന്ദനമായി തോന്നി. "ഭാവി നേതൃത്വം" തന്റെ കൈയിലല്ല എന്ന പരാമർശം മാത്രം ഡേവിഡ് മനഃപൂർവ്വം അവഗണിച്ചു. ഡേവിഡ് തന്റെ ടീമിനോട് അഗാധമായ പ്രതിബദ്ധത പുലർത്തിയിരുന്നു, തന്റെ അഭിപ്രായങ്ങളെക്കാൾ, അവർ ഉദ്യമങ്ങൾ പൂർത്തിയാക്കി എന്നുറപ്പു വരുത്തുന്നതിലാണ് ഡേവിഡ് ശ്രദ്ധിച്ചത്. എന്നിരുന്നാലും, ജോലി നഷ്ടപ്പെടുമോ എന്ന ആശങ്ക അവനെ വേട്ടയാടി. ആ മുന്നറിയിപ്പ് ഇപ്പോഴും തന്റെ മുന്നിൽ ഉണ്ടെന്ന് അവനറിയാമായിരുന്നു, എടുത്തുമാറ്റാൻ പറ്റാത്ത ഒരു മുള്ളായി അതെന്നുമവനെ കുത്തിനോവിച്ചു. പക്ഷേ, അതൊന്നും വക വെക്കാതെ, അവൻ കഠിനാധ്വാനം ചെയ്തു. ചെറുപ്പം മുതൽ തന്നെ, തൊഴിലിനോടുള്ള അവന്റെ നൈതികതയിൽ, അവന്റെ മാതാപിതാക്കൾക്ക് അഭിമാനമുണ്ടായിരുന്നു.

ഉച്ചഭക്ഷണത്തിനു ശേഷമുള്ള അവന്റെ ആദ്യ മീറ്റിംഗ്, അവൻ ആഗ്രഹിച്ച തരത്തിലുള്ളതായിരുന്നു. സുഹൃത്ത് എന്ന് വിശേഷിപ്പിക്കാവുന്ന ഒരു സഹപ്രവർത്തകനോടൊപ്പം അവൻ ആസ്വദിച്ചു പ്രവർത്തിച്ച ഒരു പ്രോജക്റ്റിനെക്കുറിച്ചായിരുന്നു അത്. നീണ്ടനേര സംഭാഷണങ്ങളും, വെള്ള ബോർഡിലെ വർണ്ണാഭമായ ആശയങ്ങളും അവനെ ഊർജ്ജസ്വലനാക്കി. സംസാരിച്ചുകൊണ്ടിരിക്കുന്നതിനിടയിൽ, ജനാലയിലൂടെ പുറത്തേക്ക്

നോക്കിയ ഡേവിഡ്, തന്റെ ഓഫീസ് കെട്ടിടത്തിന് എതിർ വശത്തുള്ള തെരുവിൽ ഒരു സ്ത്രീയെ കണ്ടു. അവർക്കൊരു എഴുപത് വയസ്സ് കാണും, ഭംഗിയായി വസ്ത്രം ധരിച്ചിരിക്കുന്നു, അവർ അവനെത്തന്നെ നോക്കിനിൽക്കുന്നത് പോലെ തോന്നി. വീണ്ടും നോക്കിയപ്പോഴേക്കും അവർ പോയിരുന്നു.

ഓഫീസിൽ നിന്ന് ഇറങ്ങുമ്പോൾ, അവർ നേരത്തെ നിന്നിരുന്ന ഭാഗത്തേക്ക് നോക്കാതിരിക്കാൻ കഴിഞ്ഞില്ല. പിന്നീട്, ആ ചിന്തകളെ ഒഴിവാക്കി, തെരുവ് കടന്ന്, എന്നത്തേയും പോലെ പഴയ തിയേറ്ററിന് മുന്നിലൂടെ വീട്ടിലേക്ക് നടന്നു. അതാ, അവരവിടെ നിൽക്കുന്നു, വഴിയരികിൽ നിന്ന് അവനെ നോക്കി ആംഗ്യം കാണിക്കുന്നു. അവർ ആരായിരിക്കുമെന്നവൻ ചിന്തിച്ചു. വൃദ്ധനുമായി ഇവർക്ക് ബന്ധമുണ്ടാകുമോ? ആ തെറ്റുകളെക്കുറിച്ച് ഇവർക്കറിയാമായിരിക്കുമോ? തന്റെ ചോദ്യങ്ങൾക്കുള്ള ഉത്തരം ഇവരുടെ പക്കലുണ്ടാകുമോ?

അല്പനേരം നിശ്ചലയായി നിന്ന അവർ, പടികൾ ഇറങ്ങിപ്പോയി. ഡേവിഡ് അവർക്കരികിലേക്ക് ഓടി. പടികൾ അവസാനിക്കുന്നത് ഒരു വാതിലിൽ ആണെന്ന് അവൻ കണ്ടു. പാതി തുറന്ന വാതിലിലൂടെ, അകത്തെ വെളിച്ചവും സംഗീതവും പുറത്തെ സായംസന്ധ്യയിലേക്ക് തുളുമ്പി. *ഞാനെന്താണ് ചെയ്യുന്നതെന്ന് എനിക്ക് വിശ്വസിക്കാൻ കഴിയുന്നില്ല*, ഡേവിഡ് സ്വയം ചോദിച്ചു. ശേഷം, പടികളിറങ്ങിച്ചെന്ന് വാതിൽ തുറന്നു.

“വാതിൽ അടയ്ക്കാമോ,” ഇടനാഴിക്ക് കുറുകെ നിന്ന് ഒരു ശബ്ദം പറഞ്ഞു, “ഇരിക്കൂ.”

അവൻ സോഫയിൽ ഇരുന്നു. മുറിയാകെ ഊഷ്മളമായൊരു പ്രകാശം പരത്തിക്കൊണ്ട്, കോണിലായി ഒരു നെരിപ്പോട്. വായുവിൽ കലർന്ന അതിന്റെ ചൂട് വായുവിൽ അവന് അനുഭവപ്പെട്ടു. ഇരിക്കുന്നതിനരികിലായി, ചുവരോട് ചേർന്ന് ഒരു പുസ്തക അലമാര. പുസ്തകത്തിന്റെ പേരുകൾ ഓരോന്നായി വായിച്ചു, പരിചിതമായ ഒന്നും തന്നെയില്ല.

ഞാൻ എന്താണിവിടെ ചെയ്യുന്നത്? ഒന്നും മനസ്സിലാകുന്നില്ല, ഡേവിഡ് ചിന്തിച്ചു. ഏതാനും ആഴ്ചകൾക്ക് മുമ്പായിരുന്നെങ്കിൽ, അവൻ ഒരിക്കലും ഈ മുറിയിൽ വരില്ലായിരുന്നു. പടികൾ ഇറങ്ങിവന്ന്, ഇവിടിങ്ങനെ ഇരിക്കില്ലായിരുന്നു. വഴിയരികിലെ ഈ സ്ത്രീയെ ശ്രദ്ധിക്കുകപോലുമില്ലായിരുന്നു. അവനിലെ ആകാംക്ഷ ദിനംതോറും വർദ്ധിക്കുന്നതായി തോന്നി. ചോദ്യങ്ങൾ

ഉയർന്നുകൊണ്ടേയിരുന്നു. വൃദ്ധനമായുള്ള സംഭാഷണം മനസ്സ് ആവർത്തിച്ചുകൊണ്ടേയിരുന്നു.

മുറിയിലേക്കുള്ള അവരുടെ കടന്നുവരവും, അവരുടെ പ്രായവും തമ്മിൽ ഒത്തുപോകുന്നുണ്ടായിരുന്നില്ല. വലതുകൈയ്യിൽ, ചായക്കപ്പുകളേന്തിയ ട്രേയുമായി അവർ വന്നു. അവൻ സഹായിക്കാമെന്നു കരുതുന്നതിനു മുൻപ് തന്നെ, അവരത് മേശപ്പുറത്തുവെച്ച്, അവനു നേർക്ക് ഒരുകപ്പ് ചായ നീട്ടി. പാലോ പഞ്ചസാരയോ വേണമോ എന്നന്വേഷിച്ച ശേഷം, അവനെതിർവശത്തുള്ള കസേരയിൽ അവരിരുന്നു.

"ഞാനെന്നെ പരിചയപ്പെടുത്താം," അവർ ഹ്രസ്വമായൊരു വിശദീകരണം നൽകി. അവരുടെ പ്രതീക്ഷകൾക്കൊത്ത് എല്ലാം സംഭവിക്കുന്നു എന്ന മട്ടിൽ, അല്ലെങ്കിൽ, വഴിയിൽ കാണുന്ന അപരിചിതരോടുള്ള സംഭാഷണങ്ങൾ സാധാരണയാണെന്ന മട്ടിൽ, അവർ സ്വാഭാവികമായും ശാന്തമായും സംസാരിച്ചു. "നമ്മളിപ്പോൾ ഇരിക്കുന്നത്, ഈ കെട്ടിടത്തിന്റെ ഉടമയുടെ സ്വകാര്യവസതിയിലാണ്. നിങ്ങൾക്കറിയാമായിരിക്കാം, ഇതിനു മുകളിലാണ് നഗരത്തിലെ ഏറ്റവും പഴക്കം ചെന്ന തിയേറ്ററുകളിലൊന്ന്."

"ഇല്ല, എനിക്കറിയില്ലായിരുന്നു. ഞാൻ ഇവിടെ എന്താണ് ചെയ്യുന്നതെന്നും, എന്താണ് സംഭവിക്കുന്നതെന്നും എനിക്ക് മനസ്സിലാകുന്നില്ല. നിങ്ങൾ ഒരു നടിയാണോ?"

ഒരു പുഞ്ചിരികൊണ്ട് അവന്റെ ജിജ്ഞാസയുടെ ആദ്യഭാഗം അവർ അവഗണിച്ചു. "അതെ, ഒരു ഘട്ടത്തിൽ ആയിരുന്നു. പക്ഷേ, വർഷങ്ങളോളം ഞാൻ എഴുതുമായിരുന്നു – എല്ലാ തരം നാടകങ്ങളും, അതിൽ ചിലത് നിങ്ങൾക്ക് പരിചിതമായിരിക്കാം. അതിൽ പലതും, ഈ വേദിയും താണ്ടി ചലച്ചിത്രങ്ങളായി രൂപാന്തരപ്പെട്ടു."

ഇപ്പോൾ അവന് മനസ്സിലായിത്തുടങ്ങി. ഇവരാണ് ആ നാടകകൃത്ത്. നഗരം ഇവരുടെ കഴിവുകളിൽ അഭിമാനിച്ചു. അവൻ അവരുടെ ഒരുപാട് നാടകങ്ങൾ കണ്ടിട്ടുണ്ട്, ഒരു സിനിമയെങ്കിലും കണ്ടിട്ടുണ്ട്. ചിന്തകളനേകം മനസ്സിൽ കുടിയേറി : *ഇവർ എല്ലായിടത്തും ഏറ്റവും ആഘോഷിക്കപ്പെടുന്ന പ്രതിഭകളിൽ ഒരാളാണ്. ഒരു പതിവെന്ന പോലെ, ഞാൻ അവരുമായി സംവദിച്ചുകൊണ്ടിരിക്കുന്നു. ഇതെല്ലാമായി ഇവർക്ക് ബന്ധമുണ്ടായിരിക്കണം. എന്തുകൊണ്ടിപ്പോൾ? എന്തുകൊണ്ടിവിടെ?*

നാടകകൃത്ത് ചായ കുടിച്ചു, അവരുടെ വിരലുകൾ സ്വയമറി

യാതെ ചായക്കപ്പിനെ ആവരണം ചെയ്തു. അല്പനേരത്തേക്ക്, അവരിരുവരും ഒരു വാക്ക് മിണ്ടാതെ ചായ കുടിച്ചു. നിശബ്ദത ഡേവിഡിനെ അസ്വസ്ഥതപ്പെടുത്താറാണ് പതിവ്. പക്ഷേ, അവനെ ശാന്തമാക്കുന്ന എന്തോ ഒന്ന് അവരിലുണ്ടായിരുന്നു. അവരോടൊപ്പമുള്ള നിമിഷങ്ങൾ അവൻ ഇഷ്ടപ്പെട്ടു, അവരുടെ സാന്നിദ്ധ്യം അവന്റെ ആത്മാവിനെ ശാന്തമാക്കുകയും, സംശയങ്ങൾ ഇല്ലാതാക്കുകയും ചെയ്തു.

അവന്റെ മനസ്സിലൂടെ ഒരായിരം ചോദ്യങ്ങൾ ഓടിക്കൊണ്ടിരുന്നു. എവിടെ തുടങ്ങണമെന്ന് അവനറിയില്ലായിരുന്നു. ഒരു ചോദ്യവുമായി അവൻ നിശബ്ദത ഭഞ്ജിക്കാനൊരുങ്ങുമ്പോഴേക്കും, നാടകകൃത്ത് അധികാരസ്വരത്തിൽ പറഞ്ഞു, "സമയമായി. നമുക്ക് ആരംഭിക്കാം."

ആമുഖമോ മുഖവുരകളോ ഇല്ലാതെ, വൃദ്ധനെക്കുറിച്ചോ ഉദ്യാനത്തിൽ വെച്ച് കണ്ട സ്ത്രീയെക്കുറിച്ചോ പരാമർശിക്കാതെ, ആദ്യത്തെ തെറ്റിനെക്കുറിച്ചാണ് ചർച്ച ചെയ്യാൻ പോകുന്നതെന്ന് അവർ പറഞ്ഞു. "മിക്ക ആളുകളും ചെയ്യുന്ന തെറ്റാണിത്, എന്നാൽ അവർക്കത് മറികടന്ന് പോകാൻ സാധിക്കുന്നുമില്ല. കാലക്രമേണ അത് പിടി മുറുക്കുന്നു."

അവർ ഒരു ദീർഘനിശ്വാസമെടുത്തു, കോട്ടിൽ ഒന്ന് തഴുകിയ ശേഷം ഡേവിഡിനെ ഉറ്റുനോക്കി. "വളരെക്കാലമായി ഞാൻ ഈ തെറ്റ് ചെയ്തുകൊണ്ടിരിക്കുന്നു. ഹാ, ഈ അറിവ് എനിക്ക് നേരത്തേ ഉണ്ടായിരുന്നെങ്കിൽ എത്ര നന്നായിരുന്നു. എന്നോടിത് പറയാൻ ശ്രമിച്ചപ്പോഴും ഞാൻ കേൾക്കാൻ കൂട്ടാക്കിയില്ല. കേൾക്കാൻ താത്പര്യം കാണിച്ചില്ല; എന്തുകൊണ്ടെന്നറിയില്ല."

അവർ ചിന്തകളിൽ മുഴുകിയിരിക്കുകയായിരുന്നു, ഭൂതകാലത്തിൽ നിന്നും ചില ഓർമ്മകളെ പൊടിതട്ടിയെടുക്കുന്നപോലെ. "എന്നാൽ, ഇത്ര ചെറുപ്പത്തിൽ തന്നെ ഇത് പഠിക്കാൻ എത്ര മികച്ച അവസരമാണ് നിങ്ങൾക്ക് ലഭിച്ചിരിക്കുന്നത്!" അവർക്ക് വിഷയത്തോടുള്ള അഭിനിവേശം, അവരുടെ ശബ്ദത്തിൽ പ്രകടമായി.

ശ്വാസമടക്കിപ്പിടിച്ചാണ് ഡേവിഡ് അവരുടെ വാക്കുകൾക്ക് കാതോർത്തത്. ആദ്യത്തെ തെറ്റിനെക്കുറിച്ച് അറിയാനുള്ള അവന്റെ ആകാംക്ഷ കരുതിയതിലും തീവ്രമായിരുന്നു.

അവർ തുടർന്നു, "വളരെ എളുപ്പത്തിൽ സംഭവിക്കുന്ന ഒന്നാണ് ആദ്യത്തെ തെറ്റ്. വളരെ പെട്ടെന്നും, സ്വയമറിയാതെയും

സംഭവിക്കുന്നതിനാൽതന്നെ, പലരും അത് ശ്രദ്ധിക്കാറില്ല." അത് പറയുമ്പോൾ അവർ നെറ്റി ചുളിച്ചു, എന്നിട്ട് ഒരു ചെറിയ പുസ്തകം പുറത്തെടുത്തു.

ഡേവിഡിന്റെ കണ്ണുകൾ തിളങ്ങി. കഫേയിൽ ഇരിക്കുമ്പോൾ വൃദ്ധൻ കൈവശം വച്ചിരുന്നത്, ഇതേ ചെറിയ പുസ്തകം തന്നെയായിരുന്നു. അല്ലെങ്കിൽ, ഇതേപോലെയൊന്ന്. കസേരയിൽ ഇരുന്നുകൊണ്ടുതന്നെ അവൻ ആ പുസ്തകത്തിലേക്ക് എത്തിവലിഞ്ഞു നോക്കാൻ ശ്രമിച്ചെങ്കിലും, വ്യക്തമായി ഒന്നും കാണാൻ കഴിഞ്ഞില്ല.

"നിങ്ങൾ പറഞ്ഞത് ശരിയാണ്," അവർ പറഞ്ഞു, "ഞാൻ ഒരു നടിയായിരുന്നു. അക്കാലത്ത്, ഞാൻ മികച്ച അഭിനേതാവാണെന്നാണ് എല്ലാവരും പറഞ്ഞിരുന്നത്."

"എനിക്ക് മുപ്പത് വയസ്സ് തികഞ്ഞപ്പോഴാണ് എന്റെ ജീവിതത്തെക്കുറിച്ച് എനിക്ക് മനസ്സിലായത്. എന്റെ വേഷങ്ങൾ മറ്റാരോ എഴുതുന്നു, ഞാൻ അതിന്റെ ഒരു ഭാഗം മാത്രമാകുന്നു. ഞാൻ അഭിനയിക്കാൻ ആരംഭിച്ചതു മുതൽ അങ്ങനെതന്നെയായിരിക്കും, അല്ലേ?"

അവർ മറുപടി പ്രതീക്ഷിച്ചില്ല, വീണ്ടും തുടർന്നു, "ഒരു നടിക്ക് അത് സ്വാഭാവികമായിരിക്കാം, പക്ഷേ മറ്റു പലർക്കും അങ്ങനെയല്ല. നമ്മളെല്ലാവരും വേഷമാടുകയാണ്. അജ്ഞാതമായ എന്തിനോ വേണ്ടി, ആരോ ഒരാൾക്കു വേണ്ടി, നമുക്കായി എഴുതപ്പെട്ട ഭാഗം നമ്മളാടുകയാണ്. നമ്മൾ പോലുമറിയാതെ."

തന്റെ ശബ്ദം കൂടുന്നത് മനസ്സിലാക്കിയ അവർ പുഞ്ചിരിച്ചു. "മുകളിലേക്ക് വരൂ."

മറുപടിക്ക് കാത്തു നിൽക്കാതെ അവർ എഴുന്നേറ്റ് നടന്നു. ഡേവിഡ് ചായക്കപ്പ് താഴെ വെച്ചിട്ട്, അവരെ അനുഗമിച്ചു. പടിക്കെട്ടുകൾക്കു അടിയിലായി ഫ്രെയിം ചെയ്ത ചിത്രങ്ങൾ അവൻ ശ്രദ്ധിച്ചു, അവയിലെല്ലാം തന്നെ നാടകകൃത്തിന്റെ പേര് ഉണ്ടായിരുന്നു. അവർ സൂചിപ്പിച്ചതിലും പ്രാഗത്ഭ്യം അവരുടെ അഭിനയത്തിനുണ്ടായിരുന്നു.

പടികൾ കയറി ഇടത്തോട്ടു തിരിഞ്ഞ അവർ എത്തിയത് തിയേറ്ററിന്റെ പിൻവശത്തായിരുന്നു. ഈ കൂടിക്കാഴ്ചയെ ചോദ്യം ചെയ്യുന്ന അവന്റെ മനസ്സിന് കടിഞ്ഞാണിടാൻ അവൻ ആവത് ശ്രമിച്ചു. ഉള്ളിലെ ചിന്തകളെയും ചോദ്യങ്ങളെയും അകറ്റി നിർത്തി, അവൻ വേദിയിലെ നാടകത്തിലേക്ക് ശ്രദ്ധ തിരിച്ചു.

മുഴങ്ങുന്ന ശബ്ദങ്ങൾ തിയേറ്ററാകെ പ്രതിധ്വനിച്ചു. നാടക പരിശീലനം തകൃതിയായി നടക്കുന്നുണ്ടായിരുന്നു. ഇവർ രണ്ടു പേരും നാടകം നന്നായി കാണാൻ കഴിയുന്ന ഒരിടത്ത് നില്പുറപ്പിച്ചു. കുറച്ച് നിമിഷം നാടകം വീക്ഷിച്ച ശേഷം, സ്വകാര്യമെന്നോണം നാടകകൃത്ത് സംസാരിച്ചു തുടങ്ങി.

"എന്റെ ജീവിതത്തിലെ ഏറ്റവും ദുഷ്കരമായ തീരുമാനമായിരുന്നു അത്. അഭിനയം തുടരണമോ വേണ്ടയോ എന്നത്. പക്ഷേ, രണ്ടും ഒരുമിച്ചു കൊണ്ടുപോകാൻ എനിക്ക് കഴിഞ്ഞില്ല, അവസാനം ഞാൻ തീരുമാനിച്ചു. ആദ്യ തെറ്റ് മനസ്സിലാക്കിയ ശേഷം, ഞാൻ അഭിനയം ഉപേക്ഷിച്ചു, എഴുതാൻ തീരുമാനിച്ചു. ദയവായി തെറ്റിദ്ധരിക്കരുത്, അഭിനയത്തെക്കുറിച്ച് മോശമായൊരു അഭിപ്രായം എനിക്കില്ല. മനോഹരമായൊരു കലയാണ് അഭിനയം. പക്ഷേ, ഞാൻ പറയുന്നത് ശ്രദ്ധിച്ചു കേൾക്കൂ." അനുയോജ്യമായ വാക്കുകൾക്കായി അവർ ഒരു നിമിഷം ആലോചിച്ചു. "അഭിനയിക്കുമ്പോൾ, നമ്മൾ കഥയുമായി പൊരുത്തപ്പെടുകയാണ്. എഴുതുമ്പോൾ, നമ്മൾ സ്വന്തമായൊരു കഥ സൃഷ്ടിക്കുകയാണ്."

അവർ ഡേവിഡിന്റെ കണ്ണുകളിലേക്ക് ആഴത്തിൽ നോക്കി. സ്വന്തം കണ്ണുകളിൽ അവ്യക്തത.

"മറ്റൊരാളുടെ സ്വപ്നത്തിന്മേൽ പ്രവർത്തിക്കുന്നതാണ് ആദ്യത്തെ തെറ്റ്."

നിശബ്ദത നീണ്ടുനിന്നു. ഈ സംഭാഷണത്തിനിടയിൽ, വേദിയിലെ നാടക പരിശീലനം പോലും മൂകമായി തോന്നി. "നമ്മിൽ പലരും മറ്റൊരാളുടെ നാടകത്തിലെ ഒരു ഭാഗം മാത്രമാണ്. നമുക്കായി എഴുതപ്പെട്ട വരികളും ഭാവങ്ങളും നമ്മൾ മനഃപാഠമാക്കുന്നു. മറ്റൊരാൾ എഴുതിയ ജീവിതകഥ എങ്ങനെയാണ് നിങ്ങളുടെ മികച്ച പ്രകടനമാകുന്നത്.

"ഉദാഹരണത്തിന്, നിങ്ങൾ ദിവസവും ജോലിക്കു പോകുന്നു. അവരുടെ ആവശ്യങ്ങൾ നിറവേറ്റുന്നു. അങ്ങനെ ചെയ്തില്ലെങ്കിൽ, പുറത്താക്കപ്പെടുന്നു. എന്നാൽ, താത്പര്യമില്ലാതെ സ്വന്തമായൊരു സ്ഥാപനം തുടങ്ങണമെന്നല്ല അർത്ഥമാക്കുന്നത്. പ്രധാനമെന്തെന്നാൽ, തീരുമാനം നിങ്ങളുടേതായിരിക്കണം – മനഃപൂർവ്വമായ തീരുമാനമായിരിക്കണം – ഇഷ്ടമില്ലാതെ ജോലിയിൽ കയറി, അദ്ധ്വാനിച്ച്, മറ്റൊരാളുടെ നാടകത്തിലെ സഹനടനായി മാറരുത്."

നാടകകൃത്തിന്റെ വാക്കുകളിൽ ആത്മാർത്ഥതയും സഹാനു

ഭ്രതിയുമുണ്ടായിരുന്നു. അവർ നല്ലൊരു പ്രാസംഗിക കൂടിയായിരുന്നെന്ന് ഡേവിഡ് മനസ്സിലാക്കി. ആ വാക്കുകൾ അവന് അനുഭവിച്ചറിയാൻ കഴിയുന്നുണ്ടായിരുന്നു, അവന്റെ ആത്മാവിനെ അത് സ്പർശിച്ചു. പുറത്താക്കലിനെക്കുറിച്ച് പറയുമ്പോൾ, അവന്റെ ഉള്ളൊന്ന് നടുങ്ങി. അവനുള്ളിലെ ഭയത്തിന് തീ പകരുന്നതായിരുന്നു അവരുടെ വാക്കുകൾ.

"നിങ്ങളുടെ ഉദ്ദേശ്യം അനന്യമാണ്. ഈ ഭ്രമിയിൽ നിങ്ങളെപ്പോലെ മറ്റാരുമില്ല. നിങ്ങളെ ഊർജ്ജസ്വലമാക്കുന്നതെന്തോ, അതാണ് നിങ്ങളുടെ ഉദ്ദേശ്യം. ആ ഉദ്ദേശ്യം നിറവേറ്റുന്നതിനായി ജീവിതം രൂപപ്പെടുത്തുക. എത്ര വ്യക്തമാണോ നിങ്ങളുടെ ഉദ്ദേശ്യം, അത്രയും വേഗം അത് കൈവരിക്കപ്പെടും. വ്യക്തമായ ഉദ്ദേശ്യം, ആളുകളെയും ആശയങ്ങളെയും വിഭവങ്ങളെയും അതിന്റെ ലക്ഷ്യത്തിലേക്ക് ആകർഷിക്കുന്നു."

അവർ ഒരു നിമിഷം നിർത്തി, എന്നിട്ട് മുന്നോട്ടാഞ്ഞ് ശ്രദ്ധിച്ചുകൊണ്ടിരിക്കുന്ന ഡേവിഡിനെ നോക്കി. തന്റെ വാക്കുകൾക്ക് ഡേവിഡ് ഇത്രയധികം പ്രാധാന്യം നൽകുന്നതിൽ അവർ സന്തുഷ്ടയായിരുന്നു.

"മറ്റൊരാളുടെ പദ്ധതിയിൽ, നിങ്ങളറിയാതെ തന്നെ നിങ്ങളെ പങ്കാളിയാക്കാൻ അയാളെ അനുവദിക്കരുത്. നിങ്ങൾ സ്വന്തമായി രൂപപ്പെടുത്തൂ. നിങ്ങളുടെ ഭാവി രചിക്കൂ. മറ്റാരുടെയെങ്കിലും കഥയിലെ ചെറിയൊരു കഥാപാത്രമല്ല, സ്വന്തം കഥയിലെ നായകനാകൂ. നിങ്ങൾ എന്തുചെയ്യണമെന്ന് മാത്രമല്ല, നിങ്ങൾ ആരാകണമെന്ന തീരുമാനവും വളരെ പ്രധാനമാണ്."

ഡേവിഡിന്റെ കണ്ണുകൾ അവരുടെ കൈകളിലേക്കും പുസ്തകത്തിലേക്കും പാഞ്ഞു. അവർ അതിനെ തഴുകി തലോടിക്കൊണ്ടിരുന്നു. നാടകം പുനരാരംഭിച്ചപ്പോൾ, അവരുടെ കണ്ണുകൾ വീണ്ടും വേദിയിലേക്ക് ചലിച്ചു. അവന്റെ നോട്ടവും അങ്ങോട്ടേക്ക് തിരിഞ്ഞു. മറ്റെവിടെയും കാണാത്ത ബാക്ക്സ്റ്റേജ് വഴിയും, അധികമാരും ശ്രദ്ധിക്കാത്ത, നാടകം നന്നായി കാണാൻ പറ്റുന്ന താൻ നിൽക്കുന്ന ഇടവും അവൻ ആസ്വദിച്ചു.

അവൻ തിരിഞ്ഞു നോക്കുമ്പോഴേക്കും, അവർ പോയിരുന്നു. അതവൻ ശ്രദ്ധിച്ചിരുന്നില്ല. അവർ അത്യാവശ്യമായി പോയതായിരിക്കാമെന്നും, ഉടനെ തിരിച്ചുവരുമെന്നും കരുതി കാത്തിരുന്നെങ്കിലും, നാടക പരിശീലനം അവസാനിച്ച ശേഷവും അവരുടെ മടക്കം കണ്ടില്ല. അവൻ പടികളിറങ്ങി, ഹാളിലൂടെ, അവർ

സംസാരിച്ചിരുന്ന മുറിയിലേക്ക് ചെന്നു. നെരിപ്പോടിലെ തീ അണയാറായിരിക്കുന്നു. അവിടെങ്ങും നാടകകൃത്തിനെ കാണാനില്ല. അവൻ കോട്ടെടുത്ത് ധരിച്ച്, പടികൾ കയറി തിരക്കേറിയ തെരുവിലേക്ക് തിരികെ നടന്നു. ഉദ്യാനത്തിലൂടെ തന്റെ വീട്ടിലേക്ക് പോകാനായി അവൻ നടത്തമാരംഭിച്ചു.

കൗതുകം, വിചിത്രം. നിമിഷങ്ങൾ കടന്നുപോകുംതോറും അവന്റെ ചിന്തകളിൽ ആ കൂടിക്കാഴ്ചയുടെ വൈചിത്ര്യവും കൗതുകവും കൂടിക്കൂടിവന്നു. ആ നാടകകൃത്ത് അപ്രത്യക്ഷയായെങ്കിലും, അവരുടെ വാക്കുകൾ അവന്റെയുള്ളിൽ മാറ്റൊലി കൊണ്ടു. മറ്റൊരാളുടെ സ്വപ്നം? പാരമ്പര്യമായി നടത്തിവരുന്ന ബിസിനസ്സ് ഏറ്റെടുത്ത് നടത്തുന്ന ഒരു സുഹൃത്തിനെ ഡേവിഡ് ഓർത്തു, കാരണം, ആ സുഹൃത്തിനെക്കുറിച്ചുള്ള അവന്റെ കുടുംബത്തിന്റെ പ്രതീക്ഷകൾ അതായിരുന്നു. മറ്റൊരു പഠനവിഷയം തിരഞ്ഞെടുക്കണമെന്ന് അതിയായ ആഗ്രഹമുണ്ടെങ്കിലും, അമ്മയുടെ ആഗ്രഹങ്ങൾക്കെതിരെ നടക്കാൻ ധൈര്യമില്ലാത്ത മറ്റൊരു കൂട്ടുകാരിയെയും അവനോർത്തു. *നമ്മൾ പലരും എപ്പോഴാണ് മറ്റുള്ളവരുടെ സ്വപ്നങ്ങൾക്കു പിന്നാലെ പായാൻ തുടങ്ങിയത്, അവൻ അതിശയിച്ചു.* വഴിയരികിലെ കടയുടെ ചില്ലുജനാലയിൽ, തന്റെ മുഖത്തെ ഗൗരവം പ്രതിഫലിച്ചപ്പോൾ, ഡേവിഡിന്റെ ചുണ്ടിൽ പുഞ്ചിരി വിടർന്നു. *എന്നാലും, ഞാൻ ഈ കാര്യങ്ങളെക്കുറിച്ച് ഗൗരവകരമായി ചിന്തിക്കുന്നതിൽ വൃദ്ധൻ സന്തോഷിക്കും, അത് ഉറപ്പാണ്, അവൻ വിചാരിച്ചു.*

വീട്ടിൽ എത്തി കോട്ട് അഴിച്ചുവെക്കുന്നതിനിടയിൽ, അതിന്റെ കീശയിൽ ഒരു കടലാസ്സു കഷണം എത്തിനോക്കുന്നത് ഡേവിഡിന്റെ ശ്രദ്ധയിൽപ്പെട്ടു.

തെറ്റ് #1 :

മറ്റൊരാളുടെ സ്വപ്നത്തിന്മേൽ പ്രവർത്തിക്കുന്നത്

മറ്റൊരാൾ രചിച്ച കഥാപാത്രമായി അഭിനയിക്കരുത്. നിങ്ങളുടെ ജീവിതയാത്രയിലെ വേഷങ്ങൾ തീരുമാനിക്കേണ്ടത് നിങ്ങളാണ്.

മറ്റൊരാൾ എഴുതിയ ജീവിതകഥ എങ്ങനെയാണ് നിങ്ങളുടെ മികച്ച പ്രകടനമാകുന്നത്.

നിങ്ങളുടെ ഉദ്ദേശ്യം അനന്യമാണ്.

നിങ്ങളുടെ ഉദ്ദേശ്യം നിറവേറ്റുന്നതിനായി ജീവിതം രൂപപ്പെടുത്തുക.

വ്യക്തമായ ഉദ്ദേശ്യം, ആളുകളെയും ആശയങ്ങളെയും വിഭവങ്ങളെയും അതിന്റെ ലക്ഷ്യത്തിലേക്ക് ആകർഷിക്കുന്നു.

മറ്റൊരാളുടെ പദ്ധതിയിൽ, സ്വയമറിയാതെ പങ്കാളിയാകരുത്.

മറ്റാരുടെയെങ്കിലും കഥയിലെ ചെറിയൊരു കഥാപാത്രമല്ല, സ്വന്തം കഥയിലെ നായകനാകൂ.

നിങ്ങൾ എന്ത് ചെയ്യണം എന്നല്ല, നിങ്ങൾ ആരാകണമെന്ന് തീരുമാനിക്കുക.

രണ്ടാം തെറ്റ്

ഉറക്കമില്ലാത്ത രാത്രിയാവും ഇന്ന് എന്നായിരുന്നു ഡേവിഡ് കരുതിയിരുന്നത്; തന്റെ സമയത്തെ കാർന്നുതിന്നാൻ കാത്തിരിക്കുന്ന ചിന്തകൾ, ഉറക്കത്തിനും അവനുമിടയിൽ വേലി തീർക്കുമെന്നായിരുന്നു അവന്റെ ഭയം – വൃദ്ധൻ, നാടകകൃത്ത്, ജോലി സംബന്ധമായ കാര്യം, ഒരു സുഹൃത്ത്, പിന്നെ മറ്റു പല ചിന്തകൾ. പക്ഷേ, കിടക്കയിലേക്ക് വീണത് മാത്രമേ അവന് ഓർമ്മയുള്ളൂ, അടുത്ത നിമിഷം അവൻ ഗാഢനിദ്രയിലേക്ക് വഴുതി വീണു.

ജനാലക്കർട്ടനുകളെ മറികടന്നു വന്ന പ്രഭാതകിരണങ്ങൾ അവനെ തട്ടിയുണർത്തി. നീണ്ട കാലത്തെ ആഗ്രഹമായ ഗാഢനിദ്രയും വിശ്രമവും അവന്റെ മനസ്സ് ശാന്തമാക്കി. പ്രശാന്തമായ അന്തരീക്ഷവും, പതിവില്ലാത്ത നിശബ്ദതയും അവനെ സന്തോഷിപ്പിച്ചു. നിശബ്ദതയെക്കുറിച്ച് വൃദ്ധൻ എന്തായിരുന്നു പറഞ്ഞിരുന്നത്? അറിവിന്റെ ഭാഷ നിശബ്ദതയാണ്. ചിന്തിക്കുംതോറും ചിരിയുണർത്തുന്നതായിരുന്നു ആ ചിന്തകൾ, ശേഷം അവൻ ആദ്യത്തെ തെറ്റിനെക്കുറിച്ചോർത്തു.

ഞാൻ മറ്റൊരാളുടെ സ്വപ്നത്തിന്മേൽ പ്രവർത്തിക്കുകയാണോ? എന്താണ് എന്റെ സ്വപ്നം? എന്താണ് എന്റെ ഉദ്ദേശ്യം?

അവൻ തന്റെ ജോലിയെക്കുറിച്ചോർത്ത് ആശ്ചര്യപ്പെട്ടു. ഇഷ്ടപ്പെടാത്ത ജോലി നഷ്ടപ്പെടുന്നതിനെക്കുറിച്ച് എന്തിനാണ് ഇത്ര വിഷമിച്ചത്? കുറച്ചു വർഷങ്ങൾക്കു മുൻപ് മാത്രം നഷ്ടപ്പെട്ട ഊർജ്ജസ്വലത എങ്ങനെ വീണ്ടെടുക്കാം?

ടിവിയിൽ തെളിയുന്നതുപോലെ, ചോദ്യങ്ങൾ ഓരോന്നായി മനസ്സിൽ ഉദിച്ചു തുടങ്ങി. കിടക്കയിൽ നിന്നും എഴുന്നേറ്റ്, പല്ലു തേച്ച്, വ്യായാമത്തിനുള്ള വസ്ത്രം മാറുന്നതിനിടയിൽ, ചോദ്യങ്ങളോരോന്നായി ആലോചിച്ചെടുത്തു. മറിച്ചൊന്നാലോചിക്കും മുന്നേ തന്നെ, അവൻ വാതിൽ കടന്നു.

ഇന്നത്തെ കാറ്റിന് പ്രത്യേക തണുപ്പായിരുന്നു. രാവിലത്തെ നടത്തം മനസ്സിലെ ഭാരത്തെ ഇല്ലാതാക്കുമെന്ന് കരുതിയ അവനെ അതിശയിപ്പിച്ചുകൊണ്ട്, മേശയിൽ ഒതുങ്ങിക്കൂടിയിരിക്കുന്ന അടച്ചു തീർക്കാനുള്ള ബില്ലുകളുടെ കെട്ട് അവന്റെ ചിന്തകളിൽപ്രത്യക്ഷപ്പെട്ടു.മേലുദ്യോഗസ്ഥനെയുംസഹപ്രവർത്തകരെയും സ്വന്തം ജീവിതത്തെയും കുറിച്ച് അവൻ ചിന്തിച്ചു. അച്ഛന്റെ ജീവിത പ്രതിസന്ധികളും, ഒരിക്കൽ വഴിയിൽ വെച്ച് തന്നെ മോഹിപ്പിച്ചു മറഞ്ഞുപോയ സ്പോർട്സ് കാറും, കാരണമില്ലാതെ അവന്റെ മനസ്സിൽ തെളിഞ്ഞു. ഒരിക്കൽ അവർ അതിനെക്കുറിച്ച് സംസാരിച്ചിരുന്നു; അച്ഛൻ മനസ്സിലാക്കിത്തന്നിരുന്നു, പക്ഷേ, അവന്റെ പിതാവ് ചോദിച്ചുകൊണ്ടിരുന്ന അതേ ചോദ്യങ്ങൾക്കുള്ള ഉത്തരമാണ് ഡേവിഡ് ഇന്ന് കണ്ടെത്താൻ ശ്രമിക്കുന്നത്, കാലങ്ങൾക്കു മുൻപേ പിറന്ന ചോദ്യങ്ങൾ.

വ്യായാമത്തിന്റെ ക്ഷീണവും, ചോദ്യങ്ങളാലുണ്ടായ സമ്മർദ്ദത്തെ തടയാൻ ഉത്പാദിപ്പിക്കപ്പെട്ട എൻഡോർഫിനുമായുമാണ് ഡേവിഡ് വീട്ടിലേക്ക് തിരിച്ചെത്തിയത്. ഇപ്പോൾ തണുപ്പ് അവനെ അലട്ടുന്നില്ല, അതവനെ നിരന്തരമായ ചോദ്യങ്ങളിൽ നിന്നും രക്ഷപ്പെടുത്തിയില്ല.

അവൻ വൃദ്ധനെ കാണാൻ ആഗ്രഹിച്ചു. മനസ്സിലുള്ളതെല്ലാം അദ്ദേഹത്തിനു മുന്നിൽ പെയ്തൊഴിക്കണമായിരുന്നു. ആ പുസ്തകം കയ്യിലെടുക്കുന്നതായും, താളുകളിലൂടെ വിരലോടിക്കുന്നതായും, വായിക്കുന്നതായും, അതിലെ അറിവുകൾ ഉൾക്കൊള്ളുന്നതായും അവൻ സങ്കല്പിച്ചു.

ഡേവിഡ് കുളിച്ചു, വസ്ത്രം ധരിച്ച്, അലമാരയുടെ വാതിലിലെ മുഴുനീള കണ്ണാടിക്കു മുന്നിൽ പോയി നിന്നു. അവൻ വസ്ത്രങ്ങൾ അഴിച്ചു മാറ്റി, വീണ്ടും ധരിച്ചു തുടങ്ങി. വസ്ത്രധാരണത്തിൽ സാധാരണ അവൻ ഇത്ര ശ്രദ്ധ നൽകിയിരുന്നില്ല, എന്നാൽ ഇന്നത്തെ കൂടിക്കാഴ്ചയ്ക്കു പോകുമ്പോൾ, തന്നെ കാണാൻ വളരെ നന്നായിരിക്കണമെന്ന് അവൻ ആഗ്രഹിച്ചു. അവനൊരു വായ്പ വേണമായിരുന്നു. ബാങ്കിലേക്ക് പോകുന്ന കാര്യമാലോചിക്കുമ്പോൾ അവന്റെയുള്ളിൽ തീയായിരുന്നു, സാമ്പത്തികമായി അവൻ പരാജയപ്പെട്ടിരിക്കുന്നു എന്നതിന്റെ മുന്നറിയിപ്പ്, അതവന് നീറ്റലായി. വേഷം തൃപ്തികരമായതിനു ശേഷം, അവൻ മുറിക്കു പുറത്തിറങ്ങി.

സ്വർണ്ണ കിരണങ്ങളാൽ, സൂര്യൻ സ്വീകരണമുറിയിൽ ഊഷ്മളത നിറച്ചു. ഫയലും, പുതുതായി നിയമിക്കപ്പെട്ടപ്പോൾ

സമ്മാനമായി ലഭിച്ച തുകൽ ബാഗുമായി അവൻ ബാങ്കിലേക്ക് പോകാനിറങ്ങി.

നടപ്പാതയിലൂടെ, തങ്ങളുടെ ലക്ഷ്യങ്ങളെ നോക്കി നിശ്ചയ ദാർഢ്യത്തോടെ പായുന്ന അപരിചിതർക്കിടയിലൂടെ അവൻ നടന്നു. ഇടുപ്പിൽ ഒരു കുഞ്ഞിനെ ഇരുത്തി, ഒരു കൈയാൽ സ്ട്രോളർ തള്ളിക്കൊണ്ടുപോകുന്ന ഒരു യുവതിയെ കണ്ടു. മാന്യ മായി വസ്ത്രം ധരിച്ച, തലയിലൊരു തൊപ്പിയും, കൈയിൽ തുടച്ച മിനുക്കിയ ഊന്നുവടിയുമായി ഒരു വൃദ്ധൻ അവനെ കടന്നുപോയി. ഡേവിഡ് ആ തെരുവ് കടന്ന്, വൃദ്ധനെ ആദ്യമായി കണ്ട കഫേയുടെ അടുത്തെത്തി. ഇത്തവണ, ജനാലയിലൂടെ നോക്കരു തെന്ന് അവൻ സ്വയം നിർദ്ദേശിച്ചു. ഇത്രയും നാൾ കാണാത്ത വൃദ്ധനെ ഇന്നും പ്രതീക്ഷിക്കാൻ പാടില്ലെന്നവൻ സ്വയം പറഞ്ഞു മനസ്സിലാക്കി. സ്വയം നിയന്ത്രിക്കാൻ കഴിയുമോ എന്നവനറിയി ല്ലായിരുന്നു. കാരണം, ഉത്തരങ്ങൾക്കായുള്ള ആകാംക്ഷ അത്രയ ധികമായിരുന്നു അവനിൽ. എന്നാൽ, അവന് കഫേയുടെ ജനാല യിലേക്ക് നോക്കാതിരിക്കാൻ കഴിഞ്ഞില്ല, പക്ഷേ, സൂര്യവെളിച്ച ത്തിന്റെ പ്രതിഫലനം അകം കാണാൻ അനുവദിച്ചില്ല, നന്നായി.

അടുത്ത വളവ് കഴിഞ്ഞതും, ഡേവിഡ് ബാങ്കിന്റെ മുന്നിലെത്തി. അവൻ നിന്നു. ഭയപ്പെടേണ്ട ഒരു കാര്യവുമില്ല. പരി ചയമുള്ള ബാങ്കാണ്. കട ബാധ്യത കൂടിവരുന്നു എന്നത് സത്യം തന്നെ, പക്ഷേ അപകടകരമായ അവസ്ഥയിലല്ല. ഇതെല്ലാം തലയിൽ നിന്നും ഇറക്കിവെച്ച്, ജോലിക്ക് പോകുന്നതാകും നല്ലത്.

കുറച്ചധികം നേരമായി അവൻ പടിവാതിൽക്കൽ അന്തം വിട്ടു നിൽക്കാൻ തുടങ്ങിയിട്ട്. നല്ല രീതിയിൽ വസ്ത്രം ധരിച്ച ഒരു മധ്യവയസ്ക വാതിൽ തുറന്നു. മാന്യതയും മര്യാദയും കലർന്ന സ്വരത്തിൽ അവർ അവനെ അകത്തേക്ക് ക്ഷണിച്ചു. പെട്ടെ ന്നാണ് അവനിൽ പരിസരബോധം ഉണ്ടായത്. തന്റെ വസ്ത്രത്തെ ക്കുറിച്ചും, ബാഗും തൂക്കി കെട്ടിടത്തിലേക്ക് താൻ നോക്കി നിന്ന തിനെക്കുറിച്ചും അവൻ ബോധവാനായി. അതൊക്കെ ഓർത്ത പ്പോൾ, സ്വയം പരിഹാസ്യനായി അവനു തോന്നി.

"ഇവിടെ ചൂട് കൂടുതലാണ്," അവൾ പറഞ്ഞു. "നിങ്ങൾക്ക് കലയോട് താത്പര്യമുണ്ടെങ്കിൽ, അകത്തു കയറി ആസ്വദിക്കാം."

ബാങ്കിന്റെ വിസ്താരമേറിയ ഇടനാഴി കണ്ട് അവന്റെ കണ്ണു കൾ തിളങ്ങി. ആ സ്ത്രീ അവനോട് വരാനായി ആംഗ്യം കാണിച്ച്,

അകത്തേക്ക് നടന്നു തുടങ്ങിയിരുന്നു. പുറത്തു നിന്ന്, ബാങ്കിനകത്തെ വലിയ ചിത്രം നോക്കി ആസ്വദിക്കുകയായിരുന്ന അവനെന്നാണ് അവൾ കരുതിയിരുന്നത്, അതവന് പിന്നീടാണ് മനസ്സിലായത്.

"എത്ര മനോഹരം, അല്ലേ? എത്ര കണ്ടാലും മതിവരില്ല."

ഡേവിഡ് തലയുയർത്തി നോക്കി, അപ്പോഴാണ് തന്റെ മുന്നിലെ ചിത്രം അവൻ ശരിക്കും ശ്രദ്ധിച്ചത്. ചിത്രകലയിൽ വിദഗ്ധനൊന്നുമല്ലെങ്കിലും, സ്കൂളിൽ കലാചരിത്രം ഒരു വിഷയമായി അവൻ പഠിച്ചിരുന്നു. മാത്രമല്ല, കായിക വിഷയങ്ങളെക്കുറിച്ച് സംസാരിക്കാനാണ് അവന് താത്പര്യമെങ്കിലും, കലകളെക്കുറിച്ചുള്ള സംഭാഷണങ്ങളിൽ പതറാതെ പിടിച്ചു നിൽക്കാനും അവന് സാധിക്കും.

"ശരിയാണ്. എനിക്ക് കണ്ണെടുക്കാൻ കഴിഞ്ഞില്ല; ഇതുവരെ കാണാത്ത നിറവൈവിധ്യങ്ങളാണ്, പ്രഭാത രശ്മികൾ ഇതിൽ തട്ടി പ്രതിഫലിക്കുമ്പോൾ കാണാൻ കഴിഞ്ഞത്." എന്ന് പറയുന്നതിനിടെ, ഇത്രയും നേരത്തിനിടയിൽ, പകൽ വെളിച്ചം ഈ ചിത്രത്തിൽ ഒരിക്കലെങ്കിലും പതിച്ചോ എന്നവൻ ചിന്തിച്ചു.

ഭാഗ്യവശാൽ, അവന്റെ അഭിപ്രായത്തോട് ആ സ്ത്രീ തർക്കിക്കുകയോ പ്രതികരിക്കുകയോ ചെയ്തില്ല. അവൾ അവനോട് പറഞ്ഞു, "നഗരത്തിലെ ഏറ്റവും മികച്ച കലാകാരിയാണ് അവൾ. ഞങ്ങൾക്കു വേണ്ടി പ്രത്യേകം വരച്ചുതന്നതാണിത്. ഈ നഗരം ആദ്യമായി സ്ഥാപിക്കപ്പെട്ടപ്പോൾ, ഇവിടം ഇങ്ങനെയായിരുന്നു. നിങ്ങൾ ഈ ബാങ്കിന്റെ കസ്റ്റമറാണോ?"

"അതെ," ഡേവിഡ് സ്വയം പരിചയപ്പെടുത്തി. അല്പം മടിച്ചിട്ടാണെങ്കിലും, ഡേവിഡ് കാര്യത്തിലേക്ക് കടന്നു, "കയറിയ സ്ഥിതിക്ക്, എന്റെ ചില സാമ്പത്തിക ആവശ്യങ്ങളെക്കുറിച്ച് സംസാരിക്കാം."

അവൾ പുഞ്ചിരിച്ചു. "ആവശ്യങ്ങളും വിത്തുകളും, അതാണ് ഞങ്ങൾ ഇവിടെ ചെയ്യുന്നത്."

പറഞ്ഞതിന്റെ അർത്ഥം മനസ്സിലാവാതെ, ഡേവിഡ് അവളെ സൂക്ഷിച്ചു നോക്കി.

അവൾ ചിരിച്ചുകൊണ്ട് കൂട്ടിച്ചേർത്തു, "ക്ഷമിക്കണം. എന്റെ മുത്തശ്ശൻ പറയാറുണ്ടായിരുന്നു. ചിലർ ആവശ്യങ്ങളുമായി ഇവിടെ വരുന്നു. വായ്പയോ എന്തെങ്കിലും സഹായമോ ആണ് അവർക്കാവശ്യം. മറ്റു ചിലർ വിത്തുകളുമായി വരും. അവർ നിക്ഷേപങ്ങളോ

നീക്കിയിരിപ്പുകളോ കൊണ്ടുവരുന്നു. അതാണ് വിത്തുകളും ആവശ്യങ്ങളും. നിങ്ങൾ 'ആവശ്യങ്ങൾ' എന്ന് പറഞ്ഞപ്പോൾ, പഴയ ചില ഓർമ്മകൾ കയറിവന്നു, അത്രമാത്രം. നമുക്ക് എന്റെ ഓഫീസിലേക്ക് പോകാം."

ഡേവിഡ് അവളെ അനുഗമിച്ചു. ബാങ്കിൽ വരുന്നതിനെക്കുറിച്ച് ചിന്തിച്ചപ്പോൾ ഭയന്നതു പോലെയേയല്ല കാര്യങ്ങളെന്ന് ഇവരെ കണ്ടപ്പോൾ അവനു തോന്നി, വാസ്തവത്തിൽ, അവന്റെ ഭയമെന്താണെന്നു പോലും അവനറിയില്ലായിരുന്നു.

അവർ ബാങ്കിന്റെ ഇടനാഴി കടന്ന് ഒരു വലിയ ഓഫീസ് മുറിയിലേക്ക് പ്രവേശിച്ചു. അവൾ അവനോട് ഇരിക്കാനായി ആംഗ്യം കാണിച്ചു, എന്നിട്ട് കുടിക്കാൻ എന്താണ് വേണ്ടതെന്ന് അന്വേഷിച്ചു. ഒന്നും വേണ്ടെന്ന് പറഞ്ഞ ശേഷം, അവൻ അവളുടെ മുത്തശ്ശനെക്കുറിച്ചുള്ള സംഭാഷണം തുടർന്നു.

തന്റെ സാമ്പത്തിക ആവശ്യം അവതരിപ്പിക്കുന്നതിനു മുൻപ്, അവളുമായി ഒരു ബന്ധം സ്ഥാപിക്കാമെന്ന ഉദ്ദേശ്യത്തിൽ, അവൻ പറഞ്ഞുതുടങ്ങി. "അദ്ദേഹം ഒരു രസികനാണെന്ന് തോന്നുന്നു, നിങ്ങളുടെ മുത്തശ്ശൻ..."

"ഹാ, അതെ!" അവളുടെ മുഖം പ്രകാശിച്ചു. "അദ്ദേഹം ഒരു വലിയ മനുഷ്യനായിരുന്നു! അനേകം അറിവുകളുള്ളൊരാൾ. വരൂ, അദ്ദേഹം കസ്റ്റമേഴ്സുമായി പങ്കുവെക്കാൻ ഇഷ്ടപ്പെട്ട ചിലത് ഞാൻ നിങ്ങൾക്ക് കാണിച്ചുതരാം."

അവൾ അലമാരകൾ നിറഞ്ഞ ഒരു ഭിത്തിക്കരികിലേക്ക് നടന്നു. ഓരോ ഷെൽഫിലും നിറയെ ചെറിയ ചില വസ്തുക്കളും, ചിത്രങ്ങളും, പുസ്തകങ്ങളും നിറഞ്ഞിരുന്നു. "ഞാൻ പറഞ്ഞു വന്നത്...? ആഹ്, ഇതാ." അവൾ കാൽവിരലുകളിൽ കുത്തി നിന്ന്, ഉയരത്തിൽ കൈയ്യെത്തി, ഒരു പഴയ പെട്ടി വലിച്ചെടുത്തു.

"ഇത് എന്റെ മുത്തശ്ശന്റേതായിരുന്നു. അദ്ദേഹത്തിനു നൽകപ്പെട്ടത്. ഇത് തൈര് കടയാൻ ഉപയോഗിച്ചിരുന്ന പഴയ പാത്രമായിരുന്നു, അദ്ദേഹമത് നാണയങ്ങൾ കൊണ്ട് നിറച്ചു. അതേ കാലഘട്ടത്തിൽ ഉള്ള നാണയങ്ങൾ തന്നെയാവും ഇതിനകത്തും എന്ന് ഞാൻ കരുതുന്നു. ഒരു പുരാവസ്തു വ്യാപാരി പറഞ്ഞത്, ഈ രാജ്യം ഉണ്ടായ കാലത്തെയാണ് ഈ പാത്രം എന്നാണ്. ഇതിലും നന്നായി സംരക്ഷിക്കപ്പെടേണ്ട ഒന്നാണിതെന്ന് എനിക്കറിയാം, പക്ഷേ ഇപ്പോഴും ഇതിവിടെ തന്നെയുണ്ട്."

ഡേവിഡ് ഇരിപ്പിടത്തിലേക്ക് ചെന്നു, ഇതെങ്ങോട്ടാണ് ഈ

സംസാരം പോകുന്നതെന്ന് ആശ്ചര്യപ്പെട്ടു. തന്റെ ക്രെഡിറ്റ് കാർഡിലെ കടബാദ്ധ്യതയെക്കുറിച്ച് സംസാരിക്കാനായി അവൻ തയ്യാറെടുത്തു.

അവൾ കുറേ ചില്ലറകളും പഴയ നാണയങ്ങളും പുറത്തെടുത്ത് അവനു മുന്നിലെ മേശമേൽ നിരത്തി. "ഇത് നിങ്ങൾക്കിഷ്ടപ്പെടും," എന്നിട്ട്, പെട്ടെന്ന് രണ്ട് നാണയങ്ങൾ ഡേവിഡിനു നേർക്ക് വായുവിലേക്കെറിഞ്ഞു. "നിങ്ങൾ പിടിക്കുകയാണെങ്കിൽ, ഈ നാണയങ്ങൾ നിങ്ങളുടേതാണ്!"

ഡേവിഡ് ഉടൻ തന്നെ വിദഗ്ദ്ധമായി വായുവിൽ നിന്ന് നാണയങ്ങൾ കൈക്കലാക്കി.

"അതിന്റെ പ്രത്യേകത എന്താണെന്ന് അറിയാമോ? ആ നാണയം നോക്കൂ. ഒരു നാണയം ഉണ്ടാക്കാനുള്ള ചിലവ്, ആ നാണയത്തിന്റെ വിലയേക്കാൾ വലുതാണ്. വിചിത്രം തന്നെ, അല്ലേ?"

"ആണോ?" ഡേവിഡ് പറഞ്ഞു. "പിന്നെ എന്തിനാണ് അവ ഉണ്ടാക്കുന്നത്?"

അവൾ ചോദ്യം അവഗണിച്ചു, നേരെ പാഠത്തിലേക്ക് പോയി. "നാണയത്തിലെ അക്ഷരങ്ങളാണ് അതിന്റെ മൂല്യം നിശ്ചയിക്കുന്നത്, പക്ഷേ അതല്ല അതിന്റെ യഥാർത്ഥ വില."

അവൾ പ്രതീക്ഷയോടെ ഡേവിഡിനെ നോക്കി. പക്ഷേ, ഡേവിഡ് ഒന്നും മനസ്സിലാകാതെ നോക്കി നിന്നു.

"ശരി. നാണയത്തിന്റെ മൂല്യം അതിന്റെ വിലയേക്കാൾ വലുതാണ്. എന്റെ അറിവ് ശരിയാണെങ്കിൽ, നാണയം നിർമ്മിക്കുന്നതിന് അതിന്റെ വിലയേക്കാൾ ഇരട്ടി ചിലവ് വരും. എന്നാൽ, അതിലെ അക്ഷരങ്ങൾ, അതിനെയാണ് നാം അംഗീകരിക്കുന്നത്, അത്രയേയുള്ളൂ."

അവൾ ആവേശത്തോടെ തുടർന്നു. "ജീവിതത്തിലും അങ്ങനെ തന്നെയാണ്. മറ്റുള്ളവർ നിങ്ങളുടെ മൂല്യം നിർണ്ണയിക്കുന്നു. ഓഫീസ് ജോലിക്ക് യോഗ്യനല്ല! കായികതാരമല്ല! പ്രാസംഗികനല്ല. എഴുത്തുകാരനല്ല. ആളുകളുമായി ഇടപഴകാൻ കൊള്ളില്ല. ഇതല്ല, അതല്ല! പിന്നെ, നിങ്ങൾക്കറിയാമോ? നിങ്ങളുടെ മനസ്സ് ഒരു വെള്ള ബോർഡ് ആണ്. നല്ലതും ചീത്തയും അറിയില്ല, പതിക്കപ്പെട്ടത് ഏത് മുദ്രയാണെങ്കിലും, അത് സ്വീകരിക്കും."

ഡേവിഡ് സശ്രദ്ധം കേട്ടു, മനസ്സിലാക്കാൻ തുടങ്ങി.

"ഒരു ബാങ്കുടമസ്ഥ, നാണയത്തിന്റെ വിലയെയും മൂല്യത്തെ

യുംകുറിച്ച് ഇങ്ങനെ പറയുന്നത് അതിശയം തന്നെ, അല്ലേ? സത്യമാണ്, നിങ്ങൾ ഞങ്ങൾക്ക് നൽകുന്ന നാണയങ്ങളുടെ മുഖ വില മാത്രമേ ഞങ്ങൾ നിങ്ങൾക്ക് നൽകുന്നുള്ളൂ!" അവൾ ചിരിച്ചു. അവൾ പെട്ടെന്ന് നിർത്തി. "ദൈവമേ!" അവൾ പറഞ്ഞു. "ഞാൻ എന്നെ പരിചയപ്പെടുത്തിയില്ലല്ലോ. ക്ഷമിക്കു. നിങ്ങൾ ഞങ്ങളുടെ കസ്റ്റമറാണ്, നിങ്ങളുടെ പേര്..."

"ഡേവിഡ്," അവൻ ചിരിച്ചുകൊണ്ട് പറഞ്ഞു. അവന്റെ മന സ്സിന് പ്രതീക്ഷിച്ചതിലും ആശ്വാസം തോന്നി. അക്കൗണ്ട് നമ്പറും ജോലിയും ജീവിതപശ്ചാത്തലവും പറഞ്ഞ ശേഷം, അവൻ അവളുടെ നേരെ തിരിഞ്ഞു.

"ഞാൻ ആരാണെന്ന് ഇപ്പോൾ നിങ്ങൾക്ക് മനസ്സിലായി ക്കാണുമെന്ന് കരുതുന്നു." അവൾ മറ്റൊരു നാണയം അവന്റെ കൈയിൽ കൊടുത്തു, അവന് അതിന്റെ ഊഷ്മളത അനുഭവപ്പെട്ടു. "മാത്രമല്ല..." അവൾ ഒന്ന് നിർത്തി, അവിടെ നിന്നുമെഴുന്നേറ്റ്, ഷെൽഫിനടുത്തേക്ക് ചെന്ന്, അതിൽ നിന്നും പഴകിയതും പരിചിതവുമായ ഒരു പുസ്തകമെടുത്തു, "എന്നെ കണ്ടുമുട്ടുന്നതും പദ്ധതിയുടെ ഭാഗമാണെന്ന്."

എന്താണ് സംഭവിക്കുന്നതെന്ന് മനസ്സിലാക്കിയ ഡേവിഡിന്റെ കണ്ണുകൾ വിടർന്നു. തെറ്റുകളെക്കുറിച്ച് കേൾക്കാനാഗ്രഹിച്ച അവന്, പക്ഷേ ഇത് വിചിത്രമായിരുന്നു. "ഇതെങ്ങനെ? ഞാൻ വരുമെന്ന് നിങ്ങൾക്കെങ്ങനെ മനസ്സിലായി?"

"എങ്ങനെയാണെന്ന് അറിയാൻ എനിക്കും ആഗ്രഹമുണ്ട്," അവൾ പറഞ്ഞു. "പ്രക്രിയ ആരംഭിച്ചു കഴിഞ്ഞാൽ, പിന്നെ പ്രപഞ്ചം മുഴുവൻ നിങ്ങൾക്കായി പുനഃക്രമീകരിക്കപ്പെടുന്നതു പോലെയാണ്. എനിക്ക് തോന്നുന്നു" – അവൾ തന്റെ നെറ്റിത്തടം പതിയെ തിരുമ്മിക്കൊണ്ട് തുടർന്നു – "അത് പിന്നീട് പഠിക്കാം. ഇപ്പോൾ..." അവൾ കണ്ണിറുക്കിക്കൊണ്ട് പറഞ്ഞു, "നിങ്ങൾ ഈ തെറ്റ് മനസ്സിലാക്കാനുള്ള സമയമാണ്."

ഡേവിഡിന് സമ്മതിക്കുകയല്ലാതെ മറ്റു മാർഗ്ഗമില്ലായിരുന്നു. ശേഷം, അവൻ ഏകാഗ്രത വീണ്ടെടുത്തു.

"നിങ്ങളുടെ മൂല്യം നിർണ്ണയിക്കാൻ മറ്റൊരാളെ അനുവദിക്കു ന്നതാണ് രണ്ടാമത്തെ തെറ്റ്."

ഡേവിഡ് അവളെ നോക്കി, അപ്പോഴും അവന്റെ ഞെട്ടൽ മാറിയിരുന്നില്ല. അവന്റെ മുഖത്തെ അവിശ്വാസത്തെ കണ്ടി ല്ലെന്ന് നടിച്ച് അവൾ തുടർന്നു.

"നാണയങ്ങളിലേക്ക് തിരിച്ച വരാം. അതിലെ അക്ഷരങ്ങളല്ല അതിന്റെ മൂല്യം നിർണ്ണയിക്കുന്നത്, എങ്കിലും അത് കൃത്യമാണെന്ന് നമ്മൾ വിശ്വസിക്കുന്നു. ജീവിതത്തിൽ, നമ്മൾ ചെയ്യുന്ന ഏറ്റവും വലിയ തെറ്റാണ്, മറ്റുള്ളവർ നമ്മുടെ മേൽ പതിക്കുന്ന മുദ്രയെ അംഗീകരിക്കുന്നത്. മറ്റുള്ളവർ പറയുന്നത് വിശ്വസിക്കുന്നതിലൂടെ, നമ്മുടെ കഴിവുകളെയാണ് നമ്മൾ അവഗണിക്കുന്നത്. മാത്രമല്ല, ജീവിതം തന്നെ വഷളാക്കുന്നു, വളരെയധികം. നമ്മൾ സ്വയം വിലയിരുത്തണം. നമ്മൾ വിശ്വസിക്കുന്നു ആ ഓട്ടപ്പന്തയം ജയിക്കാൻ കഴിയില്ല, ശരീരഭാരം കുറയ്ക്കാൻ കഴിയില്ല, സ്വന്തമായി ബിസിനസ്സ് തുടങ്ങാൻ കഴിയില്ല, ജോലിക്കയറ്റം നേടിയെടുക്കാൻ കഴിയില്ല, മാറ്റം കൊണ്ടുവരാൻ കഴിയില്ല, ലക്ഷ്യങ്ങൾ നിറവേറ്റാൻ കഴിയില്ല, ധനികനാവാൻ കഴിയില്ല, കഴിയില്ല, കഴിയില്ല, കഴിയില്ല! ജീവിതത്തെക്കുറിച്ചുള്ള മുൻധാരണയിലാണ് നമ്മൾ വിശ്വസിക്കുന്നത്."

അവൾ ഗൗരവത്തോടെ ഡേവിഡിനെ നോക്കി. "നിങ്ങളുടെ ചെറുപ്പത്തിൽ തന്നെ ഇത് പഠിക്കാൻ കഴിഞ്ഞതിൽ സന്തോഷം. വളരെ പ്രായമായ ശേഷമാണ്, എനിക്കിത് പഠിക്കാൻ സാധിച്ചത്. തെറ്റുകളെക്കുറിച്ച് പഠിച്ചാൽ, നമുക്ക് എല്ലാം മാറ്റിമറിക്കാൻ കഴിയും. മറ്റുള്ളവരുടെ മൂല്യങ്ങൾക്കും പ്രതീക്ഷകൾക്കും അനുസരിച്ചാണ് എന്റെ ജീവിതത്തിന്റെ ഭൂരിഭാഗവും ജീവിച്ചുതീർത്തത്, അതിൽ എനിക്ക് കുറ്റബോധമുണ്ട്. എന്റെ ചെറുപ്പത്തിൽ, ഗണിതത്തിൽ പെൺകുട്ടികൾ പിന്നോട്ടാണെന്നാണ് പലരും വിശ്വസിച്ചിരുന്നത്. കണക്കായിരുന്നു എനിക്കേറ്റവും ഇഷ്ടവും താത്പര്യവും ഉള്ള വിഷയമെങ്കിലും, ഞാൻ അവരെ വിശ്വസിച്ചു. മുതിർന്ന ക്ലാസ്സുകളിൽ പഠിക്കുമ്പോൾ, കണക്ക് തുടർന്നു പഠിക്കാൻ ഞാൻ തയ്യാറായില്ല, കാരണം എനിക്ക് ജയിക്കാൻ കഴിയില്ലെന്ന് അവർ പറഞ്ഞു. ജയിക്കാനാവില്ലെന്ന തോന്നലാൽ, കോളേജ് കാലത്ത് എനിക്കിഷ്ടപ്പെട്ട വിഷയം ഞാൻ തിരഞ്ഞെടുത്തില്ല. അവരുടെ വിശ്വാസങ്ങൾ തെറ്റാണെന്ന് മനസ്സിലാകുമ്പോഴേക്കും ഒരുപാട് വൈകി, അപ്പോഴേക്കും ഞാനാഗ്രഹിച്ച സാമ്പത്തികശാസ്ത്ര മേഖല പഠിക്കാനുള്ള സമയം കടന്നുപോയിരുന്നു. പക്ഷേ ഞാൻ പൊരുത്തപ്പെട്ടു, ഞാൻ ഇപ്പോൾ ചെയ്യുന്ന കാര്യങ്ങളിൽ വളരെ സന്തോഷവതിയാണ്. എന്റെ ചെറുപ്പത്തിൽ, എനിക്ക് ഞാനായി ജീവിക്കാൻ കുറച്ച് ധൈര്യമുണ്ടായിരുന്നെങ്കിലെന്ന് ഞാൻ ആഗ്രഹിച്ചിരുന്നു. എന്നാൽ

ഉണ്ടായില്ല. പക്ഷേ നിങ്ങൾ മനസ്സിലാക്കണം, കാരണം നിങ്ങളുടെ പക്കൽ സമയമുണ്ട്. പശ്ചാത്താപമാണ്, നമ്മുടെ മനസ്സിനെ ലക്ഷ്യങ്ങളിൽ നിന്നും വ്യതിചലിപ്പിക്കുന്ന ഏതൊരു പ്രവർത്തിയുടെയും ഫലം."

അവൾ വാക്കുകൾക്ക് താത്കാലികമായി വിരാമമിട്ടു. നാടകകൃത്തിനെപ്പോലെ, അവളും തിരക്കു കൂട്ടിയില്ല. പകരം, അവൾ പറയുന്ന കാര്യങ്ങൾ ഡേവിഡ് മനസ്സിലാക്കുന്നുണ്ടോ എന്നവൾ സൂക്ഷ്മമായി നിരീക്ഷിച്ചു. അതെല്ലാം ഉൾക്കൊണ്ടു കൊണ്ട് ഡേവിഡ് അവിടെ ഇരുന്നു.

കുറച്ച് നിമിഷങ്ങൾക്കു ശേഷം അവൾ തുടർന്നു. "മറ്റുള്ളവർ നമ്മെ വളരെ പെട്ടെന്ന് വിലയിരുത്തുന്നു. അവർക്ക് ചില പ്രതീക്ഷകളുണ്ട്. അവർക്ക് നമ്മുടെ മാറ്റങ്ങൾ ഉൾക്കൊള്ളാനാവില്ല, നമ്മുടെ കഴിവുകൾ കാണാനാവില്ല. നമ്മുടെ അച്ഛനമ്മമാർ, കൂടെപ്പിറപ്പുകൾ, സുഹൃത്തുക്കൾ എല്ലാവരും നമ്മെ എന്നും ഒരേപോലെയാണ് കാണുന്നത്, ഒരേ രീതിയിൽ; നമ്മളാരാണെന്നോ, നമ്മളെന്തായിത്തീർന്നെന്നോ അവർ മനസ്സിലാക്കുന്നില്ല. അദ്ഭുതങ്ങൾ പ്രവർത്തിച്ച യേശുവിനെപ്പോലും ആളുകൾ പറഞ്ഞത് ഇങ്ങനെയാണ്, "ഹാ, ഇത് ജോസഫിന്റെയും മേരിയുടെയും മകനല്ലേ? ഇതെന്താ ഈ ചെയ്യുന്നത്?"

അവൾ വീണ്ടും ഉറക്കെ ചിരിക്കാൻ തുടങ്ങി, ആ കഥ പറച്ചിൽ അവളെ സ്വയം സന്തോഷിപ്പിച്ചു.

"ഒരുപക്ഷേ, അവർ പറഞ്ഞത് ഇങ്ങനെയല്ലായിരിക്കാം, പക്ഷേ നിങ്ങൾക്ക് കാര്യം മനസ്സിലായല്ലോ, അല്ലേ? നല്ലൊരു ജീവിതം നയിക്കുക എന്നത് സ്വന്തം ആത്മാവിനോട് നീതി പുലർത്തുന്നതിന് തുല്യമാണ്. നിങ്ങൾ ആരാണെന്ന് മറ്റുള്ളവർ പറയുന്നതല്ല. നിങ്ങളുടെ അഭിപ്രായമാണ്."

ഡേവിഡ് ജോലിസ്ഥലത്തെ മുന്നറിയിപ്പിനെക്കുറിച്ച് ചിന്തിച്ചു, ആ പ്രതികൂലാവസ്ഥ തന്റെ ചിന്തകളിൽ എത്രത്തോളം പറ്റിനിൽക്കുന്നു.

"ഇത് നിങ്ങൾക്ക് സംഭവിക്കാൻ അനുവദിക്കില്ലെന്ന് എനിക്ക് വാക്ക് തരൂ," അവളുടെ ഇച്ഛാശക്തിയുടെ കരുത്ത്, ഡേവിഡിന്റെ ആഴത്തിലുള്ള ചിന്തകളെ വരെ മാറ്റാൻ പോന്നതായിരുന്നെന്ന് ആ ആവശ്യപ്പെടൽ തോന്നിപ്പിച്ചു.

"സ്വന്തം മനസ്സിനോട് സത്യസന്ധത പുലർത്തുക. നിങ്ങൾക്കും ലക്ഷ്യങ്ങൾക്കുമിടയിൽ ഒന്നും കടന്നുവരരുത്. മറ്റുള്ളവർ നിങ്ങൾ

ക്കുമേൽ ഏർപ്പെടുത്തുന്ന പരിമിതികൾ അംഗീകരിക്കരുത്. സ്വന്തം മൂല്യം മനസ്സിലാക്കുക."

ഒരാൾ ഓഫീസിനു മുന്നിൽ വന്ന്, രണ്ടു തവണ വാതിലിൽ മുട്ടി. "നിങ്ങളുടെ കൈയിൽ റിപ്പോർട്ട് ഉണ്ടോ? അവർ ആവശ്യപ്പെടുന്നുണ്ട്," അയാൾ ചോദിച്ചു.

"ക്ഷമിക്കണം, ഞാൻ ഉടനെ വരാം." ഡേവിഡിന് ചിന്തിക്കാൻ സമയം നൽകിക്കൊണ്ട്, മേശയിൽ നിന്നും ചില പേപ്പറുകൾ എടുത്ത് അവൾ നടന്നു.

അവൾ നൽകിയ നാണയങ്ങൾ ഡേവിഡ് കൈയിൽ വെച്ച്, ഇതുവരെ ചെയ്യാത്ത വിധം സൂക്ഷ്മമായി പരിശോധിച്ചു. ഈ നാണയങ്ങളുടെ മൂല്യവും വിലയും തമ്മിലുള്ള വ്യത്യാസത്തെയും, താൻ പഠിച്ച ശക്തമായ പാഠത്തെയും കുറിച്ച് അവൻ ചിന്തിച്ചു. ഒരിക്കലും മറക്കരുതെന്ന് ആഗ്രഹിക്കുന്ന പാഠം. ആവശ്യങ്ങളെയും വിത്തുകളെയും കുറിച്ചും അവൻ ചിന്തിച്ചു. ആവശ്യങ്ങളുമായല്ല, വിത്തുകളുമായി ബാങ്കിൽ വരാൻ കഴിയണം എന്നവൻ തിരിച്ചറിഞ്ഞു. ഒരു തമാശയെന്നോണം അവൻ സ്വയം ചിരിച്ചു.

കുറച്ച് മിനിറ്റുകൾക്ക് ശേഷം അവൾ തിരിച്ചെത്തി, അവനെ തനിച്ചാക്കി പോകേണ്ടിവന്നതിൽ ക്ഷമ ചോദിച്ചു.

"ഇനി പറയൂ," അവൾ പറഞ്ഞു. "നിങ്ങൾക്ക് ബാങ്കിൽ നിന്നും സഹായം വേണമെന്ന് പറഞ്ഞിരുന്നു..."

"അതെ," ഡേവിഡ് പറഞ്ഞു. "ഈ ബാങ്കിലെ ഒരു നിക്ഷേപകൻ ആകണമെന്നതാണ് എന്റെ ദീർഘകാല ലക്ഷ്യം, എന്നാൽ ഇപ്പോൾ, എന്റെ ക്രെഡിറ്റ് കാർഡുകളുമായി ബന്ധപ്പെട്ട് ചിലത് അറിയാൻ ആഗ്രഹിക്കുന്നു..."

അവന്റെ കടബാദ്ധ്യത കുറയ്ക്കാനും സാമ്പത്തിക സ്ഥിതി മെച്ചപ്പെടുത്താനുമുള്ള വഴികളെക്കുറിച്ച് അവർ ചർച്ച ചെയ്യാനാരംഭിച്ചു. അവൾ സൗമ്യപൂർവ്വം ഉപദേശങ്ങളും, പല മാർഗ്ഗങ്ങളും നിർദ്ദേശിച്ച് സഹായിച്ചു. അടുത്തുള്ള വായനശാലയിൽ ലഭ്യമായ, സാമ്പത്തിക ഭദ്രതയെക്കുറിച്ചുള്ള രണ്ട് പുസ്തകങ്ങളുടെ പേരുകൾ അവൾ കുറിച്ചു നൽകി. അവന്റെ ക്രെഡിറ്റ് കാർഡുകളുടെയും ബില്ലുകളുടെയും വിശദവിവരങ്ങളടങ്ങുന്ന പേപ്പറുകൾ അവൾ നൽകി.

അവൻ ബാങ്കിൽ നിന്നുമിറങ്ങുമ്പോൾ, വാതിൽക്കൽ വരെ അവളും കൂടെ ചെന്നു. അവൾ ഒരു പുഞ്ചിരിയോടെ പറഞ്ഞു, "എനിക്ക് നിങ്ങളിൽ പ്രതീക്ഷയുണ്ട് ഡേവിഡ്. തത്കാലത്തേക്ക്

സാഹചര്യങ്ങൾ അല്പം പ്രതികൂലമായിരിക്കാം, പക്ഷേ ക്ഷമയോടെയിരിക്കൂ. സ്വയം സത്യസന്ധത പുലർത്താനുള്ള തീരുമാനം, അസാമാന്യ ശക്തിയാണ് പ്രദാനം ചെയ്യുക."

അന്നു വൈകുന്നേരം, വീട്ടിലെ സോഫയിൽ സുഖമായി ചാഞ്ഞിരിക്കുന്നതിനിടെ, അവൾ നൽകിയ പേപ്പറെടുത്ത് അവൻ വായിച്ചു. അവസാനത്തെ പേജായിരുന്നു അവൻ ആദ്യം നോക്കാൻ ആഗ്രഹിച്ചത്. അവനത് പലതവണ വായിച്ചു.

തെറ്റ് # 2 :

നിങ്ങളുടെ മൂല്യം നിർണ്ണയിക്കാൻ മറ്റൊരാളെ അനുവദിക്കുന്നത്

നല്ലൊരു ജീവിതം നയിക്കുക എന്നത്, സ്വന്തം ആത്മാവിനോട് നീതി പുലർത്തുന്നതിന് തുല്യമാണ്.

നിങ്ങൾക്കും ലക്ഷ്യങ്ങൾക്കുമിടയിൽ ഒന്നും കടന്നുവരരുത്.

മറ്റുള്ളവർ നിങ്ങൾക്കുമേൽ ഏർപ്പെടുത്തുന്ന പരിമിതികൾ അംഗീകരിക്കരുത്.

പശ്ചാത്താപമാണ് നമ്മുടെ മനസ്സിനെ ലക്ഷ്യങ്ങളിൽ നിന്നും വ്യതിചലിപ്പിക്കുന്ന ഏതൊരു പ്രവർത്തിയുടെയും ഫലം.

സ്വന്തം മൂല്യം മനസ്സിലാക്കുക.

സ്വയം സത്യസന്ധത പുലർത്താനുള്ള തീരുമാനം, അസാമാന്യ ശക്തിയാണ് പ്രദാനം ചെയ്യുക.

⌘⌘⌘

തലേദിവസം രാത്രി ആരിയ യാത്ര ആരംഭിച്ചതു മുതൽ ഒരുപാട് സംഭവിച്ചു. തന്നെ അലട്ടിക്കൊണ്ടിരുന്ന ചിന്തകളെ അടക്കിനിർത്താൻ ശ്രമിക്കുകയായിരുന്നു അവൾ : അമ്മാവന്റെ അസുഖം, അലക്സാണ്ടർ ആ നേരത്ത് തന്റെ വീട്ടിലേക്ക് വന്നത്, മാത്രമല്ല, ഇപ്പോൾ അവൾ തോളിലേറ്റിയ കടമയുടെ ഭാരം വളരെ വലുതായിരുന്നു. വാതിലിൽ മുട്ടുന്നതിനിടെ, അവൾ അമ്മാവനു വേണ്ടി ഒരിക്കൽ കൂടി പ്രാർത്ഥിച്ചു.

അമ്മാവന്റെ പ്രിയ സുഹൃത്ത് അവളെ അഭിവാദ്യം ചെയ്തു. ഒരുപക്ഷേ, അമ്മാവൻ പൂർണ്ണഭേദമായിക്കാണുമെന്ന അവളുടെ ഹ്രസ്വകാല പ്രതീക്ഷ അവസാനിക്കുകയും ചെയ്തു.

"നീ ഉറങ്ങിയില്ലേ? ഈ സമയത്ത് നിന്നെ ഞാൻ പ്രതീക്ഷിച്ചില്ല." റോബർട്ട് അന്വേഷിച്ചു. നേരിട്ട് ചോദിച്ചില്ലെങ്കിലും, അവൾ എവിടെയായിരുന്നു എന്നറിയാനുള്ള അദ്ദേഹത്തിന്റെ ആകാംക്ഷ ആ കണ്ണുകളിൽ ഒളിഞ്ഞു കിടക്കുന്നത് ആരിയ കണ്ടു.

"മനസ്സൊന്ന് ശാന്തമാക്കാനായി ഞാൻ ഒന്ന് നടക്കാനിറങ്ങിയതായിരുന്നു." ആരിയയ്ക്ക് നുണ പറയാൻ മടിയായിരുന്നു, പക്ഷേ അമ്മാവന്റെ നിർദ്ദേശങ്ങൾക്കെതിരായി അതിൽ കൂടുതൽ വിശദീകരിക്കാൻ അവൾ തയ്യാറായില്ല. *ഞാൻ നടക്കുക തന്നെയായിരുന്നല്ലോ,* അവൾ സ്വയം പറഞ്ഞു.

റോബർട്ട് അവളുടെ കൈയിലെ പെട്ടിയിലേക്ക് നോക്കി, പക്ഷേ മറ്റൊന്നും ചോദിച്ചില്ല. അദ്ദേഹം അവൾ പറഞ്ഞത് വിശ്വസിച്ചു, അല്ലെങ്കിൽ കൂടുതൽ അറിയാൻ ആഗ്രഹിച്ചില്ല. "ശരി, അദ്ദേഹം നിന്നെ എന്നും അന്വേഷിക്കാറുണ്ട്. നിന്നെ

ഒരിക്കൽ കൂടി കാണാതെ മരിക്കുകയില്ലെന്നു വരെ പറഞ്ഞു," വിഷമത്തോടെ അദ്ദേഹം വാക്കുകൾ അവസാനിപ്പിച്ചു. അവൾ പാതി മനസ്സുമായാണ് ഇങ്ങോട്ടു വന്നത്, മറുപാതി കത്തിയെരിയുന്ന വീട്ടിലായിരുന്നു. ആ വാർത്ത ഇവിടെ എത്തുമായിരിക്കാം, പക്ഷേ തൽക്കാലം അവളത് അറിയിച്ചില്ല. റോബർട്ടിനോട് നന്ദി പറഞ്ഞ ശേഷം, അവൾ അമ്മാവന്റെ മുറിയിലേക്ക് പോയി.

മുറിയിലേക്ക് കടക്കും മുൻപ് തന്നെ, അമ്മാവന്റെ ദുർബ്ബലമായ ശ്വാസോച്ഛ്വാസം കേൾക്കാമായിരുന്നു. കഴിഞ്ഞ രാത്രി അദ്ദേഹം മറികടന്നതിൽ അവൾ ആശ്വസിച്ചു.

ആരിയ വാതിൽ തള്ളിത്തുറന്നു, വിജാഗിരിയുടെ മുറുമുറുപ്പ് അവളുടെ പ്രവേശനമറിയിച്ചു.

അമ്മാവന്റെ കണ്ണുകളിലെ ചോദ്യശരങ്ങൾ, അവളുടെ കണ്ണുകളിൽ ഉത്തരങ്ങൾ തേടി. പക്ഷേ, അവളുടെ കണ്ണുകളിൽ അമ്മാവനെ നഷ്ടപ്പെടുമോ എന്ന ആധിയായിരുന്നു.

"അത് നിന്റെ പക്കലുണ്ടോ?" അദ്ദേഹത്തിന്റെ ശബ്ദഗാംഭീര്യം ദുർബ്ബലമായെങ്കിലും, ആ ചോദ്യം ഉറച്ച സ്വരത്തിലായിരുന്നു.

അവൾ തലയാട്ടി. "ഇപ്പോൾ എങ്ങനെയുണ്ട്...?"

അദ്ദേഹം കൈ വീശി അവളുടെ ചോദ്യത്തെ പാതിയിൽ നിർത്തി. എന്റെ ഈ അവസ്ഥയിൽ , സംസാരിച്ചു കളയാൻ സമയമോ വാക്കുകളോ ഇല്ല. നിന്റെ കൈയിൽ അത് സുരക്ഷിതമാണെന്നതിൽ എനിക്ക് സന്തോഷമുണ്ട്." അദ്ദേഹം പെട്ടിയിൽ നോക്കി പറഞ്ഞു.

അവൾ അദ്ദേഹത്തെ വീണ്ടും നോക്കി, ഉത്തരവാദിത്തത്തിന്റെ ഭാരമല്ല, വേണ്ട അറിവുകളെല്ലാം പകർന്നു നൽകിയ അദ്ദേഹത്തോടുള്ള അതിരില്ലാത്ത സ്നേഹം മാത്രമയിരുന്നു അവളുടെ കണ്ണുകളിൽ. അവൾ അദ്ദേഹത്തോട് പുഞ്ചിരിച്ചു, ആത്മധൈര്യം സംഭരിച്ചു.

"കൈയെഴുത്തുപ്രതി സംരക്ഷിക്കപ്പെടണം. അത് മഹത്തായ ശക്തിയെ പ്രതിനിധീകരിക്കുന്നു, ഇനിയുമെനിക്ക്..."

പൂർത്തീകരിക്കാൻ ചുമ അനുവദിച്ചില്ല, അദ്ദേഹം ഉറക്കെ ചുമച്ചു, അത് കുറച്ചു നേരം നീണ്ടു നിന്നു. അവൾ അല്പനേരം മുൻപ് അദ്ദേഹത്തിൽ കണ്ട ശക്തി ക്ഷയിച്ചു തുടങ്ങിയിരിക്കുന്നു, ശ്വാസമെടുക്കാൻ പണിപ്പെട്ടു അമ്മാവൻ കണ്ണുകളടച്ചു.

അവൾ കട്ടിലിനരികിലേക്ക് നടന്നു, അദ്ദേഹത്തിന്റെ കൈ

പിടിച്ചു. എന്നിട്ട് പ്രായം സമ്മാനിച്ച അദ്ദേഹത്തിന്റെ മുഖത്തെ ചുളിവുകളിലൂടെ തലോടി. ആശങ്ക കാരണം കഴിഞ്ഞ രാത്രി അദ്ദേഹം ഉറങ്ങിയിട്ടുണ്ടാവില്ല. കനത്ത കൺപോളകൾ തിരശ്ശീലയിട്ട അടുത്ത നിമിഷം അദ്ദേഹം ഉറങ്ങി. ഇനിയെത്ര നേരം അദ്ദേഹത്തിന് ജീവൻ പിടിച്ചുനിർത്താൻ കഴിയുമെന്ന് ആരിയയ്ക്കറിയില്ലായിരുന്നു. അവൾക്കൊരുപാട് ചോദ്യങ്ങൾ അദ്ദേഹത്തോട് ചോദിക്കാനുണ്ടായിരുന്നു : ഇനി എന്ത് ചെയ്യണം, എങ്ങോട്ട് പോകണം, ബാക്കി ഒൻപത് പ്രതികളുടെ സൂക്ഷിപ്പുകാർക്ക് മുന്നറിയിപ്പ് നൽകണോ, എങ്ങനെ നൽകും.

അവൾ കട്ടിലിനരികിലെ കസേരയിലേക്ക് ചാഞ്ഞു, ഒരു ചെറിയ പുതപ്പ് നെഞ്ചിലേക്ക് വലിച്ചിട്ടു. അവൾ ജാഗരൂകയായിരുന്നു. അമ്മാവന്റെ സാന്നിധ്യവും അദ്ദേഹത്തിന്റെ താളാത്മകമായ കൂർക്കംവലിയും അവളുടെ മനസ്സിന് എങ്ങനെയോ അയവ് നൽകി. ക്ഷീണിതയായ, ആരിയ മയക്കത്തിലേക്ക് വീണു.

അലക്സാണ്ടറുമായുള്ള അവളുടെ ആദ്യ കൂടിക്കാഴ്ച അവളുടെ സ്വപ്നങ്ങളിൽ തെളിഞ്ഞു. അപ്രതീക്ഷിതമായൊരു ഊർജ്ജവും ഉണർവ്വുമാണ് അലക്സാണ്ടറുടെ കടന്നുവരവ് അവളുടെ ജീവിതത്തിലേക്ക് കൊണ്ടുവന്നത്. പൌരുഷവും ഉയരവുമുള്ള ശരീരപ്രകൃതി, ചെരിവോടെയാണെങ്കിലും തിളക്കമാർന്ന പുഞ്ചിരി. ഈയിടെയാണ് അയാൾ നഗരത്തിലേക്ക് താമസം മാറി വന്നത്. മുൻസൈനികനായ അയാൾ, വ്യത്യസ്തനും പതിവിലധികം വിനയമുള്ളവനുമായിരുന്നു. പട്ടാളജീവിതത്തിൽ അനുഭവിച്ച കഷ്ടങ്ങളെയും മുറിവുകളെയും കുറിച്ച് അധികമൊന്നും സംസാരിക്കില്ലായിരുന്നു. ഇപ്പോൾ പുതിയൊരു തൊഴിൽ പഠിക്കുന്നതിനായി, ഒരിടത്ത് അപ്രന്റീസ് ആയി ജോലി ചെയ്യുകയാണ്. അയാളുടെ ഇടതു കൈയിലെയും തോളിലെയും പരിക്കുകൾ അയാളെ വിഷമിപ്പിച്ചുവെങ്കിലും, അതുകൊണ്ട് അയാളുടെ കഴിവുകളെ വിലയിരുത്താൻ കഴിയില്ല. ആദ്യ നോട്ടത്തിൽ തന്നെ അയാളവളെ ആകർഷിച്ചു. അവൾ ആഗ്രഹിച്ച വിധിയായിരുന്നു അതെന്ന് അവളുടെ മനസ്സ് പറഞ്ഞു.

അവളുടെ ആഗ്രഹം അമ്മാവൻ സമ്മതിച്ചു. കഴിഞ്ഞ കുറച്ച് ആഴ്ചകളിലെ ഓർമ്മകൾ അയവിറക്കുമ്പോൾ, അവർക്കിടയിലുണ്ടായ ചിരിയും കളിയുമാണ് അതിൽ കൂടുതലുമുണ്ടായിരുന്നത്. അയാൾ നന്നായി കഥ പറയുമായിരുന്നു. വിദൂര ദേശങ്ങളിലെ കഥകൾ അവളെ രസിപ്പിച്ചു. പക്ഷേ ഇപ്പോൾ, അവളുടെ മനസ്സ്

മുഴുവൻ സംശയങ്ങളാണ്. കഴിഞ്ഞ ആഴ്ചകളിൽ നടന്നതെല്ലാം, അവളോട് അടുപ്പം കാണിച്ച് അമ്മാവന്റെ പുസ്തകം തട്ടിയെടുക്കാനുള്ള നാടകമായിരുന്നോ? മറ്റെന്താണ് അയാൾക്ക് അർദ്ധരാത്രിയിൽ അവിടെ ചെയ്യാനുണ്ടാവുക? അവൾ തിരിഞ്ഞും മറിഞ്ഞും കിടന്നു, അവളുടെ അബോധ മനസ്സ് വിദൂരങ്ങളിലെ ഉത്തരങ്ങൾക്കായി തിരഞ്ഞു.

അവളുടെ സ്വപ്നത്തിൽ അലക്സാണ്ടർ മാഞ്ഞുപോയി, അവന്റെ കൂടെ നിന്നിരുന്ന മറ്റെയാൾ കടന്നുവന്നു. അയാളുടെ ചർമ്മത്തിലെ പാടുകളും തലമുടിയിലെ എണ്ണയും കണ്ടു. അയാൾ തൊട്ടുമുമ്പിലെന്നപോലെ, അയാളുടെ ശ്വാസത്തിലെ ദുർഗന്ധം അവൾക്കനുഭവപ്പെട്ടു. മുകളിൽ നിന്നും അയാളെ നോക്കുന്നതുപോലെയാണ് തോന്നിയത്. അവൾ വിറച്ചു. അയാളുടെ പുഞ്ചിരി, അയാളുടെ ഉള്ളിലെ തിന്മയെ മറച്ചുവെച്ചില്ല.

ആരായിരുന്നു ആ മനുഷ്യൻ?

അവൾ മയക്കത്തിൽ നിന്നുണർന്നു, എവിടെയാണ് താനെന്ന് അവൾ തിരിച്ചറിഞ്ഞില്ല. പതിയെ അവളുടെ കണ്ണുകൾ തെളിഞ്ഞു, ബോധം വീണ്ടെടുത്തു.

അവൾ അമ്മാവന്റെ കിടക്കയിലേക്ക് നോക്കി, ചാടി എഴുന്നേറ്റു. കിടക്ക ശൂന്യമായിരുന്നു! കൂടാതെ കൈയെഴുത്തുപ്രതി വെച്ചിരുന്ന പെട്ടി അപ്രത്യക്ഷമായിരിക്കുന്നു!

എന്താണ് സംഭവിച്ചതെന്നറിയാതെ അവൾ തളർന്നു; പ്രതീക്ഷിച്ചിരുന്നെങ്കിലും, പെട്ടെന്നുണ്ടായപ്പോൾ അവളുടെ സമനില തകർന്നു. അമ്മാവന്റെ കിടക്കയിലെ തലയിണയിൽ കൈ വെച്ചു, അതിൽ അദ്ദേഹത്തിന്റെ ചൂട് അപ്പോഴുമുണ്ടായിരുന്നു.

വാതിൽ തുറന്ന് അവൾ ചുറ്റും നോക്കി.

അവൾ ഞെട്ടി, പക്ഷേ ശബ്ദം പൊങ്ങിയില്ല.

അവളെ കണ്ട റെയ്മണ്ട് അമ്മാവന്റെ കണ്ണുകൾ തിളങ്ങി. അദ്ദേഹത്തിന്റെ വിരലുകൾ അവളുടെ മുഖത്ത് വീണുകിടന്ന് ചെമ്പൻ മുടിയിഴകളെ ഒതുക്കിവെച്ചു. അവൾ അദ്ദേഹത്തിന്റെ കൈ പിടിച്ചു. അമ്മാവന്റെ ആത്മാവാണോ അതോ അദ്ഭുതം സംഭവിച്ചതാണോ തന്റെ മുന്നിൽ കാണുന്നത്.

“എനിക്ക് നിങ്ങളെ നഷ്ടപ്പെട്ടെന്നാണ് ഞാൻ കരുതിയത്,” ഒരു പുഞ്ചിരിയോടെ അവൾ സന്തോഷം വെളിപ്പെടുത്താൻ വാക്കുകൾക്കായി പരതി.

അവൾക്കിനി ഒരിക്കലും കാണാൻ കഴിയില്ലെന്നു കരുതിയ,

അമ്മാവന്റെ പഴയ പുഞ്ചിരി അദ്ദേഹത്തിന്റെ ചുണ്ടിൽ വിടർന്നു. ഒരു നിമിഷത്തേക്ക്, അവളിപ്പോഴും തന്റെ കിടക്കയിൽ കിടന്ന്, അമ്മാവന്റെ രൂപം സ്വപ്നം കാണുകയാണോ എന്ന് ആശ്ചര്യപ്പെട്ടു.

അദ്ദേഹത്തിന്റെ വാക്കുകൾ അവളെ ആശ്വസിപ്പിച്ചു. "ആരിയ, അസുഖം എന്നെ കൊണ്ടുപോകാൻ ശ്രമിച്ചു. പക്ഷേ, നിനക്ക് നിന്റെ പഴയ അമ്മാവനെ അറിയാമല്ലോ. എന്റെ സമ്മതമില്ലാതെയും, എന്റെ ഉദ്ദേശ്യങ്ങൾ പൂർത്തിയാകാതെയും, ഒന്നിനും എന്നെ വീഴ്ത്താൻ കഴിയില്ല." അല്പം ദൌർബ്ബല്യമുണ്ടെങ്കിലും, കഴിഞ്ഞ കുറെ ദിവസങ്ങളെ അപേക്ഷിച്ച്, അദ്ദേഹത്തിന്റെ വാക്കുകളിലും തുടർന്നുള്ള ചിരിയിലും ഊർജ്ജസ്വലത നിറഞ്ഞു നിന്നു. "എനിക്കുള്ള സമയം പരിമിതമാണെന്നറിയാം, പക്ഷേ അവസാനിച്ചിട്ടില്ല. ഇനിയുമൊരുപാട് ചെയ്തുതീർക്കാനുണ്ട്! ഇനിയങ്ങോട്ടുള്ള ദൗത്യം നിറവേറ്റാനായി, എന്റെ സുന്ദരിയും ധീരയുമായ മരുമകളേക്കാൾ മികച്ച മറ്റാരുമില്ല."

അഭിമാനവും നാണവും ആരിയയുടെ മുഖം ചുവപ്പിച്ചു. കണ്ണിലേക്ക് വീണ തലമുടി വകഞ്ഞുമാറ്റി, അമ്മാവനോട് പറഞ്ഞു, "അമ്മാവാ, ധൈര്യം കൈവിടാതിരിക്കാൻ ഞാൻ എന്നും ശ്രമിക്കും. അതിൽ സംശയമില്ല. എത്രയും പെട്ടെന്ന് ഇത് അവസാനിപ്പിക്കണം. അമ്മാവന്റെ വിശ്വാസം തകർക്കാൻ ഞാൻ ആഗ്രഹിക്കുന്നില്ല."

അവളുടെ മനസ്സ് മനസ്സിലാക്കിയ അദ്ദേഹം തല കുലുക്കി. "തൽക്കാലം രഹസ്യങ്ങൾ സൂക്ഷിക്കേണ്ടത് നമ്മുടെ കടമയാണ്. ഈ പുസ്തകത്തിന് അധികാരത്തിന്റെ സന്തുലിതാവസ്ഥ മാറ്റാൻ കഴിയും."

"അമ്മാവാ, വീട്ടിലേക്ക് ഒരുപാടുപേർ വന്നിരുന്നു. അവരുടെ വരവിനെക്കുറിച്ച് അമ്മാവൻ മുൻകൂട്ടി കണ്ടതെങ്ങനെയെന്ന് എനിക്കറിയില്ല, പക്ഷേ എനിക്ക് കൃത്യസമയത്ത് മുൻകരുതൽ എടുക്കാൻ കഴിഞ്ഞു." അവൾക്കു പറ്റിയ ചതിയെക്കുറിച്ചുള്ള ഭയം വെളിപ്പെടുത്താതിരിക്കാൻ ആരിയ ശ്രമിച്ചു. "അലക്സാണ്ടറും അവരുടെ കൂട്ടത്തിൽ ഉള്ളയാളാണെന്ന് ഞാൻ സംശയിക്കുന്നു. എനിക്കറിയില്ല, പക്ഷേ രാവിലെ വന്നവരുടെ കൂടെ അയാളുമുണ്ടായിരുന്നു."

അതു കേട്ട് റെയ്മണ്ടിന്റെ കണ്ണുകൾ വിടർന്നു. "മോളേ ആരിയ, ഓരോ ചുവടായി മുന്നോട്ട് പോകാം." പുതിയ വാർത്ത

റെയ്മണ്ടിനെ അലോസരപ്പെടുത്തിയെങ്കിലും കൂടുതൽ ചോദിക്കാൻ നിന്നില്ല. നമുക്ക് ഒരുപാട് ചെയ്തുതീർക്കാനുണ്ട്, ഒരുപാട്."

അത് പറയുന്നതിനിടെ, അമ്മാവൻ ആരിയയുടെ ഇടതു തോളിനു പിന്നിലെ ജനാലച്ചില്ലിലൂടെ വീടിന്റെ പടിയിലേക്ക് നോക്കി. "ഗ്രന്ഥം സൂക്ഷിക്കുന്ന ഒമ്പത് പേർക്കും ഞാൻ സന്ദേശം അയച്ചിട്ടുണ്ട്, എന്നാലും എനിക്ക് ചിലത് ചെയ്യാനുണ്ട്. നമുക്ക് കാവൽക്കാരന്റെ മൂന്ന് നിയമങ്ങൾ വീണ്ടെടുക്കേണ്ടതുണ്ട്."

"കാവൽക്കാരന്റെ മൂന്ന് നിയമങ്ങൾ? അതെന്താ?"

"ആരിയ, കാവൽക്കാരന് നേതാവിന്റെ സ്ഥാനമാണ്, അവനാണ് ഒൻപത് ഗ്രന്ഥത്തിന്റെയും സംരക്ഷകൻ. പ്രപഞ്ച സത്യങ്ങളായ നിയമങ്ങളുണ്ട്, എന്നാൽ ഒരു നേതാവെന്ന നിലയിൽ കൂടുതൽ അധികാരം വഹിക്കുന്നു."

"അമ്മാവാ, എനിക്ക് നിങ്ങളോട് സ്നേഹമാണ്, വളരെയധികം. നിങ്ങൾ ചോദിക്കുന്നത് നിറവേറ്റുന്നതിൽ എനിക്ക് സന്തോഷമേയുള്ളൂ, പക്ഷേ, എനിക്ക് ഇതൊന്നും മനസ്സിലാകുന്നില്ല. എല്ലാം പെട്ടെന്നാണ് സംഭവിക്കുന്നത്. കൂടാതെ, നിങ്ങൾക്ക് വിശ്രമം ആവശ്യമാണ് – ഇപ്പോഴും നിങ്ങളുടെ അസുഖം ഭേദമായിട്ടില്ല."

"സമയം, നമ്മളെ അതിവേഗം വലിച്ചു കൊണ്ടുപോകുന്ന അതിശക്തമായ ഒഴുക്കാണ്. എത്ര തന്നെ ശ്രമിച്ചാലും, അതിനെ തടയാനോ വേഗത കുറയ്ക്കാനോ നമുക്ക് സാധിക്കില്ല. ഇപ്പോൾ നമുക്കതിനെക്കുറിച്ച് സംസാരിക്കണ്ട. തീപിടിത്തത്തെ പറ്റി അറിയിക്കാൻ അവർ വരും. ഞാൻ കിടക്കയിൽ സുഖം പ്രാപിക്കുകയാണെന്ന് അവർ കരുതട്ടെ. നമുക്ക് പോകാം. എന്നെ വിശ്വസിക്കു, എന്റെ സുഹൃത്തുക്കൾ അവരെ കൈകാര്യം ചെയ്യും." അവളോട് ജനലിലൂടെ വീടിന്റെ മുറ്റത്തേക്ക് നോക്കാൻ അദ്ദേഹം ആംഗ്യം കാണിച്ചു. ഒരു കൂട്ടം ആളുകൾ ഉടൻ അവിടെത്തി. അവളുടെ ഹൃദയം പെരുമ്പറ മുഴക്കി.

"നേരത്തേ കണ്ടവരിൽ ഒരാൾ!" അവളൊരു ഞെട്ടലോടെ മന്ത്രിച്ചു. അവളുടെ മനസ്സിലൊരു കൊള്ളിയാൻ മിന്നി. "അലക്സാണ്ടറിനോട് സംസാരിച്ചിരുന്നത് അയാളായിരുന്നു."

അമ്മാവൻ അവളുടെ നോട്ടത്തെ പിന്തുടർന്നു. "അതാണ് ഉൾറിക്ക്." അദ്ദേഹം നിഷ്കളങ്കമായി പറഞ്ഞു. "എനിക്ക് അദ്ഭുതമൊന്നുമില്ല. അലക്സാണ്ടർ അയാളുടെ ഉദ്ദേശ്യങ്ങൾ അറിഞ്ഞിട്ടുണ്ടാവില്ലെന്ന് എനിക്കുറപ്പുണ്ട്. പുസ്തകം കൈക്കലാക്കാനും,

അതിലെ രഹസ്യങ്ങൾ പഠിക്കാനും അയാൾ വർഷങ്ങളായി ശ്രമിക്കുന്നുണ്ട്."

"ഒരു നിമിഷം! ഓ, അതാ അയാൾ. അലക്സാണ്ടറും അയാളോടൊപ്പമുണ്ട്." ആരിയയുടെ മന്ത്രണത്തിൽ സങ്കടം നിഴലിച്ചു.

ആ നിമിഷം, മുൻവാതിലിൽ ശക്തമായ മുട്ടൽ കേട്ടു. അതിൽ അധികാരവും ഭീഷണിയുമുണ്ടായിരുന്നു. നിശബ്ദമായിരിക്കാൻ അമ്മാവൻ ആംഗ്യം കാണിച്ചു, എന്നിട്ട് ഹാളിലേക്ക് വിരൽ ചൂണ്ടി. അവൾ മനസ്സിലാക്കി. ചെറുപ്പം മുതൽ തന്നെ, ആംഗ്യങ്ങളും അപായ സൂചനകളും മനസ്സിലാക്കാനും, രക്ഷാമാർഗ്ഗങ്ങൾ കണ്ടെത്താനുമുള്ള പരിശീലനങ്ങൾ അമ്മാവനിൽ നിന്നും അവൾ നേടിയിരുന്നു. പുതിയൊരു കെട്ടിടത്തിലേക്ക് ചെല്ലുമ്പോൾ, എല്ലാം സൂക്ഷ്മമായി നിരീക്ഷിക്കുന്നത് അദ്ദേഹത്തിന്റെ പതിവായിരുന്നു. അവളെ രസിപ്പിക്കാനുള്ള വിനോദങ്ങളും നേരമ്പോക്കുകളുമാണതെല്ലാം എന്നാണ് ആരിയ വിചാരിച്ചിരുന്നത്.

ഇപ്പോഴാണ് കാര്യങ്ങൾ വ്യക്തമായത്. അവൾ മനസ്സിലാക്കി, തയ്യാറെടുപ്പാണ് എല്ലാം. വളരെ മുൻപ് തന്നെ, അദ്ദേഹം ഈ വീട് നിരീക്ഷിച്ചു പഠിച്ചിരുന്നു എന്നത് അവളെ അദ്ഭുതപ്പെടുത്തിയില്ല. കഴിഞ്ഞ കാലമത്രയും, തന്റെ പ്രിയപ്പെട്ട അമ്മാവനൊപ്പം താൻ ഇതു തന്നെയായിരുന്നു ചെയ്തുകൊണ്ടിരുന്നതെന്നവൾ കണ്ടെത്തി.

തലകുലുക്കി സമ്മതിച്ച അവൾ അമ്മാവനെ അനുഗമിച്ചു. പിൻവാതിലിലേക്കുള്ള പതിവ് വഴിയിൽ നിന്നും മാറി വലത്തേക്ക് തിരിഞ്ഞു. ചുമരിൽ നിന്നും ഫ്രെയിം ചെയ്തു തൂക്കിയ ഒരു ചിത്രമെടുത്ത് അദ്ദേഹം കൈയിനടിയിൽ ഒളിപ്പിച്ചു. അത് മറ്റു ചിത്രങ്ങളെയപേക്ഷിച്ച് ചെറുതായിരുന്നു. മാത്രമല്ല, അതിന്റെ സ്ഥാനവും മറ്റുള്ളവയിൽ നിന്ന് വേറിട്ടു നിന്നിരുന്നു എന്നതും ഇപ്പോഴാണ് അവളുടെ ശ്രദ്ധയിൽ പെട്ടത്.

പിൻവാതിലിലൂടെ പുറത്തേക്ക് കടക്കുന്നതിനിടെ അവൾ ദൈവത്തോട് പ്രാർത്ഥിച്ചു, അമ്മാവന്റെ ആരോഗ്യം മെച്ചപ്പെട്ടതിന് നന്ദിയർപ്പിച്ചു.

⌘⌘⌘

മൂന്നാം തെറ്റ്

മാസങ്ങൾ കടന്നുപോയി. ഡേവിഡിന് ജോലിത്തിരക്കുകൾ അധികമായി.വൃദ്ധൻ,നാടകകൃത്ത്,ബാങ്കുടമ എന്നിവരെക്കുറിച്ചുള്ള ചിന്തകൾ ഇടയ്ക്കിടെ അവന്റെ മനസ്സിൽ മിന്നിമാഞ്ഞു. അവനു ലഭിച്ച പേജുകൾ അവൻ പതിവായി വായിച്ചു. ഒരു ഡയറിക്കുറിപ്പെന്ന പോലെ സ്വന്തം ജീവിതത്തെക്കുറിച്ചുള്ള ചിന്തകളും, ലക്ഷ്യങ്ങളും അവൻ കുറിച്ചുവെക്കാൻ തുടങ്ങി :

ഞാനിപ്പോൾ മനസ്സിലാക്കുന്നു, ഈ സ്ഥാപനത്തിൽ ജോലിക്ക് കയറുക എന്നത് എന്റെ സ്വപ്നമായിരുന്നില്ല. ഒരു വലിയ സ്ഥാപനത്തിൽ ഞാൻ ജോലി ചെയ്യണമെന്നുള്ളത് എന്റെ അച്ഛന്റെ ആഗ്രഹമായിരുന്നു. എന്റെ കോളേജ് അധ്യാപകനാണ് ഈ അവസരം എന്റെ മുന്നിലേക്ക് വെച്ചത്. ഒരു ചെറിയ സ്ഥാപനത്തിലെ ജോലി അല്ലെങ്കിൽ സ്വന്തമായൊന്ന് ആരംഭിക്കുക, അതായിരുന്നു എന്റെ മോഹം.

പക്ഷേ, അദ്ദേഹം മാത്രമായിരുന്നില്ല. എനിക്കതിനുള്ള കഴിവുകളില്ലെന്നാണ്, ഞാനും എപ്പോഴും വിശ്വസിച്ചിരുന്നത്. സാമ്പത്തിക കാര്യങ്ങളിൽ എനിക്ക് തീരെ ശ്രദ്ധയില്ല. എന്നാൽ, സാമ്പത്തികമില്ലാതെ ബിസിനസ്സ് തുടങ്ങാനും സാധിക്കില്ല. പക്ഷേ, ബാങ്കിലെ സ്ത്രീയോടൊപ്പമുള്ള സംഭാഷണത്തിനു ശേഷം, സാമ്പത്തിക കാര്യങ്ങളിൽ ഞാനത്ര മോശമല്ലെന്ന് എനിക്ക് തോന്നിത്തുടങ്ങി; പണമിടപാടുകൾ കൈകാര്യം ചെയ്യുന്നതിൽ ഒന്നുകൂടെ ശ്രദ്ധിച്ചാൽ മതി. നഷ്ടസാധ്യത വളരെയധികമാണ്, പക്ഷേ അതിന് തക്കതായ ഗുണവുമുള്ളതല്ലേ?

ദോഷങ്ങൾ : അതിരു കടന്ന നിയന്ത്രണം, ഓഫീസിലെ പക്ഷപാതങ്ങൾ, മീറ്റിംഗുകൾ നിറഞ്ഞ വിരസമായ ദിവസങ്ങൾ.

ഗുണങ്ങൾ : ചിന്തോദ്ദീപകമായ സർഗ്ഗാത്മക കൂടിക്കാഴ്ചകൾ, ചെറിയ ഗ്രൂപ്പുകൾ, അതിവേഗ വളർച്ച.

മാറ്റങ്ങൾ കൊണ്ടുവരാനും ഊർജ്ജസ്വലമാക്കാനും ഞാൻ തീരുമാനിച്ചു.

കുറച്ച് ദിവസങ്ങൾക്ക് ശേഷം ഡേവിഡ് ഒരു ഹോട്ടലിൽ, ജോലിയുമായി ബന്ധപ്പെട്ട ഒരു മീറ്റിംഗിൽ പങ്കെടുക്കുകയായിരുന്നു. അവൻ പേര് രജിസ്റ്റർ ചെയ്ത ശേഷം, ഒരു ടാഗെടുത്ത് തന്റെ പേരെഴുതാനൊരുങ്ങി. അപ്പോഴാണവൻ രണ്ടാമത്തെ തെറ്റിനെക്കുറിച്ച് വീണ്ടും ചിന്തിച്ചത്. വേദിയിൽ പ്രസംഗിക്കുന്ന ആളുടെ വാക്കുകൾ അവന്റെ ചിന്തകളെ പല വഴിക്കു നയിച്ചു. അയാൾ അവനു ചാർത്തിയ ശീർഷകങ്ങൾ ഓരോന്നായി ഡേവിഡ് അവലോകനം ചെയ്തു. മീറ്റിംഗ് അവസാനിച്ചു. തിരിച്ചു പോകുന്നതിനിടെ, രജിസ്റ്റർ ചെയ്യാനായി ചെന്ന മേശയ്ക്കരികിലേക്ക് ചെന്ന ഡേവിഡ്, ബാക്കി വന്ന ടാഗുകൾ കുറച്ചു തരാമോ എന്ന് ചോദിച്ചു. "തീർച്ചയായും, ഇതാ ഒരു കെട്ട് തന്നെയുണ്ട്."

ഓഫീസിൽ തിരിച്ചെത്തിയ ഡേവിഡ്, സ്വന്തമായി പേരുകളിടാൻ തീരുമാനിച്ചു. ചിലർക്ക് ഇത് അതിരുകടന്നതായി തോന്നുമെങ്കിലും, അവനതിൽ തെറ്റൊന്നും കണ്ടില്ല. വർഷങ്ങളായി തന്റെ മേൽ പതിക്കപ്പെട്ട മോശം പേരുകൾ ഓരോന്നായി അവൻ എഴുതിത്തുടങ്ങി. അത്ര നല്ലതല്ലെങ്കിലും, അവൻ എഴുതി. അതിൽ പല പേരുകളും തന്റെ ഇപ്പോഴത്തെ മേലുദ്യോഗസ്ഥന്റെ വകയായിരുന്നു. "നേതാവാകാൻ കൊള്ളാത്തവൻ" എന്ന പേര് അവന്റെ മനസ്സിൽ മാറ്റൊലി കൊണ്ടു. അയാൾ അർത്ഥമാക്കിയത്, ഒന്നിനും കൊള്ളാത്തവൻ എന്നായിരുന്നു. അല്പസമയത്തിനു ശേഷം, തനിക്കു ചാർത്തപ്പെട്ട നല്ല പേരുകൾ ഓർത്തെടുത്തു. അവൻ കേൾക്കാൻ ആഗ്രഹിച്ച പേരുകൾ ചിന്തിച്ചു. കൂടുതൽ പേരുകൾ എഴുതാൻ തുടങ്ങി, ഓരോന്നും ഓരോ ടാഗിൽ : "ജേതാവ്." "നേതാവ്." "ശക്തൻ." "ധൈര്യം പകരുന്നവൻ." "മിസ്റ്റർ. പോസിറ്റീവ്!" "ഉത്സാഹി." "ദയാലു." "ദാനശീലൻ." "ഊർജ്ജസ്വലൻ." "മികച്ച സുഹൃത്ത്." "നന്ദിയുള്ളവൻ." "എക്കാലത്തെയും മികച്ച മേലുദ്യോഗസ്ഥൻ."

ഒന്ന് ആലോചിച്ച ശേഷം ഡേവിഡ് അടുത്ത ടാഗ് എടുത്ത് അതിലെഴുതി, "ലക്ഷാധിപതി". കുറച്ചുകൂടെ ചിന്തിച്ച ശേഷം, ഒരു പുഞ്ചിരിയോടെ അത് തിരുത്തി "കോടീശ്വരൻ" എന്നാക്കി. *എന്തുകൊണ്ട് ആയിക്കൂടാ?*

മോശം പേരുകളെഴുതിയ ടാഗുകളെല്ലാമെടുത്ത് അവൻ ചവറ്റുകുട്ടയുടെ അടുത്തേക്ക് നടന്നു. എന്നിട്ട്, ഓരോ ടാഗുകളായി നശിപ്പിച്ച് അതിലേക്കിട്ടു. ഇങ്ങനൊന്നും ചെയ്യാത്തൊരാളായിരുന്നു ഡേവിഡ്, അതുകൊണ്ടുതന്നെ ഈ ചെയ്തികളെല്ലാം അവനെ അതിശയിപ്പിച്ചു. തിരികെ തന്റെ മേശയ്ക്കരികിലേക്ക് നടക്കുമ്പോൾ, അവന് സന്തോഷം അടക്കാൻ കഴിയുന്നുണ്ടായിരുന്നില്ല.

"ശരിക്കും എനിക്കുള്ള പേരുകൾ ഞാൻ തിരഞ്ഞെടുക്കും," അവൻ സ്വയം പറഞ്ഞു. "വൃദ്ധൻ എന്തു പറയുമെന്ന് ഞാൻ ആശ്ചര്യപ്പെടുന്നു!"

അവൻ പലപ്പോഴും തെറ്റുകളെക്കുറിച്ച് ചിന്തിച്ചു. പക്ഷേ, മറ്റാരും അവനെ സമീപിച്ചില്ല. കഫേയിൽ നിന്ന് ഭക്ഷണം കഴിച്ചു, ഉദ്യാനത്തിൽ നടന്നു, ആശുപത്രി സന്ദർശിച്ചു. പക്ഷേ, അസാധാരണമായ ഒന്നും അവൻ കണ്ടില്ല. ഇതിന്റെയെല്ലാം പിന്നിലെ കാരണം എന്തായിരിക്കുമെന്നും, ബാക്കിയുള്ള തെറ്റുകളെക്കുറിച്ച് പഠിക്കാൻ കഴിയുമോ എന്നുമൊക്കെയായിരുന്നു അവന്റെ സംശയങ്ങൾ.

ഒരു തിങ്കളാഴ്ച ഉച്ചകഴിഞ്ഞ്, ഡേവിഡ് ജിമ്മിലായിരുന്നു. ആഴ്ചയിൽ മൂന്ന് തവണയെങ്കിലും വ്യായാമം എന്ന ചിട്ട അവൻ ആരംഭിച്ചിരുന്നു. കൂടെ ജോലി ചെയ്യുന്നവരിൽ കുറച്ചുപേരും അവിടെ വരുമായിരുന്നു. മാത്രമല്ല, മറ്റു പലരെയും അവിടെ വെച്ച് അവൻ പരിചയപ്പെട്ടു. വാസ്തവത്തിൽ, വ്യായാമശീലം മെച്ചപ്പെട്ടതിനൊപ്പം തന്നെ അവന്റെ സുഹൃദ് വലയവും വലുതായി.

അപ്പോഴാണ് പരിശീലകനെ പരിചയപ്പെടുന്നത്. യഥാർത്ഥത്തിൽ, അവൻ ആദ്യം പരിചയപ്പെട്ടത് പരിശീലകന്റെ കാമുകിയെ ആയിരുന്നു, ഒരു പ്രോട്ടീൻ ഷേക്ക് വാങ്ങാനായി കടയിൽ ചെന്നപ്പോൾ. തനിക്കില്ലാത്ത ഒരു ഊർജ്ജവും ഉന്മേഷവും അവളുടെ പ്രവർത്തികളിൽ കണ്ട അവൻ നോക്കി നിന്നു. പതിവായി ജിമ്മിൽ പോകുന്നുണ്ടെങ്കിലും, വ്യായാമം കഴിയുമ്പോഴേക്കും ഡേവിഡ് ക്ഷീണിച്ചവശനായിട്ടുണ്ടാകും. അതേസമയം, അവൾ ജിമ്മിലെ സമയം ആസ്വദിക്കുകയാ

യിരുന്നു. അവർ തമ്മിൽ അല്പനേരം സംസാരിച്ചു, ശേഷം അവളുടെ കാമുകനായ പരിശീലകൻ വന്നു.

മികച്ച ആകാരവടിവുള്ള ഒരാളായിരുന്നു അയാൾ. വലിയ മസിലുകൾ ഒന്നുമല്ലെങ്കിലും, മെലിഞ്ഞുണങ്ങിയ രൂപമൊന്നും ആയിരുന്നില്ല. അല്ല, മാർബിളിൽ കൊത്തിയെടുത്ത പോലെ യുള്ള ശരീരം. അയാൾ ഇറുകിയ വസ്ത്രം ധരിക്കുകയോ, അരോച കമായ രീതിയിൽ പെരുമാറുകയോ, മറ്റുള്ളവരെ കാണിക്കാൻ വേണ്ടി നടക്കുകയോ ചെയ്തില്ല.

ഡേവിഡ് അവരെ നോക്കി, ആ കമിതാക്കൾക്കിടയിലെ ശാരീരിക ഊർജ്ജം അനുഭവപ്പെട്ടു. പരിശീലകൻ ഡേവിഡിന്റെ വ്യായാമത്തെ കുറിച്ച് അന്വേഷിച്ചു. അത്ര വ്യക്തമല്ലാതെയാണ് ഡേവിഡ് മറുപടി നൽകിയത്.

പരിശീലകൻ വീണ്ടും ചോദിച്ചു, ഡേവിഡ് അല്പം നീരസ ത്തോടെ പറഞ്ഞു, “നിങ്ങൾ ദിവസം മുഴുവൻ ചെയ്യുന്നത് പോലെ വ്യായാമം ചെയ്യാൻ എനിക്ക് സമയമില്ല. എനിക്ക് ജോലിത്തിര ക്കുകളുണ്ട്. സമ്മർദ്ദം നിറഞ്ഞ ജോലിയാണെന്റേത്. ഒന്നിനും ആവശ്യത്തിന് സമയം പോലും ലഭിക്കുന്നില്ല.”

മുടന്തൻ ന്യായങ്ങളായിരുന്നെങ്കിലും, ഒഴികഴിവുകൾ നിര ത്താനാണ് ഡേവിഡ് ശ്രമിച്ചത്. പിന്നീട് അവർക്കിടയിൽ നിന്നും എങ്ങനെയെങ്കിലും തടിതപ്പി വീട്ടിലേക്കിറങ്ങണം എന്നായി അവന്. അല്പം ജോലിയുണ്ടെന്ന് പറഞ്ഞ് പരിശീല കന്റെ കാമുകി അവർക്കിടയിൽ നിന്നും പോയി. പരിശീലകൻ കാലുകൊണ്ട് ഒരു കസേര വലിച്ചിട്ടു. “സമയമുണ്ടെങ്കിൽ, അല്പം സംസാരിക്കാനുണ്ട്.” അയാൾ ചോദിച്ചു. ഒരു ആവശ്യപ്പെടലല്ല, ആജ്ഞയായിട്ടാണ് അത് തോന്നിയത്.

ഡേവിഡ് കസേരയിൽ ഇരുന്നു. ഉപദേശം കേൾക്കാൻ താത്പര്യമില്ലായിരുന്നെങ്കിലും, വ്യായാമത്തെക്കുറിച്ചും മറ്റുമുള്ള പരിശീലകന്റെ പ്രഭാഷണവും പ്രതീക്ഷിച്ച് അവനിരുന്നു. ആദ്യ മായി ജിമ്മിൽ ചേർന്ന സമയത്ത്, സെയിൽസിൽ ജോലി ചെയ്യുന്ന, സംസാരിച്ച് വെറുപ്പിക്കുന്ന ഒരാളുടെ സ്ഥിരം വേട്ടമൃഗം ഡേവിഡായിരുന്നു. അതുകൊണ്ടുതന്നെ അത്തരം ചർച്ചകളോട് അവന് വെറുപ്പായിരുന്നു.

“നിങ്ങളുടെ ശരീരത്തിൽ നിങ്ങൾ സന്തുഷ്ടനാണോ? നിങ്ങൾ ആരോഗ്യവാനാണോ? നിങ്ങളുടെ ലക്ഷ്യങ്ങൾ നിറവേറ്റ പ്പെടുന്നുണ്ടോ?” ഒരു പുഞ്ചിരിയോടെ പരിശീലകൻ ചോദ്യങ്ങൾ അവസാനിപ്പിച്ചു.

ഒരു ദീർഘ നിശ്വാസത്തോടെ ഡേവിഡ് ഉത്തരം നൽകി. പുതിയ സുഹൃത്തിൽ നിന്നുമുള്ള കൂടുതൽ ചോദ്യങ്ങളിലേക്കത് നയിച്ചു. പരിശീലകന് മുൻവിധികളോ ധാരണകളോ ഒന്നുമില്ലായിരുന്നു. അയാൾ ശ്രദ്ധിക്കുക മാത്രം ചെയ്തു.

“തീർച്ചയായും, ഞാൻ ഒരു ബോഡിബിൽഡറോ പരിശീലകനോ ആയിരുന്നെങ്കിൽ, ദിവസം മുഴുവൻ ഇവിടെ ചെലവഴിക്കുകയും നിങ്ങളെപ്പോലെ ആവുകയും ചെയ്യുമായിരുന്നു. പക്ഷേ, ഞാൻ അതൊന്നുമല്ല, അതിനാൽ എനിക്കത് പറ്റില്ല.” ഡേവിഡ് പറഞ്ഞു, “എന്റെ ജോലി എന്റെ സമയത്തെ മുഴുവൻ കാർന്നു തിന്നുന്നു. എനിക്ക് സമയം തികയുന്നില്ല. മിച്ചമുള്ള സമയവും ഊർജ്ജവുമാണ് ഞാനിവിടെ ചെലവഴിക്കുന്നത്.”

“ഞാൻ ഇവിടെ ഒരു പ്രൊഫഷണൽ പരിശീലകനോ ബോഡിബിൽഡറോ അല്ല.” അയാൾ പറഞ്ഞു.

ഡേവിഡ് ശരിക്കും ഞെട്ടിപ്പോയി. തന്റെ ധാരണകൾക്ക് അടിയേറ്റിരിക്കുന്നു. “അല്ലേ? അപ്പോൾ എന്താണ് നിങ്ങളുടെ ജോലി?”

“അതത്ര പ്രസക്തമല്ല. ഞാൻ പരിശീലകൻ തന്നെയാണ് – പക്ഷേ, ശാരീരിക വ്യായാമങ്ങളുടെ അല്ല, സ്ഥാപനങ്ങളുടെയും കോർപ്പറേറ്റുകളുടെയും, ഒരു നിർദ്ദേശകനായി പ്രവർത്തിക്കുന്നു.”

ഡേവിഡിന്റെ മുഖം വിളറി, അയാളെക്കുറിച്ച് തനിക്കുണ്ടായിരുന്ന തെറ്റിദ്ധാരണയോർത്ത് അവൻ തല താഴ്ത്തി. അവന് ലജ്ജ തോന്നി. “ക്ഷമിക്കണം, ഞാൻ തെറ്റിദ്ധരിച്ചു. അത്... നിങ്ങളെ കണ്ടപ്പോൾ ഞാൻ കരുതിയത്...” അവനത് മുഴുമിപ്പിച്ചില്ല, പകരം മറ്റു ചോദ്യങ്ങളിലേക്ക് കടന്നു. “എങ്കിൽ, എന്താണ് നിങ്ങളുടെ കഥ? ബോഡിബിൽഡറോ പരിശീലകനോ അല്ലാത്ത നിങ്ങൾ എങ്ങനെയാണ് ഇത്രയും നന്നായി ശരീരം നോക്കുന്നത്?”

അവന്റെ ചോദ്യം അവരുടെ സംഭാഷണത്തെ മറ്റൊരു തലത്തിലേക്ക് കൊണ്ടുപോയി. ഡേവിഡ് പരിശീലകനെ കൂടുതൽ അടുത്തറിഞ്ഞു. മൂന്ന് സഹോദരന്മാരിൽ ഇളയവനായ അയാളിൽ എന്നും മറ്റുള്ളവർ കുറ്റം കണ്ടുപിടിച്ചിരുന്നു. സ്കൂളിലും നന്നേ ബുദ്ധിമുട്ടിയിരുന്നു. ഹൈസ്കൂളിൽ വെച്ച് രക്താർബുദം പിടിപെട്ട അയാൾ, വളരെ പാടുപെട്ടാണ് ജീവിതത്തിലേക്ക് തിരിച്ചുവന്നത്.

“മറ്റെന്തായാലും, കായികതാരം ആവുക എന്നതിനെക്കുറിച്ച് എനിക്ക് ചിന്തിക്കാൻ പോലും കഴിയില്ലായിരുന്നു. ഇടയ്ക്കിടെയുള്ള ആശുപത്രി സന്ദർശനങ്ങൾ, ഒന്നിനു പുറകെ ഒന്നായി ചികിത്സ

കൾ. ചില ദിവസങ്ങൾ ഒറ്റയ്ക്കിരിക്കുമ്പോൾ എനിക്ക് തോന്നാറുണ്ട്, കറുത്ത ദിനങ്ങളായിരുന്നു എന്ന്. മറ്റു ചിലപ്പോൾ തോന്നും, എന്റെ ജീവിതത്തിലെ ഏറ്റവും മികച്ച കാര്യമായിരുന്നു അതെന്ന്."

"അതെങ്ങനെ?" ഡേവിഡിന് ആശ്ചര്യമടക്കാനായില്ല. അവൻ ശബ്ദം താഴ്ത്തി തുടർന്നു. "അതെങ്ങനെയാണ് ഏറ്റവും മികച്ച കാര്യമാകുന്നത്?"

"ഒരിക്കൽ ചികിത്സക്കായി ചെന്നപ്പോൾ ഞാൻ ഒരാളെ കണ്ടുമുട്ടി. അവൾ തന്റെ കാൻസർ ചികിത്സകൾ പൂർത്തിയാക്കി, ട്രയാത്തലണിൽ മത്സരിക്കുക എന്നത് അവളുടെ ലക്ഷ്യമാക്കി." അത് പറയുമ്പോൾ അയാളുടെ ചിരി വിടർന്നു, മുഖം പ്രസന്നമായി.

"അവൾ അതിൽ വിജയിച്ചു, എനിക്ക് വിശ്വസിക്കാൻ കഴിഞ്ഞില്ല. പക്ഷേ, അവൾ വിജയിച്ചു. പിന്നീട് അവൾ എന്നെ ഒരു വലിയ പരിപാടിക്ക് ക്ഷണിച്ചിരുന്നു. അവിടെ പോകുന്നതുവരെ എനിക്കറിയില്ലായിരുന്നു എന്തായിരുന്നു പരിപാടി എന്ന്. അവിടെ വെച്ച്, താൻ നേരിട്ട പരീക്ഷണങ്ങളെക്കുറിച്ചും, ആ കഠിനതകൾ തന്റെ ജീവിത വിജയങ്ങൾക്ക് എങ്ങനെ പ്രോത്സാഹനമായെന്നും അവൾ സംസാരിച്ചു. രോഗത്തെ പ്രചോദനമാക്കി മാറ്റുകയായിരുന്നു അവൾ."

പരിശീലകൻ പ്രോട്ടീൻ ഷേക്ക് കുടിച്ച ശേഷം, കൈയിലെ ടിഷ്യൂ പേപ്പർ വലിച്ചെറിഞ്ഞു. അത് അവരുടെ മേശയുടെ എതിർവശത്തുള്ള ചവറ്റുകുട്ടയിൽ കൃത്യമായി വീണു. ഡേവിഡ് പറഞ്ഞു, "കൊള്ളാലോ, നിങ്ങൾക്കത് തീർച്ചയായും എളുപ്പമായിരിക്കും. പക്ഷേ, എനിക്ക് അതിന് കഴിയില്ല."

"അതെന്താ?"

"കാരണം, എനിക്കത്ര ഏകാഗ്രതയില്ല. പല്ലു തേക്കുമ്പോൾ പോലും ബുദ്ധിമുട്ടുന്ന ആളാണ് ഞാൻ," തന്റെ തമാശയ്ക്ക് ഡേവിഡ് സ്വയം ചിരിച്ചു.

"ഞാൻ ഇതുപോലെയായിരുന്നു," പരിശീലകൻ പറഞ്ഞു. "എന്നെ ആത്മവിശ്വാസമുള്ളവനാക്കാനും, എന്റെ അനുഭവത്തെക്കുറിച്ച് സംസാരിക്കാനും അവൾ എന്നെ പ്രോത്സാഹിപ്പിച്ചു. ഒരുപാട് കാര്യങ്ങൾ ചെയ്യിക്കാൻ അവൾ ശ്രമിച്ചു. പക്ഷേ, എനിക്കൊന്നിനും കഴിയില്ലെന്ന് തെളിയിക്കാനായി ഒഴികഴിവുകളുടെ ഒരു നിര തന്നെ ഞാൻ തയ്യാറാക്കിവെച്ചിരുന്നു."

പരിശീലകൻ ഡേവിഡിനെ കൂർത്ത കണ്ണുകളാൽ നോക്കി, അതവനെ അസ്വസ്ഥനാക്കി. അടുത്തുള്ള മേശയിൽ, അച്ഛനൊപ്പം ഇരിക്കുന്ന രണ്ട് കുട്ടികളിലേക്ക് അവൻ നോട്ടം തിരിച്ചു.

"ഒഴികഴിവുകൾ. ഒഴികഴിവെന്ന മറ ഓരോ തവണ നീക്കു മ്പോഴും, ഉന്നതിയിലേക്കുള്ള ഒരു വാതിൽ കാണാൻ കഴിയും. നമ്മുടെ മുന്നേറ്റങ്ങളെ തടയുന്ന ഒഴികഴിവുകളെ തരണം ചെയ്യാൻ പഠിച്ചാൽ, വളർച്ചയെന്ന അദ്ഭുതപ്രവർത്തനം തുടങ്ങുകയായി," പരിശീലകൻ കീശയിൽ എന്തോ പരതിക്കൊണ്ട് പറഞ്ഞു. അയാൾ തല കുനിച്ച് എന്തോ നോക്കിയ ശേഷം തുടർന്നു.

"ആ ട്രയാത്തലൺ ജേതാവാണ് എന്റെ ജീവിതം മാറ്റിമറി ച്ചത്." ഓർമ്മകൾ അയാളുടെ ചുണ്ടിൽ പുഞ്ചിരി വിടർത്തി. "ഒഴികഴിവുകളെ ആശ്രയിക്കരുതെന്നവൾ പഠിപ്പിച്ചു. ആളുകൾ പറയാറുണ്ട്, "എനിക്ക് വണ്ണം കൂടുതലാണ്." "ഞാൻ മെലിഞ്ഞിട്ടാണ്." "എനിക്ക് വേണ്ടത്ര വിദ്യാഭ്യാസം ലഭിച്ചിട്ടില്ല." "എനിക്ക് ഭയമാണ്." "ഞാൻ ഇതാണ്, അതാണ്" എന്നൊക്കെ. "അതിൽ എനിക്കേറ്റവും ഇഷ്ടം : "അത് എനിക്ക് പറഞ്ഞിട്ടുള്ളതല്ല." അല്ലെങ്കിൽ, "നിങ്ങൾക്ക് കഴിയും, പക്ഷേ എന്നെക്കൊണ്ടാവില്ല." എന്നതാണ്."

"ഞാൻ പറയട്ടെ. ആ സ്ത്രീ ഇപ്പോൾ നിങ്ങളുടെ കാമുകി യാണ്?" ഡേവിഡ് പറഞ്ഞു, അയാളുടെ കണ്ണുകളിൽ നിന്നും വായിച്ചെടുത്ത ആ അറിവ് സത്യമാണെന്നവൻ ഉറച്ച് വിശ്വസിച്ചു.

"അത് കൊള്ളാം," പരിശീലകൻ പറഞ്ഞു. "ആ പറഞ്ഞത് അവൾക്കിഷ്ടപ്പെടും!" പരിശീലകൻ ചിരിച്ചു, എന്നിട്ട് പറഞ്ഞു, "നിങ്ങളുടെ ഊഹം ഏറെക്കുറെ അടുത്തെത്തി. ആ സ്ത്രീ എന്റെ കാമുകിയുടെ മുത്തശ്ശിയാണ്!"

ഡേവിഡിന്റെ നെറ്റിയിലെ ചുളിവുകൾ അവന്റെ ആശയ ക്കുഴപ്പം വെളിപ്പെടുത്തി. പരിശീലകൻ പറഞ്ഞു, "കണ്ടോ, അതാണ്. ആ പ്രായത്തിലുള്ളൊരാൾ വീട്ടിലോ ആശുപത്രിക്കി ടക്കയിലോ ഒതുങ്ങിക്കൂടുമെന്നാണ് നിങ്ങൾ കരുതുക. ആ ധാരണ കൾക്കിടയിൽ വ്യത്യസ്തയാണിവർ. ആദ്യമായി ട്രയാത്തലോ ണിൽ മത്സരിക്കുകയും, തന്റെ പ്രായത്തിലുള്ളവരെ തോൽപ്പിക്കു കയും ചെയ്തു. ഉള്ളിലെ സംശയങ്ങൾക്കും ചോദ്യങ്ങൾക്കും ചെവി കൊടുക്കരുതെന്നും, പ്രോത്സാഹനങ്ങൾ മാത്രം കേൾക്കുക എന്നു മവൾ പഠിപ്പിച്ചു."

ഒപ്പം തന്നെ, പരിശീലകൻ മേശയുടെ അടിയിൽ നിന്ന് ഒരു ചെറിയ തുകൽ പുസ്തകം ഉയർത്തി. അപ്പോഴാണ് ഡേവിഡിന് എന്താണ് സംഭവിക്കുന്നതെന്ന് മനസ്സിലായത്. അവൻ പ്രതീക്ഷി ക്കേണ്ടതായിരുന്നു. പക്ഷേ, തെറ്റുകളെക്കുറിച്ച് അവസാനം കേട്ടത് ഒരുപാട് നാളുകൾക്ക് മുൻപായിരുന്നു.

"ഒഴികഴിവുകളെ ആശ്രയിക്കുക എന്നതാണ് മൂന്നാമത്തെ തെറ്റ്. ഒഴികഴിവുകൾ കണ്ടെത്താൻ ഉപയോഗിക്കുന്ന ഊർജ്ജവും സർഗ്ഗശക്തിയും ലക്ഷ്യങ്ങൾ ഉണ്ടാക്കിയെടുക്കാനായി പ്രയോജനപ്പെടുത്തിയിരുന്നെങ്കിൽ, വിചാരിക്കുന്ന എന്തും നേടിയെടുക്കാൻ നമുക്ക് കഴിയും."

അയാൾ നിർത്തിയില്ല. "എനിക്കെന്റെ രോഗത്തെയോ പാരമ്പര്യത്തെയോ പഴിക്കാം, നഷ്ടബാല്യത്തെയോ പരിമിതികളെയോ ഓർത്ത് പരിതപിക്കാം, ആരും തടയില്ല. പകരം, സമ്മതിച്ച തരികയേയുള്ളൂ. ഒഴികഴിവുകളെ കൂട്ടുചേർക്കുന്നവർ എങ്ങുമെത്താൻ പോകുന്നില്ല. പക്ഷേ, നഷ്ടപ്പെടുന്നത് എനിക്ക് മാത്രമായിരിക്കും. ശരിയായ സമയത്ത് ഈ തെറ്റ് ഞാൻ മനസ്സിലാക്കിയില്ലായിരുന്നെകിൽ, ഞാൻ എവിടെയായിരിക്കാമെന്നോ എന്തായി തീർന്നിരിക്കാമെന്നോ എനിക്ക് ചിന്തിക്കാൻ പോലുമാകുന്നില്ല."

ഡേവിഡ് ഒരു ദീർഘനിശ്വാസത്തോടെ, ഗൗരവമായി ശ്രദ്ധിച്ചു. തെറ്റുകൾ ഇപ്പോൾ അവന്റെ ജീവിതത്തിന്റെ ഭാഗമായിരിക്കുന്നു, ചിന്തകളുടെ ഭാഗമായിരിക്കുന്നു. അവൻ അയാളുടെ വാക്കുകളെ, ഒരു സ്പോഞ്ച് വെള്ളത്തിനെയെന്നപോലെ ഉൾവാങ്ങി. കൂടുതൽ അറിയാൻ ആഗ്രഹിച്ചു. പിന്നെയും ഒരു മണിക്കൂർ, അവരിരുവരും സംസാരിച്ചു, അനുഭവങ്ങൾ പങ്കുവെച്ചു, ഉറ്റ സുഹൃത്തുക്കളായി.

ശാരീരിക ആരോഗ്യത്തെയോ വ്യായാമങ്ങളെയോ കുറിച്ചല്ല പരിശീലകൻ സംസാരിച്ചുകൊണ്ടിരുന്നതെന്ന് വ്യക്തമായി. "ഒഴികഴിവുകൾ എങ്ങുമുണ്ട്. ഓഫീസിൽ, ഒഴികഴിവുകൾ പറയാതെ പൂർണ്ണ ഉത്തരവാദിത്തം ഏറ്റെടുക്കുന്നവർ എപ്പോഴും ശ്രദ്ധിക്കപ്പെടും. കണ്ടിട്ടുണ്ടോ?"

സ്ഥാപനത്തിലെ മാനേജർമാരിൽ ഒരാൾ ഉടൻ ഡേവിഡിന്റെ മനസ്സിൽ തെളിഞ്ഞു. അവൻ നിയമിതനാകുന്നതിന് കുറച്ച് ആഴ്ചകൾ മുൻപ് മാത്രമാണ് അവൾ അവിടെ ജോലിയിലേക്ക് കയറിയത്. പക്ഷേ, വളരെ പെട്ടെന്ന് തന്നെ അവൾക്ക് ജോലിക്കയറ്റം ലഭിച്ചു. "ഉണ്ട്, കണ്ടിട്ടുണ്ട്. ഞങ്ങളുടെ മാനേജർമാരിൽ ഒരാൾ. അവൾ അങ്ങനെയായിരുന്നു."

"അവൾ പറയാറുള്ള ഏത് വാക്കുകകളാണ് അവളെ നിന്റെ മനസ്സിൽ കൊണ്ടുവരുന്നത്?"

"അവൾ പറഞ്ഞു, 'വിഷമിക്കേണ്ട, ഞാൻ നോക്കിക്കോളാം.'"

അവൻ പുഞ്ചിരിച്ചു, മറ്റൊരു വാക്യം കൂടി ഓർത്തു. "ഒരിക്കൽ, ജോലിസ്ഥലത്ത് വലിയൊരു അബദ്ധമുണ്ടായി, പഴി കേൾക്കുന്നത് എനിക്കായിരിക്കുമെന്ന ഭയത്തിലായിരുന്നു ഞാൻ, ഒരു കാരണവുമില്ലാതെ. ശരിക്കും ഞാനുമായി ഒരു ബന്ധവുമില്ലാത്ത കാര്യമായിരുന്നു അത്. പക്ഷേ, അവൾ പെട്ടെന്ന് കടന്നു വന്നു. എന്നിട്ട് പറഞ്ഞു, "ഓഹ്, അതെന്റെ തെറ്റായിരുന്നു. എന്നോട് ക്ഷമിക്കണം. ഞങ്ങൾ ചെയ്യാൻ പോകുന്നതിതാണ്..." ഡേവിഡ് ആ സംഭവം ഓർത്തെടുത്തു.

"അതാണ് ഞാൻ ഉദ്ദേശിച്ചത്. ഒഴികഴിവുകളെ ആശ്രയിക്കാത്തവർ ഉത്തരവാദിത്തങ്ങളെ ഭയക്കുന്നില്ല. വാസ്തവത്തിൽ, അവർ മുന്നേറുകയാണ്. അതാണ് നിങ്ങൾ ശ്രദ്ധിച്ചത്."

"ഞാനങ്ങനെ ചിന്തിക്കുമായിരുന്നില്ല," ഡേവിഡ് പറഞ്ഞു. "എന്നെ തെറ്റിദ്ധരിക്കരുത്. അവൾ സമർത്ഥയാണ്, ശരിയാണ്. പക്ഷേ, എന്തുകൊണ്ടാണ് അവൾക്ക് ഇത്ര വേഗം ഇത്ര വലിയ ചുമതല നൽകപ്പെട്ടതെന്ന് എനിക്ക് മനസ്സിലായിരുന്നില്ല."

"ഇപ്പോൾ മനസ്സിലായിക്കാണും." പരിശീലകൻ പറഞ്ഞു, "ഒഴികഴിവുകളെ അവഗണിക്കുന്നതിലൂടെ, നിങ്ങളുടെ ആത്മസംഭാഷണങ്ങളിൽ തന്നെ വലിയ മാറ്റമുണ്ടാകും. നമ്മുടെ ഓരോരുത്തരുടെയും ഉള്ളിൽ ഒരു മൈക്ക് ഉണ്ട്. അതാണ് ലോകത്തിലെ ഏറ്റവും പ്രധാനപ്പെട്ട മൈക്ക്, പക്ഷേ നമ്മൾ അതിന് വേണ്ടത്ര സംരക്ഷണം നൽകുന്നില്ല. ആരും കേറിവന്ന് എന്തും വിളിച്ചുപറയാം എന്ന നിലയ്ക്കാണ് നമ്മളതിനെ നോക്കാതെ വിട്ടിരിക്കുന്നത്. ജീവിതവിജയം നേടിയവർ ഒഴികഴിവുകളെ അവഗണിച്ചവരാണോ? നിധിശേഖരത്തെ കാക്കുന്ന പോലെയാണ് അവർ ആ മൈക്കിനെ സംരക്ഷിക്കുന്നത്."

അയാളുടെ വാക്കുകൾക്കിടയിൽ, ഡേവിഡ് തന്റെ ആത്മസംഭാഷണങ്ങൾക്ക് ചെവിയോർത്തു. അതിൽ ആത്മവിശ്വാസം നിറഞ്ഞിരുന്നില്ല. സത്യത്തിൽ, തീരെയില്ലായിരുന്നു. സംശയങ്ങളാലും ആശങ്കകളാലും പൂരിതമായിരുന്നു. പലതും പ്രതികൂല ചിന്തകൾ. അതിൽ ചിലത് അവൻ മനസ്സിൽ ഉരുവിട്ടു, തലയാട്ടി. "ശരിയാണ്. ഞാനത് വേണ്ട പോലെ സംരക്ഷിച്ചില്ല, എന്നിൽ നിന്നു പോലും." ഡേവിഡ് സമ്മതിച്ചു.

"അതുകൊണ്ടുതന്നെയാണ് ഇതിനിത്ര പ്രസക്തിയും, അതിന്റെ സ്വാധീനം ഇത്ര വലുതും. നോക്കൂ, അനുകൂലമായ ആത്മസംഭാഷണങ്ങളെ നേരിടാൻ ഒഴികഴിവുകൾക്ക് സാധിക്കില്ല. ജീവിതം തിരിച്ചുപിടിക്കണമെങ്കിൽ, ചിന്തകളെ നിയന്ത്രിക്കുക."

ഹസ്തദാനവും പുറത്തൊരു തട്ടും നൽകിയ ശേഷം, ജിമ്മിലെ ശബ്ദകോലാഹലങ്ങൾക്കിടയിൽ ഡേവിഡിനെ തനിച്ചാക്കി പരിശീലകൻ അപ്രത്യക്ഷനായി. അല്പസമയമെടുത്താണെങ്കിലും, തനിക്കു ചുറ്റുമുള്ള ബഹളങ്ങളെ അവഗണിച്ച്, അവൻ മനസ്സിനെ ഏകാഗ്രമാക്കി. ഡേവിഡ് തന്റെ ഉള്ളിലെ ശബ്ദം ശ്രവിക്കാൻ തുടങ്ങി.

ജിമ്മിലെ തിരക്കിനിടയിലും, കണ്ണുകളടച്ച് തനിക്കുകത്തെ മൈക്ക് സങ്കല്പിച്ചു. ഒഴികഴിവുകൾ കേൾക്കുമ്പോഴെല്ലാം, മൈക്കിനു മുന്നിൽ സംസാരിക്കുന്ന ഒരു രൂപത്തെ ചിത്രീകരിച്ചു; പരുക്കനും മുഷിഞ്ഞതും ദുർബ്ബലനുമായ കഥാപാത്രം. ശക്തവും ആത്മവിശ്വാസവുമുള്ള, തന്റെ തന്നെ ഒരു പതിപ്പിനെ മനസ്സിൽ വരച്ചുണ്ടാക്കി, ആ രൂപം മൈക്ക് വീണ്ടെടുക്കുന്നതായും വേദിയുടെ നിയന്ത്രണം പിടിച്ചെടുക്കുന്നതായും സങ്കല്പിച്ചു. എന്നിട്ട്, ആ മൈക്കിലൂടെ ഉറപ്പോടെയും ദൃഢനിശ്ചയത്തോടെയും സംസാരിച്ചു. പ്രചോദനത്തിന്റെയും നേട്ടങ്ങളുടെയും വാക്കുകൾ.

ഒരു പുഞ്ചിരിയോടെ അവൻ കണ്ണുകൾ തുറന്നു. ആരെങ്കിലും തന്നെ ശ്രദ്ധിക്കുന്നുണ്ടോ എന്നവൻ നോക്കി, പക്ഷേ ആരും അവനെ നോക്കുന്നുണ്ടായിരുന്നില്ല.

അവസാനം, അവൻ പോകാനായി എഴുന്നേറ്റു. അപ്പോഴാണ് പരിശീലകൻ അവനായി മേശമേൽ വെച്ചിട്ടുപോയ ഒരു കടലാസ്സ് കഷണം അവൻ ശ്രദ്ധിച്ചത്.

തെറ്റ് # 3 :

ഒഴികഴിവുകളെ ആശ്രയിക്കുന്നത്

ഒഴികഴിവുകൾ പ്രോത്സാഹിപ്പിക്കുന്നവരെ ഒഴിവാക്കുക.

നമ്മുടെ മുന്നേറ്റങ്ങളെ തടയുന്ന ഒഴികഴിവുകളെ തരണം ചെയ്യാൻ പഠിച്ചാൽ, വളർച്ചയെന്ന അദ്ഭുത പ്രവർത്തനം തുടങ്ങുകയായി.

ഒഴികഴിവെന്ന മറ ഓരോ തവണ നീക്കുമ്പോഴും, ഉന്നതിയിലേക്കുള്ള ഒരു വാതിൽ കാണാൻ കഴിയും.

ഒഴികഴിവുകളെ പ്രോത്സാഹിപ്പിക്കുന്നവർ എങ്ങുമെത്താൻ പോകുന്നില്ല.

ഉള്ളിലെ സംശയങ്ങൾക്കും ചോദ്യങ്ങൾക്കും ചെവികൊടുക്കരുത്. പകരം, പ്രോത്സാഹനങ്ങളെയും ആത്മവിശ്വാസം വളർത്തുന്നവയെയും മാത്രം കേൾക്കുക.

ഊർജ്ജവും സർഗ്ഗശക്തിയും ഉപയോഗിച്ച് ഒഴികഴിവുകൾ നെയ്തെടുക്കുന്നതിനുപകരം ലക്ഷ്യങ്ങൾ നേടിയെടുക്കുക.

അമൂല്യ നിധിയെന്നവണ്ണം നിങ്ങളുടെ ആത്മധ്വനികളെ സംരക്ഷിക്കുക.

അനുകൂലമായ ആത്മസംഭാഷണങ്ങളെ നേരിടാൻ ഒഴികഴിവുകൾക്ക് സാധിക്കില്ല.

ജീവിതം തിരിച്ചുപിടിക്കണമെങ്കിൽ, ചിന്തകളെ നിയന്ത്രിക്കുക.

നാലാം തെറ്റ്

അന്ന രാത്രി വളരെ പതിയെയാണ് ഡേവിഡ് ജിമ്മിൽ നിന്നും വീട്ടിലേക്ക് നടന്നത്. വഴിയിലെ മഞ്ഞ് മാത്രമായിരുന്നില്ല ആ മന്ദഗതിക്ക കാരണം. അവൻ ചിന്തയിൽ മുഴുകി, തന്റെ ഒഴികഴിവു കളുടെ ഒരു പട്ടികയുണ്ടാക്കി. ആദ്യം, അവന്റെ ശാരീരിക ആരോഗ്യ ലക്ഷ്യത്തെക്കുറിച്ചാണ് ചിന്തിച്ചത്. പക്ഷേ, അതിനേക്കാൾ എത്രയോ വലുതാണ് മൂന്നാമത്തെ തെറ്റെന്നവൻ മനസ്സിലാക്കി. അവൻ ഓർത്തു, എത്ര തവണയാണ് ഓരോ ഒഴികഴിവുകൾ കാരണം ജോലിക്കയറ്റത്തിനു ശ്രമിക്കാതിരിക്കുകയോ തുടങ്ങാനിരുന്ന പലതും തുടങ്ങാതിരിക്കുകയോ ചെയ്തത്. അങ്ങനെ ഒരുപാട് ഉദാഹരണങ്ങൾ മനസ്സിലേക്ക് അനായാസം ഓടിയെത്തി. അവൻ നിരാശയോടെ തല താഴ്ത്തി. ജോലിസ്ഥലത്തെ എന്നുമുള്ള ബുദ്ധിമുട്ടുകൾ അവനോർത്തു, തന്റെ ജോലി എത്ര അല്പമൂല്യമുള്ളതാണെന്ന് ചിന്തിച്ചു. അവൻ വെറുതെ ഒഴികഴിവുകൾ പറയുകയായിരുന്നോ? അവന്റെ ലക്ഷ്യവുമായി ഈ ജോലിക്ക് എന്തെങ്കിലും ബന്ധമുണ്ടോ?

അന്ന് രാത്രി ഡേവിഡ്, തന്റെ സുഹൃത്തുക്കളുമായി ഒരു ഒത്തുചേരൽ പദ്ധതിയിട്ടിരുന്നു. സമയം നോക്കി, വീടെത്തി ഒരു മണിക്കൂറിനകം അവൻ ഇറങ്ങണം. വീട്ടിലേക്കെത്തിയ അവൻ ലൈറ്റിന്റെ സ്വിച്ചിട്ടു. വെളിച്ചം തെളിഞ്ഞില്ല. സ്വീകരണമുറി കടന്ന് അടുത്ത സ്വിച്ചിട്ടു. ഇപ്പോഴുമില്ല. അവൻ കണ്ണുകൾ അടച്ചു.

"അതുശരി, നന്നായി." ഡേവിഡ് ഉറക്കെ പറഞ്ഞു, അവൻ ആത്മസംയമനം വീണ്ടെടുത്തു. അവനു കാര്യം മനസ്സിലായി. വൈദ്യുതി ബിൽ അടക്കേണ്ട അവസാന ദിവസമാണ് അവൻ പണമടച്ചത്. പക്ഷേ, അത് സമയത്തിന് പ്രോസ്സസ് ആയിരുന്നില്ല. അടുത്ത ഒരു മണിക്കൂർ അവൻ ഫോണിൽ അവരോട് അപേക്ഷിച്ചു. "അതെ, ശരിയാണ്, ഞാൻ ഓട്ടോമാറ്റിക്

പേയ്മെന്റുകൾ സജ്ജമാക്കേണ്ടതാണ്. ഞാൻ അതിനെക്കുറിച്ച് ചിന്തിച്ചില്ല." അതൊരു മുടന്തൻ ന്യായമാണെന്നവനറിയാം. സത്യത്തിൽ, അവൻ ബോധപൂർവ്വം ചെയ്യുന്നതാണിത്, ഓട്ടോ മാറ്റിക്ക് ആയാൽ അതിന് സാധിക്കില്ലല്ലോ.

ഒടുവിൽ, വൈദ്യുതി ഓഫീസിലെ വ്യക്തി താൽക്കാലിക മായി സേവനം പുനഃസ്ഥാപിക്കാമെന്ന് സമ്മതിച്ചു. അവൻ ഫോൺ വെച്ചു. ഇരുട്ട് നിറഞ്ഞ മുറിയിൽ വിഷണ്ണനായി ഇരുന്നു കൊണ്ട് ദൂരെ ഭിത്തിയിലേക്ക് നോക്കി. "ഞാൻ ഇങ്ങനെയിനി ജീവിക്കില്ല," അവൻ പറഞ്ഞു. അതിനു മറുപടി നൽകിയത്, സുഹൃത്തുക്കളെ കാണാൻ സമയമായി എന്നോർമ്മിപ്പിച്ചു കൊണ്ടുള്ള, തെരുവിൽ നിന്നും കേട്ട വാഹനത്തിന്റെ ഹോൺ മുഴക്കമാണ്.

പട്ടണത്തിലെ ഒരു പഴയ പബ്ബിൽ, ബിയറുകൾക്കും മറ്റുമിട യിൽ അവർ കണ്ടുമുട്ടി. വീട്ടിൽ വൈദ്യുതി ഇല്ലെന്നുള്ള ചിന്ത, തൽക്കാലം അവൻ മറക്കാൻ ശ്രമിച്ചു. അത് ആരോടും പങ്കുവെ ക്കാൻ ആഗ്രഹിച്ചില്ല. ആ ചിന്തകൾക്കിടയിൽ, ജിമ്മിലെ പരിശീ ലകന്റെ പാഠങ്ങളും കടന്നുവന്നു. സത്യം പറഞ്ഞാൽ, അതവനെ ശല്യപ്പെടുത്തി. ആ സമയം അവന്റെ ചിന്തകൾ മുഴുവൻ ബില്ല് പ്രശ്നം പരിഹരിക്കാനുള്ള ന്യായീകരണങ്ങൾ കണ്ടെത്തുക എന്നതായിരുന്നു. പക്ഷേ, പരിശീലകന്റെ പാഠങ്ങൾ അതിനു സമ്മതിച്ചില്ല. അവൻ സുഹൃത്തുക്കളുടെ സംഭാഷണങ്ങളിലേക്ക് ശ്രദ്ധ തിരിച്ചു.

"എന്റെ മേലുദ്യോഗസ്ഥൻ ഒരു വിഡ്ഢിയാണ്!" അവന്റെ സുഹൃത്ത് ജോ പറഞ്ഞു, "അയാൾ എന്നും ഒരു കാര്യം ചെയ്യാൻ എന്നോട് പറയും; പിന്നെ പെട്ടെന്ന് മനസ്സ് മാറ്റി വേറെന്തെങ്കിലും ചെയ്യിക്കും. അതുകാരണം എനിക്കൊന്നും ചെയ്തുതീർക്കാൻ കഴി യുന്നില്ല. എവിടെയെങ്കിലും. ഉറച്ചുനിൽക്ക്!" ഉള്ളിലെ വെറുപ്പ്, വാക്കുകൾ ഊന്നിപ്പറയുന്നതിലൂടെയാണവൻ വെളിപ്പെടുത്തിയത്.

ജോയുടെ കാമുകി ഒപ്പമുണ്ടായിരുന്നു. "അത്രേയുള്ളോ? എന്നാൽ ഇത് കേൾക്കൂ. എന്റെ പഴയ മേലുദ്യോഗസ്ഥന് അയാളുടെ ജോലി എന്താണെന്നുപോലും അറിയില്ലായിരുന്നു, ഒന്നും ചെയ്യാതിരിക്കലാണ് അയാളുടെ പണി! അതുകൊണ്ടുതന്നെ ഞങ്ങൾക്കും ഒന്നും ചെയ്യാനില്ലായിരുന്നു. പക്ഷേ, ഞങ്ങൾക്കത് വലിയ ബുദ്ധിമുട്ടായൊന്നും തോന്നിയില്ല." അത് എല്ലാവരിലും ചിരി പടർത്തി.

“ഞാനൊന്ന് പറഞ്ഞേക്കാം,” ലോണി പറഞ്ഞു, “ഇനിയും അവരെന്റെ ശമ്പളം കൂട്ടിയില്ലെങ്കിൽ, എന്റെ സ്വഭാവം മാറും! ഇവിടെ ആവശ്യത്തിന് പണം നൽകുന്നില്ലെന്നേ. വൈകാതെ ഞാൻ നിർത്തി പോരും.”

ഡേവിഡ് എല്ലാം കേൾക്കുന്നുണ്ടായിരുന്നെങ്കിലും, മനസ്സ് അവിടെയായിരുന്നില്ല. മറ്റെന്തൊക്കെയോ ചിന്തകളിലായിരുന്നു അവൻ. അവിടെ കേട്ട ഓരോ പഴിപറച്ചിലും കുറ്റപ്പെടുത്തലും ന്യായീകരണവുമെല്ലാം മൂന്നാമത്തെ തെറ്റാണെന്നവൻ മനസ്സിലാക്കി. അവയെല്ലാം തന്നെ ഒഴികഴിവുകളുടെ മുഖംമൂടികളായിരുന്നു. *അത്രയേയുള്ളൂ, ഒഴികഴിവുകൾ ഒളിക്കുന്ന മറയാണ് പഴിചാരൽ. ഈ നിമിഷം മുതൽ, എന്റെ പ്രവർത്തികളുടെ ഉത്തരവാദിത്തം എന്റേത് മാത്രമായിരിക്കും.* ആ തീരുമാനം അവന്റെയുള്ളിൽ മാറ്റം സൃഷ്ടിച്ചു. അവന്റെ സുഹൃത്തുക്കൾ പോലും അവനെ ശ്രദ്ധിച്ചു.

“ഡേവിഡ്. ഭൂമിയിലേക്ക് ഇറങ്ങി വാ ഡേവിഡ്. വരൂ, ഡേവിഡ്.” ഉറക്കെ വിളിച്ചു പറയുന്നതുപോലെ ജോ കൈകളുയർത്തി ഡേവിഡിനെ ചിന്തയിൽ നിന്നുണർത്തി. അവരെല്ലാം പൊട്ടിച്ചിരിച്ചു. ഡേവിഡ് അവർക്കിടയിൽ നിൽക്കുന്നുണ്ടായിരുന്നെങ്കിലും, ചിന്തകളും തെറ്റുകളെക്കുറിച്ചുള്ള പാഠങ്ങളും തന്നെ മറ്റെങ്ങോ കൊണ്ടുപോകുന്നതായി അവനനുഭവപ്പെട്ടു. അവനൊരു യാത്രയിലായിരുന്നു, തനിക്കടുത്തിരിക്കുന്നവർ പോലും അറിയാത്ത ഒരു യാത്ര.

ഒരു മണിക്കൂർ ഒത്തുകൂടലിനു ശേഷം, ഡേവിഡിന്റെ സുഹൃത്തുക്കൾ ഓരോരുത്തരായി പോയിത്തുടങ്ങി. വീട്ടിലേക്ക് പോകുന്നതിന് മുമ്പ്, ടീവിയിലെ മത്സരത്തിന്റെ അവസാന ഭാഗവും കൂടി കാണാമെന്ന് തീരുമാനിച്ചു.

ബാർടെൻഡർ അവനോട് കഴിക്കാനെന്താണ് വേണ്ടതെന്ന് ചോദിച്ചറിഞ്ഞു. അവരിരുവരും പരസ്പരം കുശലാന്വേഷണങ്ങൾ നടത്തി. ബാർടെൻഡർ, അമിതമായി മദ്യപിച്ച ഒരാളെ നിയന്ത്രിച്ചതും, മറ്റു രണ്ടു പേർക്കിടയിലെ പ്രശ്നം തീർത്തുകൊടുത്തതും ഡേവിഡ് ശ്രദ്ധിച്ചു. അയാൾ കഥകൾ പറയുന്നതും, തമാശകളാൽ മറ്റുള്ളവരെ രസിപ്പിക്കുന്നതും അവൻ ആസ്വദിച്ചു. മിടുക്കനായിരുന്നു അയാൾ.

കളി കാണുന്നതിനിടയിൽ, ഡേവിഡും ബാർടെൻഡറും തമ്മിൽ സംഭാഷണം ആരംഭിച്ചു.

“നിങ്ങൾ എല്ലാം കാണുന്നു,” ഡേവിഡ് പറഞ്ഞു. “ഞാനിന്ന്

നിങ്ങളെ നിരീക്ഷിക്കുകയായിരുന്നു. നിങ്ങളിൽ പല കഥാപാത്ര ങ്ങൾ കിടപ്പുണ്ട് : ഭക്ഷണം വിളമ്പുന്നവൻ, ബാർടെൻഡർ, പുരോ ഹിതൻ, വിദൂഷകൻ; നിങ്ങൾ ഒരു സകലകലാവല്ലഭനാണ്."

ബാർടെൻഡർ ചിരിച്ചുകൊണ്ട് ഒന്ന് നമിച്ചു. "പിടിക്കപ്പെട്ടു! ഞാൻ പിടിക്കപ്പെട്ടിരിക്കുന്നു," അയാളുടെ വാക്കുകളിൽ ഐറിഷ് ഭാഷാശൈലി വ്യക്തമായിരുന്നു. "ഞാൻ എല്ലാം കാണുന്നുവെന്ന് നിങ്ങൾ പറയുന്നു" – അയാൾ തലയാട്ടി – "ഞാൻ കാണുന്ന കാഴ്ച യിൽ നിന്നും പലരും പലതും പഠിക്കുന്നു!"

ഡേവിഡ് ടിവിയിൽ നിന്നും ശ്രദ്ധ തിരിച്ചു. തന്റെ ഇഷ്ട ടീം ഉറപ്പായും ജയിക്കുമെന്ന നിലയിലാണ്. "ആളുകൾക്ക് പഠിക്കാ നാകുന്ന ഏറ്റവും മികച്ച കാര്യം എന്താണ്?"

ബാർടെൻഡർ തലയുയർത്തി നോക്കി. അയാൾ മേശയ്ക്കു പിന്നിൽ ഗ്ലാസുകൾ കഴുകുകയായിരുന്നു. ഒപ്പം തന്നെ മെഷീനിൽ നിന്നും പോളിഷ് ചെയ്ത് വരുന്ന ഗ്ലാസ്സുകൾ ഓരോന്നായി വെള്ള തുണി കൊണ്ട് തുടയ്ക്കുകയും ചെയ്യുന്നു. ചെയ്യുന്ന ജോലിയിൽ അയാൾ അഭിമാനിച്ചു. അയാളുടെ മേശ വൃത്തിയായി സൂക്ഷിച്ചു, ഒരു അടയാളം പോലും അവശേഷിക്കാതെ എല്ലാം തിളങ്ങി, കണ്ണാടി പുതുപുത്തനായി വെട്ടിത്തിളങ്ങി.

"ഏറ്റവും മികച്ചത് അല്ലെങ്കിൽ ഏറ്റവും നല്ലത് ഏതാണെന്ന് പറയാൻ എനിക്കറിയില്ല. ആളുകൾ എന്നോട് മികച്ച പാനീയം, മികച്ച സിനിമ, ഇവിടുത്തെ മികച്ച അത്താഴ വിഭവം എന്നിങ്ങനെ പലതും ചോദിക്കാറുണ്ട്. ഏറ്റവും മികച്ചത് തിരഞ്ഞെടുക്കുന്നത് ദുഷ്കരമാണ്."

"എങ്കിൽ ശരി, നിങ്ങളുടെ മനസ്സിൽ തോന്നുന്നത് പറയൂ." ഡേവിഡ് മറുപടി പറയാൻ പ്രോത്സാഹിപ്പിച്ചു.

"ഈ മേശയ്ക്കു പിന്നിൽ നിന്നും ഞാൻ ഒരുപാട് കണ്ടിട്ടുണ്ട്," ബാർടെൻഡർ പറഞ്ഞു, *"ദി ഗുഡ്, ദി ബാഡ്, ആൻഡ് ദി അഗ്ലി!"* അതും പറഞ്ഞ് അവൻ കണ്ണാടിയിൽ നോക്കി സ്വയം ചിരിച്ചു. "ഇതൊരു തമാശ സിനിമയാക്കാം. പക്ഷേ, ആ പേരിൽ ഒരു സിനിമ ഉണ്ടല്ലോ!"

ഡേവിഡും കൂടെ ചിരിച്ചു, ബാർടെൻഡർ തുടർന്നു.

"പല പ്രശ്നങ്ങളാൽ ജീവിതം തകർന്ന മനുഷ്യരെ ഞാൻ കണ്ടിട്ടുണ്ട്. അതുപോലെത്തന്നെ നേട്ടങ്ങൾ കൈവരിച്ചവരെയും. തകർന്നു തരിപ്പണമായ ജീവിതം നയിച്ച് നേട്ടങ്ങൾ കൈവരിച്ച വരെയും ഞാൻ കണ്ടിട്ടുണ്ടെന്ന് തോന്നുന്നു!" മനസ്സിൽ ആരെയോ ചിത്രീകരിച്ച് അയാൾ വീണ്ടും ചിരിച്ചു.

"നിങ്ങൾക്കറിയാമോ, അങ്ങനൊരാളുണ്ട്," അവൻ പറഞ്ഞു. "തെറ്റായ ആളുകൾ. അതെ... തീർച്ചയായും അവർ തന്നെ."

ഒരു ഗ്ലാസ് തുടച്ചുവെച്ച ശേഷം, അയാൾ മറ്റൊന്നും പറയാതെ അടുക്കളയിലേക്ക് ചെന്നു. ഡേവിഡിനു പിന്നിലെ മേശയിലേക്കുള്ള ഭക്ഷണവുമായി അയാൾ പോകുന്നുന്നത് കണ്ടു.

അടുത്ത നിമിഷം, അയാൾ പണം എണ്ണിക്കൊണ്ട് ഡേവിഡിനടുത്തേക്ക് തിരിച്ചെത്തി. സംഭാഷണം തുടരുമെന്ന് കരുതിയെങ്കിലും, അയാൾ ഒന്നും മിണ്ടിയില്ല. അവസാനം, ഡേവിഡ് തന്നെ മുൻകൈയെടുത്തു.

"നിങ്ങൾ എന്താണ് ഉദ്ദേശിക്കുന്നത്: "തെറ്റായ ആളുകൾ"?"

എന്താണ് ചോദിച്ചതെന്ന് മനസ്സിലാകാത്തതുപോലെ, അയാൾ താടി ചൊറിഞ്ഞു. ഒരു പുഞ്ചിരിക്കു ശേഷം, മേശയ്ക്കടിയിൽ നിന്നും ഒരു ചെറിയ പുസ്തകമെടുത്ത് അയാൾ കണ്ണിറുക്കിക്കാണിച്ചു. പരിചിതമായ പുസ്തകം.

"നിങ്ങൾ ഒരിക്കലും ചോദിക്കില്ലെന്നാണ് ഞാൻ കരുതിയത്," അയാൾ പറഞ്ഞു. "തെറ്റായ ആളുകളെ കൂടെ നിർത്തുന്നതാണ് നാലാമത്തെ തെറ്റ്."

അയാളുടെ കണ്ണുകൾ തിളങ്ങി, ഡേവിഡിന്റെ മുഖത്തെ ആശ്ചര്യം ആ കണ്ണുകൾ ആസ്വദിച്ചു. "നമുക്ക് ചുറ്റുമുള്ള ആളുകൾ, നമ്മുടെ എല്ലാ കാര്യങ്ങളെയും സ്വാധീനിക്കുമെന്ന് ഞാൻ പണ്ടേ മനസ്സിലാക്കി. നമ്മുടെ വിധി നിർണ്ണയിക്കുന്നത് സുഹൃത്തുക്കളാണ്. സാരമില്ലെന്ന് കരുതരുത്. നിങ്ങളുടെ ലക്ഷ്യം പോലും തീരുമാനിക്കുന്നത് നിങ്ങളെ ചുറ്റിയുള്ളവരാണ്."

ഡേവിഡിന്റെ മനസ്സ് കലങ്ങിമറിഞ്ഞു. അവസാനം കേട്ട തെറ്റ് ഉൾക്കൊള്ളുമ്പോഴേക്കും അടുത്തത് കേൾക്കുമെന്ന് പ്രതീക്ഷിച്ചതല്ല. ബാർടെൻഡർ പറയുന്നത് കേൾക്കുന്നുണ്ടായിരുന്നെങ്കിലും, ഒന്നും തലയിൽ കയറിയില്ല. മാത്രമല്ല, എങ്ങനെയാണ് ഇവർ തീർത്തും അപ്രതീക്ഷിതമായ സാഹചര്യങ്ങളിൽ തന്റെ മുന്നിൽ പ്രത്യക്ഷപ്പെടുന്നത്. ആ നിഗൂഢത അവനെ വലച്ചു.

ബാർടെൻഡർ ഡേവിഡിനെ തട്ടി വിളിച്ചു. "ഹലോ? കേൾക്കുന്നുണ്ടോ?"

"ക്ഷമിക്കണം," ഡേവിഡ് മറുപടി പറഞ്ഞു, "ഇന്ന് ഞാൻ ആകെ അസ്വസ്ഥനാണ്, മനസ്സ് ഒരിടത്ത് നിൽക്കുന്നില്ല. എനിക്കറിയാം, ഞാൻ ശ്രദ്ധിക്കേണ്ടതുണ്ട്, പക്ഷേ തെറ്റുകളെക്കുറിച്ച് ഇതുവരെയുള്ള പാഠങ്ങൾ മുഴുവനായും ഉൾക്കൊള്ളാൻ എനിക്കി

തുവരെ കഴിഞ്ഞിട്ടില്ല. എന്നോടാണിതെല്ലാം പങ്കുവെക്കേണ്ട തെന്ന് നിങ്ങൾക്കെങ്ങനെയാണ് അറിയുന്നത്? മാസങ്ങളോളം ആരും വന്നില്ല. എന്നാൽ ഇന്ന് പെട്ടെന്ന്, ഒരു ദിവസം തന്നെ രണ്ട് പാഠങ്ങൾ."

"ഹാ... പാഠങ്ങളിലൊന്ന് ഇപ്പോഴെന്റെ പക്കലുണ്ട്!" ബാർ ടെൻഡർ പെട്ടെന്ന് ഓർത്തെടുത്തു. "വേറെ വഴിയില്ല, ഇപ്പോൾ തന്നെ സ്വീകരിച്ചേ മതിയാകൂ. എല്ലാത്തിനെയും ചോദ്യം ചെയ്യരുത്. അങ്ങനെ ചെയ്താൽ ആവശ്യങ്ങൾ നിറവേറ്റപ്പെടില്ല."

നേരെയിരുന്ന ഡേവിഡ്, ഒരു നിശ്വാസത്തോടെ തല കുലുക്കി. "ശരി, സമ്മതിച്ചു. പറയൂ."

"എവിടെയാണ് പറഞ്ഞു നിർത്തിയത്? ഹാ, നമുക്ക് ചുറ്റുമുള്ളവർ. നമ്മുടെ കൂട്ടുകാർ. അവരുടെ സ്വാധീനം എത്രത്തോളം വലുതാണെന്ന് ഊഹിക്കാൻ പോലുമാവില്ല. കുറച്ച് വർഷങ്ങൾക്കു മുൻപ്, ഞാൻ ഒരു ലേഖനത്തിൽ വായിച്ചിരുന്നു, സുഹൃത്തുക്കൾക്ക് ഒരുമിച്ച് ശരീരഭാരം കൂടുന്നതിനെക്കുറിച്ച്. നിങ്ങളുടെ ഉറ്റ സുഹൃത്തിന്റെ ശരീരഭാരം കൂടുന്നുവെങ്കിൽ, നിങ്ങളുടേതും കൂടാനുള്ള സാധ്യത കൂടുതലാണ്. അതിൽ വിചിത്രമെന്താണെന്ന് കേൾക്കണോ?" ബാർടെൻഡർ ചോദിച്ചു.

ഡേവിഡ് ചെവികൾ കൂർപ്പിച്ചു, മുന്നോട്ടാഞ്ഞിരുന്നു.

"അവർ താമസിക്കുന്നത് ലോകത്തിന്റെ രണ്ട് വശങ്ങളിലാണെങ്കിലും, അവർക്കിടയിൽ നൂറുകണക്കിന് മൈലുകൾ ദൂരമുണ്ടെങ്കിലും, അങ്ങനെ സംഭവിക്കും. സുഹൃത്തുക്കൾക്ക് നിങ്ങളുടെ ഭാരത്തിൽ ഇത്രത്തോളം സ്വാധീനം ചെലുത്താൻ കഴിയുമെങ്കിൽ, നിങ്ങളുടെ മനസ്സിൽ, ചിന്തകളിൽ, അവസരങ്ങളിൽ അവർക്ക് എത്രത്തോളം കഴിയുമെന്ന് ചിന്തിച്ചു നോക്കൂ. നോക്കൂ, ഒരുമിച്ച് ഭാരം കൂടുന്നതിനു പകരം, സമ്പത്താണെങ്കിലോ കൂടുന്നത്?"

ഒരിക്കൽക്കൂടി സംഭാഷണത്തിന് താൽക്കാലിക വിരാമമിട്ട്, ഡേവിഡിനെ ചിന്തകൾക്കു നടുവിൽ ഒറ്റയ്ക്കാക്കി, ബാർടെൻഡർ മറ്റു മേശകളിലേക്ക് ചെന്നു. അയാൾ പെട്ടെന്ന് തിരിച്ചെത്തി. പക്ഷേ ഇത്തവണ, ഉടൻ തന്നെ വിഷയത്തിലേക്ക് കടന്നു.

"ഈ പ്രതിഭാസത്തെക്കുറിച്ച് ഞാൻ ഒരുപാട് വായിച്ചിട്ടുണ്ട്." ബാർടെൻഡർ പറഞ്ഞു. "നമ്മുടെ സുഹൃത്തുക്കൾ എല്ലാറ്റിനെയും സ്വാധീനിക്കുന്നു : നമ്മുടെ തീരുമാനങ്ങൾ, ചിന്തകൾ. അദ്ഭുതം തന്നെ. മറ്റൊന്നുകൂടി പറയാം, ഉറ്റ സുഹൃത്തുക്കൾ ഉള്ളവർ കൂടുതൽ കാലം ജീവിക്കും, സത്യമാണ്."

ബാർടെൻഡർ തുടർന്നു, "നിങ്ങൾക്കൊപ്പമുള്ളവരാണ് നിങ്ങളുടെ ഭാവി നിശ്ചയിക്കുന്നത് എന്ന് പറയുന്നതിൽ അതിശയോക്തിയൊന്നുമില്ല. ഞാൻ ഈ മേശയ്ക്കു പിന്നിലിരുന്ന് കണ്ട കാര്യങ്ങൾ കേട്ടാൽ ആരും കാര്യമാക്കുകയില്ല. പക്ഷേ, പഠനങ്ങൾ അവരെ ഉറപ്പായും ഞെട്ടിക്കും."

"ഞാൻ ബാർടെൻഡർ ആയിരുന്നില്ല. സത്യം പറഞ്ഞാൽ, ഒരു വലിയ സ്ഥാപനത്തിലായിരുന്നു ഞാൻ ജോലി ചെയ്തിരുന്നത്, നിങ്ങളെപ്പോലെ." ഇതു കേട്ട്, ഡേവിഡിന്റെ മുഖം സ്വയമറിയാതെ ചുവന്നു. ബാർടെൻഡർ തുടർന്നു, "ഒരുപാട് നല്ല അനുഭവങ്ങൾ ഉണ്ടായി, പലതും പഠിച്ചു, ഉൾക്കൊണ്ടു. പിന്നെ, ഒരു പരീക്ഷണമെന്നോണം ഒരുപാട് ജോലികളിലൂടെ യാത്ര ചെയ്ത് ഞാൻ ഇവിടെ എത്തി നിൽക്കുന്നു. വർഷങ്ങളായി ഞാൻ ഇവിടെയുണ്ട്, മറ്റെവിടെയും എനിക്കീ സന്തോഷം ലഭിച്ചിട്ടില്ല. വാസ്തവത്തിൽ, പണമല്ല പ്രധാനം. ഈ ബാറിന്റെ ഉടമ ഞാനാണെന്ന് പലർക്കുമറിയില്ല, പിന്നെ മറ്റു രണ്ടു പേരും."

"ആഹാ, എനിക്കും അറിയില്ലായിരുന്നു." ഒരാളുടെ വേഷം കണ്ട് അയാളെ വിലയിരുത്താൻ പാടില്ലെന്ന് ഡേവിഡ് ചിന്തിച്ചു. "ഒരു സ്ത്രീയാണ് ഉടമസ്ഥയെന്നാണ് ഞാൻ കരുതിയത്."

"മിക്ക ആളുകൾക്കും ഇതിന്റെ ചരിത്രം അറിയില്ല," ബാർടെൻഡർ മറുപടി പറഞ്ഞു. "നൂറ്റാണ്ടുകളായി "ആരിയാസ്"" എന്ന പേരിലാണ് ഇത് അറിയപ്പെടുന്നത്. തുടക്കത്തിൽ ഇതൊരു സത്രമായിരുന്നു. ആദ്യ ഉടമസ്ഥ ആരിയ അല്ലെങ്കിലും, അവരുടെ ഉടമസ്ഥതയിലാണ് സ്ഥാപനത്തിന് മുന്നേറ്റമുണ്ടായത് എന്നാണ് കഥ. നിങ്ങൾക്കറിയാമോ, കാറ്ററിംഗ് ഹാൾ പുതുക്കിപ്പണിയുന്ന സമയത്ത്, വിപ്ലവ യുദ്ധകാലത്തെ ചില യൂണിഫോമുകൾ ഞാൻ കണ്ടെത്തി. അവ ഇപ്പോൾ ഡൗൺടൗൺ മ്യൂസിയത്തിൽ പ്രദർശിപ്പിച്ചിട്ടുണ്ട്. അതിശയിപ്പിക്കുന്ന ചരിത്രവും, ഒരുപാട് രഹസ്യങ്ങളും അടങ്ങിയതാണ് ഇവിടം. നിങ്ങൾ സഞ്ചരിക്കുന്ന അതേ പാതയിലൂടെ കടന്നുപോയ പലരും, നിങ്ങളിരിക്കുന്ന അതേ ഇരിപ്പിടത്തിൽ ഇരുന്നിട്ടുണ്ട്."

ഡേവിഡിന്റെ കൈകൾ ആ മര സ്റ്റൂളിനെ തഴുകി അഭിനന്ദിച്ചു. ലളിതമായ ചിത്രപ്പണിയിൽ, ദൃഢതയും കരകൌശലത്തിന്റെ വൈദഗ്ധ്യവും അവൻ ശ്രദ്ധിച്ചു. ഇരിപ്പിടം മാത്രമല്ല, ആ ബാർ മുഴുവനും. ചില്ലുജാലകത്തിലൂടെ, ഭക്ഷണശാലയിലേക്ക് കണ്ണോടിച്ചു. ആ സ്ഥലത്തിന്റെ പഴക്കം അവൻ ശ്രദ്ധിച്ചിരുന്നില്ല. വിദഗ്ധമായ

ബാർടെൻഡർ രണ്ട് പാത്രങ്ങളിലായി ഉപ്പ് ബിസ്കറ്റും കടലയും നിറച്ച് ഡേവിഡിന് മുൻപിൽ വെച്ചു. ഡേവിഡിന്റെ ഗ്ലാസിൽ പാനീയം നിറച്ച്, പതയാൽ മേൽക്കൂരയൊരുക്കി. ശേഷം, സത്രത്തിന്റെ ചരിത്രത്തിൽ നിന്നും സുഹൃത്തുക്കളുടെയും സഹപ്രവർത്തകരുടെയും വിഷയത്തിലേക്ക് തിരികെയെത്തി.

"പലപ്പോഴും നമ്മുടെ ഭാവി നിർണ്ണയിക്കുന്ന സുഹൃത്തുക്കളെ തിരഞ്ഞെടുക്കുന്നതിനേക്കാൾ ശ്രദ്ധ, നാം വസ്ത്രം വാങ്ങുമ്പോൾ നൽകാറുണ്ട്." ബാർടെൻഡറുടെ മുഖത്ത് പുച്ഛം. "വേദനാജനകം. ഒന്നോർക്കുക, നമ്മളെ ഉയരത്തിലേക്ക് നയിക്കുന്നവരെ കണ്ടെത്തുന്നതുപോലെ തന്നെ പ്രധാനമാണ്, നമ്മെ പിന്നോട്ട് വലിക്കുന്നവരെ, മര്യാദപൂർവ്വം ഒഴിവാക്കുന്നതും. അതൊരു ഫോർമുലയാണ്."

"വർഷങ്ങൾക്ക് മുമ്പ്, ആളുകൾ പുകവലിക്കുമായിരുന്നു. ഇപ്പോൾ മിക്ക ആളുകളും, എന്തു വില കൊടുത്തും, അത് ഒഴിവാക്കാൻ ആഗ്രഹിക്കുന്നു. പക്ഷേ, കൂട്ടുകാരുടെ സ്വാധീനം നിറഞ്ഞ വാക്കുകളിൽ നിന്നും അവരിപ്പോഴും മുക്തി നേടിയിട്ടില്ല. എപ്പോഴും വിമർശനങ്ങളും കുറ്റപ്പെടുത്തലുകളുമായി നടക്കുന്ന അവർക്കൊപ്പമാണ് സമയം ചെലവഴിക്കുന്നത്. മനസ്സിലാക്കുന്നില്ല. വിമർശിക്കുന്നവർ, പരാതിപ്പെടുന്നവർ, സംശയിക്കുന്നവർ, തളർത്തുന്നവർ എന്നിവരെ ഒഴിവാക്കി, പകരം, പ്രോത്സാഹിപ്പിക്കുന്നവരെയും ജീവിതവിജയം നേടിയവരെയും പ്രചോദനം നൽകുന്നവരെയും കൂടെ നിർത്തു. നിങ്ങളുടെ വിജയങ്ങളിൽ തുള്ളിച്ചാടുന്ന ആളാവണമെന്നില്ല. കൂടെ നില്ക്കുന്നവൻ. വെല്ലുവിളികൾ നേരിടുന്നവരാണെങ്കിൽ, അവർക്ക് നിങ്ങൾ താങ്ങാവുക. അവർക്ക് പ്രോത്സാഹനവും പ്രചോദനവും ആവുക. എന്നാൽ നിങ്ങളിലെ ഊർജ്ജം വറ്റിത്തുടങ്ങുമ്പോൾ, മാറ്റത്തിനുള്ള സമയമാണ്."

ബാർടെൻഡർ ഡേവിഡിന്റെ കൈയിൽ കഴിച്ചതിനുള്ള ബില്ല് നൽകി, "എന്റെ അഭിപ്രായത്തിൽ, തെറ്റുകളിൽ ഏറ്റവും പ്രധാനപ്പെട്ടത് ഇതാണ്." അയാൾ പുഞ്ചിരിച്ചു.

പാട്ടും മൂളി അയാൾ അടുക്കളയിലേക്ക് മറഞ്ഞു.

സുഹൃത്തുക്കളുമായുള്ള സംഭാഷണങ്ങൾ ഡേവിഡ് ഓർത്തെടുത്തു. പരാതികളും വിമർശനങ്ങളും കളിയാക്കലുകളും. പ്രോത്സാഹിപ്പിക്കുന്ന ഒരു വാക്ക് പോലുമോർമ്മയിൽ തെളിഞ്ഞില്ല. ജോലിസ്ഥലത്ത് തനിക്ക് ചുറ്റുമുള്ളവരെ ഓർത്തു. മേലുദ്യോഗസ്ഥന്റെ ഇഷ്ടം പിടിച്ചുപറ്റാൻ തല താഴ്ത്തി നടക്കാനാണ് അവർ പ്രോത്സാഹിപ്പിക്കുന്നത്.

അല്പം കൂടി പുറകോട്ടു പോയി കോളേജ് കാലഘട്ടത്തിലെത്തി. അന്ന് അവൻ കൂടുതൽ സന്തോഷവും ആത്മവിശ്വാസവും ഉള്ളവനായിരുന്നു. അതിന്റെ കാരണവും കൂട്ടുകാരായിരുന്നോ?

വൈകുന്നേരത്തെ സംഭവങ്ങളും, സകല പ്രതികൂല സംഭാഷണങ്ങളും വീണ്ടും ഓർത്തു. ചില മാറ്റങ്ങൾ വരുത്തേണ്ട സമയമായെന്ന് അവൻ മനസ്സിലാക്കി. എന്നാൽ അതൊന്നും അത്ര എളുപ്പമായിരുന്നില്ല.

തന്റെ ജോലിയായിരുന്നു പ്രശ്നം എന്നാണ് ഇത്രയും കാലം വിചാരിച്ചിരുന്നത്. എന്നാൽ തനിക്കു ചുറ്റുമുള്ളവരാണ്, ഡേവിഡ് ചിന്തിച്ചു. ചിലപ്പോൾ രണ്ടുമാകാം.

നിശബ്ദത അവനെ വലയം ചെയ്തു, ലോകം മന്ദഗതിയിലായി. ഒഴികഴിവുകൾ പറയുക മാത്രമല്ല, തന്നെ പിന്നോട്ട് വലിക്കുന്നവരെ കൂടെ നിർത്തുകയും ചെയ്യുകയായിരുന്നു താനെന്ന് ഡേവിഡ് തിരിച്ചറിഞ്ഞു. എല്ലാറ്റിനുമുപരി, ജോലി ഉപേക്ഷിക്കാൻ വരെ തയ്യാറായി. മേലുദ്യോഗസ്ഥനോ ജോലി സമയമോ അല്ല യഥാർത്ഥത്തിൽ പ്രശ്നം; ജോലിസ്ഥലമോ ജോലിയോ അല്ല. അവയെല്ലാം ഒഴികഴിവുകൾ മാത്രമായിരുന്നു; ഇപ്പോൾ പഠിച്ച പാഠത്തിൽ നിന്നും അവനത് മനസ്സിലാക്കി. തന്റെ ജോലിയേക്കാൾ വലുതാണ് ജീവിതോദ്ദേശ്യം എന്ന ലളിതമായ തിരിച്ചറിവ് നൽകിയ പാഠം. ആ തീരുമാനം, അവനെ മറ്റൊന്നുകൂടി പഠിപ്പിച്ചു. ജോലി ഉപേക്ഷിക്കുന്നതിന് മുമ്പ്, ആദ്യം ലക്ഷ്യം കണ്ടെത്തേണ്ടതുണ്ട്. സ്വപ്നങ്ങളിലേക്കുള്ള യാത്ര ആരംഭിക്കേണ്ടത് നിരാശയിൽ നിന്നുമല്ല, മനശ്ശക്തിയിൽ നിന്നുമാണ്. അവൻ പാഠങ്ങളിലൂടെ വീണ്ടും വീണ്ടും കടന്നുപോയി, അതവന്റെ ഉപബോധമനസ്സിൽ വേരുറപ്പിച്ചു, അവന്റെ മനസ്സിനെ ശക്തിപ്പെടുത്തി. അവന്... അവന്... ജ്ഞാനോദയം അനുഭവപ്പെട്ടു. ഈ വയസ്സിൽ ജ്ഞാനിയാകുന്നതിനെക്കുറിച്ച് ചിന്തിച്ചപ്പോൾ, അവന് തമാശയായി തോന്നി.

മേശമേൽ പണം വെച്ച ശേഷം ഡേവിഡ്, തനിക്കായി എഴുതപ്പെട്ട പേപ്പർ കൈയിലെടുത്തു.

തെറ്റ് #4 :

തെറ്റായ ആളുകളെ കൂടെ നിർത്തുന്നത്

നിങ്ങളുടെ സുഹൃത്തുക്കൾ നിങ്ങളുടെ വിധി നിർണ്ണയിക്കുന്നു.

നിങ്ങൾക്ക് ചുറ്റുമുള്ളവരാണ് നിങ്ങളുടെ ലക്ഷ്യങ്ങൾ തീരുമാനിക്കുന്നത്.

വസ്ത്രം തിരഞ്ഞെടുക്കാൻ ചെലവഴിക്കുന്ന സമയം പോരാ സുഹൃത്തുക്കളെ കണ്ടെത്താൻ.

സ്വാധീനം ചെലുത്തുന്നവർ അപകടകാരികളാണ്, നമ്മൾ കരുതുന്നതിനേക്കാൾ നഷ്ടങ്ങളുണ്ടാക്കാൻ അവർക്ക് സാധിക്കും.

വിമർശിക്കുന്നവർ, പരാതിപ്പെടുന്നവർ, സംശയിക്കുന്നവർ, തളർത്തുന്നവർ എന്നിവരെ ഒഴിവാക്കി, പകരം, പ്രോത്സാഹിപ്പിക്കുന്നവരെയും ജീവിതവിജയം നേടിയവരെയും പ്രചോദനം നൽകുന്നവരെയും കൂടെ നിർത്തൂ.

മാനസികമായി തളർത്തുന്നവരെ ജീവിതത്തിൽ നിന്നും പൂർണ്ണമായി ഒഴിവാക്കുക.

സ്വപ്നങ്ങൾ കൈവരിക്കാൻ സഹായിക്കുന്നവരെ എന്നും കൂടെ നിർത്തുക.

ഒന്നാം നിയമം

⌘⌘⌘

ആരിയയും അമ്മാവൻ റെയ്മണ്ടും വീടുവിട്ടിറങ്ങി, ആരും തങ്ങളെ കണ്ടില്ലെന്ന വിശ്വാസത്തിൽ. പരസ്പരം ചേർത്തുനിർത്തി അവർ നടന്നു.

"നിങ്ങളുടെ നല്ലവരായ സുഹൃത്തുക്കളെങ്ങനെയാണ്?" മറ്റാരും കാണാതെ മരക്കൂട്ടത്തിന്റെ മറവിൽ എത്തിയ ശേഷം അവൾ ചോദിച്ചു. അദ്ദേഹം എങ്ങോട്ടാണ് പോകാനുദ്ദേശിക്കുന്നതെന്ന് അവൾക്കറിയാമായിരുന്നു. കളപ്പുര ഇടതുവശത്തായിരുന്നു.

"റോബർട്ട് ധീരനാണ്, എന്നാൽ മേയും നിസ്സാരക്കാരിയല്ല. തന്നെക്കാൾ പോന്നവരെ അവൾക്ക് കൈകാര്യം ചെയ്യാൻ കഴിയും. ഞാൻ ഉറങ്ങുകയാണെന്ന് അവർ കരുതിക്കോളും."

അവർ കളപ്പുരയിൽ എത്തി. അദ്ദേഹത്തിന്റെ ഭാരം താങ്ങാനാവാതെ ബെഞ്ച് ഞരങ്ങി. പെട്ടെന്ന് രക്ഷപ്പെടുമെന്നാണ് അവൾ വിചാരിച്ചത്, പക്ഷേ അദ്ദേഹത്തിന്റെ മനസ്സിൽ മറ്റൊന്നായിരുന്നു. അവളെ അരികിൽ ഇരിക്കാനായി ആംഗ്യം കാണിച്ചു.

പല നാളായി മനസ്സിൽ കൊണ്ടുനടക്കുന്ന ചോദ്യം ചോദിക്കാനുള്ള അവസരം ഇതാണെന്നവൾ തീരുമാനിച്ചു. പല തവണ ചിന്തിപ്പിച്ചെങ്കിലും ഒരിക്കലും അവൾ ചോദിക്കാൻ തുനിഞ്ഞിരുന്നില്ല. "അമ്മാവാ, ആ പുസ്തകത്തിലെ സകല ജ്ഞാനവും പാഠങ്ങളും... അതിൽ പലതും പലർക്കും അറിയാം. അതിൽ മാന്ത്രിക ശക്തിയുണ്ടെന്ന് അവർ പോലും വിശ്വസിക്കുകയുമില്ല. പിന്നെന്തിനാണ് അവരെല്ലാം ഇത് കൈക്കലാക്കാൻ ശ്രമിക്കുന്നത്? എന്തിനാണ് ഇത് ഈ രീതിയിൽ സംരക്ഷിക്കപ്പെടുന്നത്?"

അമ്മാവൻ പുഞ്ചിരിച്ചു. "ആരിയ, തലമുറകളായി ഈ ചോദ്യം ആവർത്തിക്കപ്പെടുന്നുണ്ട്. സത്യമാണ്. ഒരു തെറ്റ് മനസ്സിലാക്കാൻ

കഴിയും, പലപ്പോഴും അതിനെ അവഗണിക്കുന്നതും കാണാം. പലരും മരണം വരെയും അറിവുകൾ കൊണ്ടുനടക്കും, പക്ഷേ ചിലർ മാത്രമാണ് ആ അറിവുകളെ പഠിക്കുകയും ജീവിതത്തിൽ പ്രാവർത്തികമാക്കുകയും ചെയ്യുന്നത്. അറിവുകളുടെ ഒരു ശേഖരമാണിത്, പ്രായോഗികമാക്കുന്നവർക്ക് സഹായഹസ്തമാകുന്ന ഉദാഹരണങ്ങൾ സഹിതം. മറ്റുള്ളവരെ നശിപ്പിക്കാനും നിയന്ത്രിക്കാനും, മറ്റു പല ദുരുദ്ദേശ്യങ്ങൾക്കുമായി, പല കാലങ്ങളിലായി, പലരും ഇത് തേടുന്നുണ്ട്. മറ്റുള്ളവരെ തെറ്റിദ്ധരിപ്പിക്കാനും വഞ്ചിക്കാനും ഈ ഒമ്പത് തെറ്റുകളെ ഉപയോഗപ്പെടുത്താൻ കഴിയും. ചിലത് എനിക്കിപ്പോഴും നിഗൂഢമാണ്. പക്ഷേ മനസ്സിലാകുള്ള ആരിയ, ഒമ്പത് തെറ്റുകൾ, അത് സുരക്ഷിതമാക്കുന്നതാണ് നല്ലത്."

"പ്രത്യേകിച്ചും ഈ കൈയെഴുത്തുപ്രതിയുടെ കാര്യത്തിൽ അത് സത്യമാണ്, കാവൽക്കാരന്റെ പ്രതി. മറ്റു പ്രതികളിൽ നിന്നും ഈ കൈയെഴുത്തുപ്രതി വ്യത്യസ്തമാണ്, നോക്കൂ." പറഞ്ഞത് മനസ്സിലായെങ്കിലും, താൻ അറിയാൻ ഇനിയും ഒരുപാടുണ്ടെന്ന് ആരിയ തിരിച്ചറിഞ്ഞു. അവരിരുവർക്കുമിടയിൽ കൈയെഴുത്തുപ്രതിയുടെ പെട്ടി ഭദ്രമായി വെച്ചു. എന്നിട്ട്, അദ്ദേഹം ചുമരിൽ നിന്നുമെടുത്ത ചിത്രത്തിലേക്ക് ശ്രദ്ധ തിരിച്ചു.

"വർഷങ്ങൾക്ക് മുമ്പ്, ഞാൻ പട്ടണത്തിൽ ചെന്ന് പ്രിന്റിംഗും ബൈൻഡിംഗും ചെയ്യുന്ന ഒരാളെ സന്ദർശിച്ച് ഞങ്ങൾ ഗുരുക്കന്മാർക്കായി ഒമ്പത് പുസ്തകങ്ങൾ അച്ചടിച്ചു. കാവൽക്കാരനായി, യഥാർത്ഥ കൈയെഴുത്തുപ്രതി സൂക്ഷിച്ചു. എന്നാൽ അച്ചടിച്ച പതിപ്പിൽ ചേർക്കാത്ത മൂന്ന് പേജുകൾ ഉണ്ടായിരുന്നു. സന്ദേശത്തിന്റെ സമഗ്രത നിലനിർത്താനായി ആനുകാലികതയെ ന്നോണം പുസ്തകങ്ങളിലെ ഭാഷയും ഞങ്ങൾ നവീകരിച്ചു.

"ഇത് എന്താണെന്ന് നിനക്കറിയാമോ?" ചിത്രം കാണിച്ച് അദ്ദേഹം ചോദിച്ചു.

"ഞാൻ ഈ ചിത്രം അങ്ങനെ പ്രത്യേകിച്ച് ശ്രദ്ധിച്ചിട്ടൊന്നുമില്ല." അവൾ ഓർമ്മകളിൽ തിരഞ്ഞു.

"ആരിയ, ആ മൂന്ന് പേജുകളെ വ്യത്യസ്ത സ്ഥലങ്ങളിൽ ഞാൻ ഒളിപ്പിച്ചു. ഈ ചിത്രം ഞാൻ എന്റെ സുഹൃത്തുക്കൾക്ക് സമ്മാനമായി നൽകി. ഇതിനകത്ത് എന്താണെന്ന് അവർക്കിപ്പോഴും അറിയില്ല."

അദ്ദേഹം ആ ചിത്രത്തിന്റെ ഫ്രെയിമിന്റെ പിൻവശം തുറന്ന്,

അകത്തു നിന്നും പഴകിയ ഒരു പേപ്പർ പുറത്തെടുത്തു. അദ്ദേഹം ഒരു നിമിഷം ആരാധനയോടെ ആ പേപ്പർ കൈകളിൽ തഴുകി. “ഇതാണ്, കാവൽക്കാരന്റെ നിയമങ്ങളിൽ ആദ്യത്തേത്.” അദ്ദേഹം അവളെ നോക്കി. “രണ്ടു പേജുകൾ കൂടിയുണ്ട്. ആരിയ, ഇനിയും വർഷങ്ങൾ കഴിഞ്ഞേ ഈ സന്ദർഭം ഉണ്ടാകൂ എന്നാണ് ഞാൻ കരുതിയത്... ഈ ഭാരം നിന്റെ ചുമലിൽ വെക്കുന്നതിൽ എന്നോട് ക്ഷമിക്കണം. ഇനി നീയാണ് പുതിയ കാവൽക്കാരി. കടം വാങ്ങിയ സമയം മാത്രമാണ് എന്റെ ജീവിതത്തിൽ ബാക്കിയുള്ളത്.” അദ്ദേഹം ആ പേജ് അവളുടെ കൈകളിൽ വെച്ചുകൊടുത്തു.

ആരിയ സ്തംഭിച്ചുപോയി. അവളുടെ ലോകം ഒരേസമയം നിശ്ചലമായതായും വേഗത്തിൽ ചലിക്കുന്നതായും അവൾക്കു തോന്നി. ആശയക്കുഴപ്പത്തിന്റെ കൊടുങ്കാറ്റിൽ ആടിയുലഞ്ഞു.

പുതിയ കാവൽക്കാരി? അതെങ്ങനെ സാധിക്കും? അപ്പോൾ റെയ്മണ്ട് അമ്മാവൻ? എന്താണ് അദ്ദേഹം ഉദ്ദേശിക്കുന്നത്?

“അമ്മാവാ, നിങ്ങൾക്കിപ്പോൾ ഭേദമുണ്ട്. മാത്രമല്ല, ഞാൻ ഇതിൽ നിന്നും പാഠങ്ങൾ പഠിച്ചിട്ടേ ഉള്ളൂ. ഒന്നുകൂടി ആലോചിക്കൂ. ഗുരുക്കന്മാരിൽ ആരെങ്കിലും...”

പഴയ റെയ്മണ്ട് അമ്മാവനെ ഓർമ്മപ്പെടുത്തുംവിധം അദ്ദേഹം കൈകൾ ഉയർത്തി. അദ്ദേഹം അങ്ങനെ ചെയ്താൽ, ലോകം തന്നെ നിശ്ചലമാകുന്നതായി തോന്നും. ന്യായാധിപന്റെ കസേരയിലിരുന്ന് അദ്ദേഹം കൈകളുയർത്തിയാൽ, മറ്റൊരാളുടെയും ശബ്ദം പൊങ്ങില്ല, കുടുംബത്തിലുള്ളവർ പോലും ധൈര്യപ്പെടില്ല. ഒരു വാദ്യസംഘത്തെ, അത് നയിക്കുന്ന ആൾ നിശബ്ദമാക്കുന്നതിനേക്കാൾ വേഗത്തിൽ, അമ്മാവന്റെ കൈകൾ ചുറ്റുമുള്ളവരെ നിശബ്ദമാക്കും. അവളുടെ കണ്ണിൽ ആകാംക്ഷ.

“സമയമായിരിക്കുന്നു.” അമ്മാവൻ പറഞ്ഞു, “മാത്രമല്ല, നിന്റെമേൽ ആർക്കും സംശയമുണ്ടാകില്ലെന്ന് എനിക്കുറപ്പുണ്ട്. നിന്റെ പ്രായത്തിലുള്ള ഒരു പെൺകുട്ടിക്ക് ഇത്തരമൊരു അധികാരം നൽകാൻ എനിക്ക് ഭ്രാന്താണെന്ന് അവർ കരുതും. അതുകൊണ്ടാണ് ഇത് ശരിയാണെന്ന് ഞാൻ കരുതുന്നതും. നീയായിരിക്കുമെന്ന് അവർ ഒരിക്കലും പ്രതീക്ഷിക്കില്ല.”

“എനിക്ക് പതിനെട്ട് വയസ്സ് പോലും തികയുന്നേയുള്ളൂ അമ്മാവാ,” പേജിലെ എഴുത്തുകൾ നോക്കുന്നതിനിടയിൽ ഒഴിയാനായി അവൾ ശ്രമം നടത്തി.

“എനിക്കറിയാം, ഇപ്പോൾ നീയൊരു യുവതിയാണ്,” അമ്മാവൻ പറഞ്ഞു. “ഈ ജ്ഞാനം ഞാൻ നിന്നെ ഏൽപ്പിക്കുന്നു, പക്ഷേ എന്റെ മനസ്സിൽ നീയെന്നുമുണ്ടാകും –”

“നിങ്ങൾ കുതിര സവാരി പഠിപ്പിച്ച ആ കൊച്ചു പെൺകുട്ടിയായി..” വർഷങ്ങളായി അദ്ദേഹം പറയാറുള്ള വാക്യം അവൾ മുഴമിപ്പിച്ചു. അദ്ദേഹത്തിന്റെ ഓർമ്മകളിൽ ആ നിമിഷങ്ങൾ എപ്പോഴും നിറഞ്ഞു നിന്നിരുന്നു.

അദ്ദേഹം അവളെ അനുകമ്പയോടെ നോക്കി. “ഈ പുസ്തകങ്ങളിൽ, നമുക്കിടയിലെ മഹാന്മാരുടെ തെറ്റുകളാണ് ഉള്ളടങ്ങിയിട്ടുള്ളത്. ജീവിതാരംഭത്തിൽ തന്നെ അവയെല്ലാം ഒഴിവാക്കുന്നതിലൂടെ, അതുല്യമായ ശക്തിയും സമ്പത്തും സദാ സന്തോഷവും വന്നുചേരും. തെറ്റായ കരങ്ങളിൽ എത്തിപ്പെടാതെ അത് സൂക്ഷിക്കുക. നീ ഈ ചുമതല സ്വീകരിക്കാൻ തയ്യാറാണോ, കാവൽക്കാരി എന്ന പദവി?”

ആരിയ കണ്ണടച്ചു തുറന്നു, എന്നിട്ട് തലയാട്ടി, ഉറച്ച സ്വരത്തിൽ മറുപടി പറഞ്ഞു, “ഞാൻ സ്വീകരിക്കുന്നു.” കൈയെഴുത്തുപ്രതിയുടെ പെട്ടിയും പേപ്പറും അവൾ ചേർത്തുപിടിച്ചു, അതിന്റെ അർത്ഥവും പ്രാധാന്യവും അറിഞ്ഞുതന്നെ. ഇനി മുതൽ അത് അവളുടെ ഉത്തരവാദിത്തമാണ്, എന്നെന്നേക്കും.

“ഒരു ദിവസം, ഈ ജ്ഞാനം ലോകത്തിനു മുന്നിൽ വെളിപ്പെടുത്തും, നമ്മുടെ ശത്രുക്കളെ പരാജയപ്പെടുത്തും.” അദ്ദേഹം പറഞ്ഞു. “ആ ദിവസം നമ്മുടേതായിരിക്കും. തെറ്റുകളെക്കുറിച്ച് ലോകത്തെ ബോധ്യപ്പെടുത്തുന്ന അന്ന് നമ്മുടെ ഉദ്യമം പൂർത്തിയാകും; പ്രത്യേകിച്ച്, ചെറുപ്പക്കാരെ, ജീവിതം കെട്ടിപ്പടുത്തു തുടങ്ങുന്നവരെ, നമ്മുടെയീ ലോകത്ത് എന്തെങ്കിലുമൊക്കെ ചെയ്യാൻ ബാക്കിയുണ്ടെന്ന് വിശ്വസിക്കുന്നവരെ.”

“എന്നായിരിക്കും ആ ദിവസം?” അവൾ ചോദിച്ചു.

“അത് എന്റെ അറിവിന്റെ പരിധിയിലുള്ളതല്ല.” അദ്ദേഹം ഒരു ഇടവേളയിട്ടു. “അതുവരെ, പിന്തുടർച്ചാവകാശം തീരുമാനിക്കാൻ കർശനമായ നിയമങ്ങളുണ്ട്. ഒമ്പതുപേരെയും പുറംലോകമറിയാതെ സംരക്ഷിക്കേണ്ടതും, ഓരോന്നിനും പിൻഗാമിയെ കണ്ടെത്തുന്നതും കാവൽക്കാരന്റെ കടമയാണ്. ആ തീരുമാനം എടുക്കുന്നതിന് നിന്നിലെ അറിവ് ഉപയോഗിക്കണം.”

“എന്തൊക്കെയാണ് മൂന്ന് നിയമങ്ങൾ?”

“ആദ്യത്തേത് നിന്റെ കൈയിലുണ്ട്, വായിക്കു. ഓർക്കുക,

ഈ പേജുകൾ കാവൽക്കാർക്ക് മാത്രമുള്ളതാണ്. പാഠങ്ങൾ പഠിപ്പിക്കേണ്ടവരെയും സ്വീകരിക്കുന്നവരെയും തിരഞ്ഞെടുക്കാൻ ആഗ്രഹിക്കുന്ന, ഒമ്പത് തെറ്റുകളെയും പൂർണ്ണമായി മനസ്സിലാക്കുന്ന ഒരാൾക്ക് സാമാന്യജ്ഞാനം അത്യന്താപേക്ഷിതമാണ്. നേതാവിനെ തീരുമാനിക്കാനുള്ള അധികാരം കാവൽക്കാരനാണ്. ഇതിലെ സന്ദേശം മനസ്സിൽ വെച്ചുവേണം, തീരുമാനങ്ങളെടുക്കാൻ. നിയമങ്ങൾ ഇടയ്ക്കിടെ വായിക്കുകയും, അതിലെ അറിവ് മനസ്സിലുറപ്പിക്കുകയും വേണം."

"എനിക്ക് പൂർണ്ണമായി മനസ്സിലായില്ലെങ്കിലും, ഞാനിത് നിധി പോലെ സംരക്ഷിക്കും, അമ്മാവാ." അവൾ ഉറപ്പ് നൽകി.

കളപ്പുരയ്ക്കകത്ത്, സുരക്ഷിതമായൊരു സ്ഥലത്ത്, ആ ചിത്രം റെയ്മണ്ട് ശ്രദ്ധാപൂർവ്വം വെച്ചു. എന്നിട്ട് കുതിരകളെ തയ്യാറാക്കാൻ അവളോട് സഹായം ചോദിച്ചു. മിനിറ്റുകൾക്കകം, അവർ കുതിരവണ്ടിയിൽ കയറിപ്പോയി. അവൾ ആ പേജ് വായിച്ചു.

ഇച്ഛാ നിയമം

ഇച്ഛാ നിയമമാണ് ആദ്യത്തേത്. നിങ്ങളുടെ ജീവിതത്തെ നന്മകളാൽ നിറയ്ക്കുന്ന വസന്തമാണ് ആഗ്രഹങ്ങൾ. എല്ലാ അവസരങ്ങളുടെയും, സകല നേട്ടങ്ങളുടെയും, സർവ്വ ശക്തിയുടെയും ആരംഭം അടങ്ങാത്ത ആഗ്രഹമാണ്.

മഹത്വം ആഗ്രഹിക്കുക; ഉയർന്ന ചിന്തകൾ മനസ്സിൽ കൊള്ളുക; അവസരങ്ങളുടെ അനന്ത സാധ്യതകളെ വരവേൽക്കുക. നിസ്സാരവും ചെറുതുമായ കാര്യങ്ങൾക്കായി ആഗ്രഹങ്ങളെ പാഴാക്കാതിരിക്കാൻ ശ്രദ്ധിക്കുക.

നിങ്ങൾ ആത്മാർത്ഥമായി ആഗ്രഹിച്ചാൽ മാത്രമേ, എല്ലാം നിങ്ങൾക്കനുകൂലമാവുകയും, അസാധ്യമായ നേട്ടങ്ങളിലേക്ക് നിങ്ങൾ നയിക്കപ്പെടുകയുമുള്ളൂ. നിങ്ങളുടെ ലക്ഷ്യങ്ങളെ പൂർണ്ണമായി മനസ്സിൽ കണ്ടശേഷം മാത്രം മുന്നോട്ടു പോവുക. ആഗ്രഹങ്ങളാണ് നിങ്ങളുടെ ലക്ഷ്യങ്ങളിലേക്കുള്ള പാത നിർണ്ണയിക്കുന്നത്.

മറ്റുള്ളവർ അന്യായമായി നിങ്ങളുടെ മേൽ പതിക്കുന്ന മുദ്രകളെയും, ചുമത്തുന്ന പരിമിതികളെയും തടയുന്നതാണ് ആഗ്രഹങ്ങൾ. ആഗ്രഹങ്ങൾ നിങ്ങളുടെ

ചിന്തകളെ പുതിയൊരു തലത്തിലേക്കെത്തിക്കുന്നു, നിങ്ങൾ അസാധ്യമെന്നു കരുതിയ തലത്തിലേക്ക്. നിങ്ങളിലെ അടങ്ങാത്ത ആഗ്രഹം നിങ്ങളുടെ വിജയങ്ങൾക്ക് ഊർജ്ജം പകരട്ടെ.

അതിലെ വാക്കുകൾ ആരിയ മനസ്സിലുരുവിട്ടു, അമ്മാവനെ നോക്കി. ആരും തങ്ങളെ പിന്തുടരുന്നില്ലെന്ന് ഉറപ്പുവരുത്തിക്കൊണ്ട് അദ്ദേഹം കുതിരകളെ മുന്നോട്ടു തെളിച്ചു. അല്പനേരത്തേക്ക് അവർക്കിടയിൽ മൗനം മറ തീർത്തു.

ഒടുവിൽ അവൾ മൗനം ഭഞ്ജിച്ചു. "അമ്മാവാ, ഈ നിയമം. അതിനെക്കുറിച്ചും കാവൽക്കാരന്റെ കടമയെക്കുറിച്ചും വിശദീകരിക്കൂ."

അമ്മാവൻ അവളെ ഒന്ന് നോക്കി. "ആരിയ, ശരിയായി ഉപയോഗിക്കുകയാണെങ്കിൽ, കാവൽക്കാരന്റെ നിയമങ്ങൾ ശക്തമായ ആയുധങ്ങളാണ്. ഉദാഹരണത്തിന്, ആഗ്രഹം, എല്ലാ നേട്ടങ്ങളുടെയും ആരംഭമാണത്. ഒരു ലക്ഷ്യത്തിനായി സ്വയമർപ്പിച്ച ഒരു സംഘത്തിനു മുന്നിൽ ഒരു ആഗ്രഹം ഉണർത്തുകയാണെങ്കിൽ ഒരു പ്രസ്ഥാനം സൃഷ്ടിക്കപ്പെടുന്നു. എന്നാൽ തെറ്റായ രീതിയിലാണ് ആഗ്രഹം ഉപയോഗിക്കപ്പെടുന്നതെങ്കിൽ, സ്വാർത്ഥവും വ്യക്തിപരവുമായ നേട്ടങ്ങൾക്കുമാണതെങ്കിൽ, അത് തീർത്തും വ്യത്യസ്തമാണ്." അദ്ദേഹം കോട്ടുവായ അടക്കിപ്പിടിച്ചുകൊണ്ട് തുടർന്നു. "ക്ഷമിക്കണം, ഞാനിപ്പോഴും ക്ഷീണിതനാണ്. തെറ്റായ കൈകളിൽ എത്തിപ്പെട്ടാൽ, അപകടകരമായ ഹീനപ്രവർത്തികളിലേക്കും ദുരുദ്ദേശ്യങ്ങളിലേക്കും നയിക്കപ്പെടും. സത്യത്തെ വളച്ചൊടിക്കാൻ എളുപ്പമാണ്, അതുപയോഗിച്ച് വഞ്ചകർ അറിയാത്തവരെ മുതലെടുക്കുന്നു."

ആരിയ അമ്മാവൻ പറഞ്ഞതെല്ലാം മനസ്സിലേറ്റി. അവൾ അലക്സാണ്ടറെക്കുറിച്ചോർത്തു, അവന്റെ ഉദ്ദേശ്യങ്ങളെന്താവുമെന്ന് ചിന്തിച്ചു. ഉൾറിക്ക് അയാളെ സ്വാധീനിച്ചതാവുമോ? ലക്ഷ്യത്തിലേക്കെത്താറായപ്പോൾ ഇനിയെന്താണെന്ന് അമ്മാവനോട് ചോദിച്ചു.

"മോളെ, ഇനി നീയാണത് തീരുമാനിക്കേണ്ടത്. അവർ നിന്നെ സംശയിക്കില്ലെന്നും, ആ തീപിടുത്തം അവരുടെ തിരച്ചിൽ മന്ദഗതിയിലാക്കുമെന്നുമാണ് ഞാൻ വിശ്വസിക്കുന്നത്. പക്ഷേ, അവർ അന്വേഷണം അവസാനിപ്പിക്കുകയില്ല. ഇനി മുന്നോട്ടുള്ള ചുവടുകൾ നീ തീരുമാനിക്കണം, നിനക്കു മാത്രമേ അറിയൂ."

അവർ പട്ടണത്തിലെ അദ്ദേഹത്തിന്റെ ഓഫീസുകളിൽ എത്തി, അദ്ദേഹം ഉഷാറായി. കുതിരവണ്ടി ഒതുക്കി നിർത്താനും കുതിരകളെ കെട്ടിയിടാനും അവൾ അമ്മാവനെ സഹായിച്ചു. കുറച്ചു മണിക്കൂറുകൾ മുൻപ് വരെ മരണാസന്ന നിലയിലായിരുന്നവെന്ന് അദ്ദേഹത്തിന്റെ ദുർബലമായ ശ്വാസോച്ഛ്വാസം ഓർമ്മപ്പെടുത്തി. അദ്ദേഹത്തിന് വിശ്രമമാവശ്യമാണ്, എന്നാൽ അവൾക്ക് കാര്യങ്ങൾ മുന്നോട്ടു നീക്കേണ്ടതുണ്ട്. അമ്മാവൻ കീശയിൽ നിന്നും ഒരു പിച്ചള താക്കോൽ എടുത്തു. “ആരിയ, ഇത് നമുക്കുള്ളതാണ്. ഒമ്പത് പേർക്കും ഇത് അറിയാം, ഇനി നീയും അറിയണം. അസുഖബാധിതനാകും മുന്നേ, ഞാൻ പദ്ധതികൾ തയ്യാറാക്കിയിരുന്നു. എന്റെ ഓഫീസിനകത്തെ സൂക്ഷിപ്പിനുള്ളിൽ, കാവൽക്കാരന്റെ രണ്ടാം നിയമവും ആവശ്യത്തിന് പണവുമുണ്ട്. പക്ഷേ, തീരുമാനമെടുക്കേണ്ടത് നീയാണ്. ഉടൻ തന്നെ എനിക്ക് മറ്റൊരു യാത്ര ചെയ്യേണ്ടിയിരിക്കുന്നു, ആരിയ. ഞാനില്ലാതെ നിനക്ക് തുടരാനാകുമോ എന്ന് നീ തീരുമാനിക്കണം.”

അവർ ഓഫീസിനകത്ത് കയറി, അവൾ അദ്ദേഹത്തെ സ്വീകരണ മുറിയിലെ സോഫയിൽ ഇരുത്തി. അവളുടെ കണ്ണുകൾ ചുറ്റുപാടും വീക്ഷിച്ചു, മനസ്സ് സാധ്യതകൾ വിലയിരുത്തി. റെയ്മണ്ട് തന്റെ നെറ്റിയിൽ തടവി, കോട്ടുവായിട്ടു. “ആവശ്യത്തിലധികം ഉറങ്ങി, ഇനി എനിക്ക് ക്ഷീണമുണ്ടാകാൻ സാധ്യതയില്ല.”

ആരിയ അമ്മാവനെ നോക്കി, അദ്ദേഹത്തിന്റെ ദുർബലമായ അവസ്ഥയും അനാരോഗ്യവും മനസ്സിലാക്കി. ഏറ്റവും പ്രതികൂലമായ അനുഭവമാണവൾ അഭിമുഖീകരിച്ചത്. അദ്ദേഹം അദ്ഭുതകരമായി സുഖം പ്രാപിക്കുകയും ചെയ്തു. ആ സുഖം പ്രാപിക്കൽ താൽക്കാലികം മാത്രമാണെന്നവൾ മനസ്സിലാക്കി, അദ്ദേഹത്തിന്റെ ഉദ്യമം പൂർത്തിയാക്കാനും, അവളെ മുന്നോട്ടുള്ള യാത്രയ്ക്ക് തയ്യാറാക്കാനും.

“അമ്മാവാ, എവിടെ തുടങ്ങണമെന്നോ എന്ത് ചെയ്യണമെന്നോ എനിക്കറിയില്ല. എനിക്ക് നിങ്ങളെ വലിയ ഇഷ്ടമാണ്.” അവളുടെ മനസ്സിനെ പല ചോദ്യങ്ങളും വേട്ടയാടി, പക്ഷേ അതെല്ലാം അവൾ ഉള്ളിലൊതുക്കി.

“ഒന്ന് മാത്രം മനസ്സിലാക്കു, എനിക്ക് നിന്നിൽ പൂർണ്ണ വിശ്വാസമുണ്ട്.” അദ്ദേഹം തുടർന്നു, “എന്റെ ഓഫീസിൽ ചെന്ന് ചെറിയ പെട്ടി തുറക്കു, നിനക്ക് വേണ്ടത് അതിലുണ്ട്.”

⌘ ⌘ ⌘

അഞ്ചാം തെറ്റ്

അവനെ ആരോ നിരീക്ഷിക്കുന്നുണ്ടായിരുന്നു, ഡേവിഡിനങ്ങനെ അനുഭവപ്പെട്ടു. അവൻ നഗരവീഥിയിലൂടെ കണ്ണോടിച്ചു. അസാധാരണമായി ഒന്നും കണ്ടില്ല. കൈകൾ കോർത്തുപിടിച്ച് പരസ്പരം ചേർന്നിരിക്കുന്ന ദമ്പതികൾ. തെരുവിന്റെ മറുവശത്ത്, ഒരു വൃദ്ധൻ പുകവലിക്കുന്നു. സിഗരറ്റിന്റെ അഗ്രം ജ്വലിച്ചു, അതിന്റെ ഓറഞ്ച് നിറം അവന്റെ കണ്ണുകളെ ആകർഷിച്ചു. മറ്റു പലരും അങ്ങുമിങ്ങുമായി നടക്കുന്നു, കടകളുടെ ജനാലകളിൽ നോക്കി നിൽക്കുന്നു, അവരവരുടെ ജോലി നോക്കി പോകുന്നു.

അവൻ തീരെ വേഗമില്ലാതെയുള്ള നടത്തം തുടർന്നു. പക്ഷേ, അവന്റെ മനസ്സ് ശൂന്യമായിരുന്നില്ല. ഒരു ലക്ഷ്യവുമില്ലാതെ ഡേവിഡ് വളരെ അപൂർവ്വമായി മാത്രമേ നടക്കൂ. ഇത്തവണ, അവൻ നഗരത്തിലെ പുസ്തകശാലയിലേക്ക് പോകുകയായിരുന്നു. നടക്കുമ്പോഴും, തന്നെ ആരോ വീക്ഷിക്കുന്നുണ്ട് എന്ന തോന്നലായിരുന്നു അവന്റെയുള്ളിൽ. ഇനി നാടകകൃത്തായിരിക്കുമോ. അവർ കണ്ടുമുട്ടിയ തിയേറ്റർ ഇവിടെ നിന്നും അധികം ദൂരമില്ല. അവൻ ഇടത്തോട്ടുള്ള റോഡിലേക്ക് കയറി. അല്പം ദൂരം കൂടുമെങ്കിലും, തിയേറ്ററിനു മുന്നിലൂടെ പോകാൻ തീരുമാനിച്ചു. അത് അടച്ചിരിക്കുകയായിരുന്നു. ഇന്ന് ശനിയാഴ്ചയാണ്, സമയമാകുന്നതേയുള്ളൂ. ഇന്ന് രാത്രി, നാടകകൃത്തിന്റെ പുതിയ നാടകം കാണാനായി നൂറു കണക്കിനാളുകൾ ഇതിനു മുന്നിലുണ്ടാകും.

വളവ് തിരിഞ്ഞുകഴിഞ്ഞപ്പോൾ, താൻ നിരീക്ഷിക്കപ്പെടുന്നുണ്ടെന്ന തോന്നൽ അവനിൽ വർദ്ധിച്ചു. ആ വഴി വന്ന പോലീസുകാരൻ അവനുമായി കൂട്ടിയിടിക്കേണ്ടതായിരുന്നു. ഡേവിഡ് ക്ഷമ ചോദിച്ച് വലത്തോട്ട് മാറി നിന്നു.

വൈകാതെ, അവൻ പുസ്തകശാലയ്ക്കു മുന്നിലെത്തി. ഈ രാജ്യത്തിന്റെ ആരംഭകാലത്ത്, നഗരത്തിന്റെ ഈ ഭാഗം നിർമ്മി

ക്കുമ്പോൾ പണിത കെട്ടിടമായിരുന്നു ഇത്. അവൻ മരവാതിൽ വലിച്ചു തുറന്നു, ഒറ്റത്തടിയിൽ തീർത്ത കനമുള്ള വാതിൽ. ഒരു ഞരക്കത്തോടെ അത് തുറന്നു. ഊഷ്മളമായ കാറ്റ് അവനെ അകത്തേക്കാനയിച്ചു.

ദീർഘനിശ്വാസം എടുത്ത ഡേവിഡ്, അകത്തെ വെളിച്ചവുമായി കണ്ണുകളെ പൊരുത്തപ്പെടുത്തി. ഇടനാഴികളിൽ പിറുപിറുക്കലുകൾ കേൾക്കുന്നുണ്ട്. വർഷങ്ങളായിട്ട് പുസ്തകശാലയ്ക്കു മാറ്റമൊന്നുമില്ല. ഡിജിറ്റൽ യുഗത്തെ ഭ്രാന്തുകൾ തൊട്ടുതീണ്ടിയിട്ടില്ലാത്ത ഇടം. സാങ്കേതികതെയെന്നാൽ ഇതിന്റെ ഉടമയ്ക്ക് അലോസരമായിരുന്നു. മാത്രമല്ല, ഏതുതരം ഉപകരണങ്ങളാണെങ്കിലും, തന്റെ ഗ്രന്ഥശാലയിൽ ഉപയോഗിക്കാമെന്ന് ചിന്തിക്കുന്നവരെ പോലും അദ്ദേഹം അകത്തേക്ക് പ്രവേശിപ്പിച്ചിരുന്നില്ല. പഴയ കാലത്തേക്കുള്ള തിരിച്ചുപോക്കായിരുന്നു അത്. നഗരത്തിന്റെ പുസ്തകശാല സാങ്കേതികവിദ്യ സ്വീകരിച്ചിട്ട് വളരെക്കാലമായി. സംഭാഷണങ്ങളുടെയും പ്രചോദനങ്ങളുടെയും ഇടമാണത്. എന്നാൽ ഇവിടെ, ഈ ഗ്രന്ഥശാലയിൽ, ആധുനികതയെ മാറ്റിനിർത്തിയിരിക്കുകയായിരുന്നു ഉടമ. പുരാണ സാഹിത്യങ്ങൾ മാത്രമായിരുന്നില്ല ഇവിടെയുള്ളത് എന്നത് ഒരു അത്ഭുതമായിരുന്നു. ഇതും നഗരത്തിലെ ആധുനിക പുസ്തകശാലയും തമ്മിലുള്ള പ്രധാന വ്യത്യാസം, അവിടെ പലതരം വാർത്താ ലേഖനങ്ങളുണ്ടായിരുന്നു. എന്നിരുന്നാലും, നഷ്ടത്തിലാകുമെന്ന് പലരും പറഞ്ഞെങ്കിലും, തന്റെ വിശ്വസ്തരായ വായനക്കാരാണ് ഈ കടയെയും ഉടമയുടെ വിശ്വാസത്തെയും വിജയകരമായി നിലനിർത്തുന്നത്.

എഴുത്തുകാർ ഈ നഗരത്തെ ഇഷ്ടപ്പെട്ടിരുന്നു. അവർ തങ്ങളുടെ ഒപ്പ് വെച്ച പുസ്തകങ്ങൾ രണ്ട് ഗ്രന്ഥശാലകളിലും സ്ഥിരമായി നൽകാറുണ്ട്. ഒരു പുസ്തകശാല ഇഷ്ടമായവർ, മറ്റൊന്നിലേക്ക് പോകില്ല. അത്രയും വ്യത്യസ്തമായ അനുഭവമാണ് രണ്ടും തമ്മിലുള്ളത്.

ആ സ്ഥലത്തെയും, അവിടുത്തെ കൊച്ചു കൊച്ചു വൈചിത്ര്യങ്ങളെയും ഡേവിഡ് ആസ്വദിച്ചു. ഇടയ്ക്ക് ചൂടും, ഇടയ്ക്ക് നല്ല തണുപ്പും; പുസ്തകശാലയ്ക്കകത്ത് ഏത് ഭാഗത്താണോ നിൽക്കുന്നത്, അതിനനുസരിച്ച് താപനില മാറിക്കൊണ്ടിരിക്കും. ഒരു ഭാഗത്തേക്ക് നടന്നപ്പോൾ, തണുത്ത കാറ്റിനെ തടയാനായി കൈയിലെ തുവാല അവൻ കഴുത്തിൽ ചുറ്റി. ചരിത്രപരമായ ഫിക്ഷൻ വിഭാഗവുമായി പൊരുത്തപ്പെടുന്ന ചുറ്റുപാടായിരുന്നു ഗ്രന്ഥശാലയുടെ ആ ഭാഗം.

വാതിൽ തുറക്കുന്ന ശബ്ദം കേട്ട് അവൻ തിരിഞ്ഞു നോക്കി. പരിചിതമായ മുഖം. അവൾ സുന്ദരിയായിരുന്നു, സ്വാഭാവികം, പക്ഷേ ഓർമ്മ കിട്ടുന്നില്ല. എങ്ങനെയാണ് പരിചയം? അവൻ ഓർത്തെടുക്കുന്നതിനു മുൻപേ തന്നെ അവൾ ബാഗെടുത്ത് പുറത്തേക്കിറങ്ങാനൊരുങ്ങി. ഉദ്യാനത്തിൽ വെച്ച് ആദ്യമായി കണ്ടുമുട്ടിയ യുവതിയായിരുന്നു അത്, തന്റെ യാത്രയ്ക്ക് തുടക്കമിട്ടവൾ, വൃദ്ധനുമായുള്ള കൂടിക്കാഴ്ചയ്ക്ക് അവസരമൊരുക്കിയവൾ. ആ ദിവസത്തെ ഓർമ്മകളിൽ അവൻ സ്തംഭിച്ചു നിന്നു.

അവളെ കാണാനായി, ഉടൻ തന്നെ അവനും പുറത്തേക്കിറങ്ങി. വാതിലിനു പുറത്തു നിന്ന്, അവൻ തെരുവിന്റെ ഇരുവശവും പരതി. പക്ഷേ, അവളെ കാണാൻ കഴിഞ്ഞില്ല. വഴിയാത്രക്കാരെയും നോക്കി അവൻ കുറച്ചുനേരം അവിടെ നിന്നു, അവളെ കാണാനാകും എന്ന പ്രതീക്ഷയിൽ. അല്പനേരത്തിനു ശേഷം, അവൻ അകത്തേക്കു തന്നെ തോറ്റു മടങ്ങി. അവളെ വീണ്ടും കണ്ട അവന്റെ ഹൃദയം അതിവേഗം മിടിച്ചു, അവൻ ദീർഘമായി നിശ്വസിച്ചു.

ശാന്തത വീണ്ടെടുത്ത ശേഷം പുസ്തകങ്ങളുടെ ഇടയിലേക്ക് തിരികെ ചെന്നു. പുസ്തകങ്ങളുടെ പേരുകൾ വായിക്കുന്നത് അവൻ ആസ്വദിച്ചു, പുറംചട്ടയിൽ നിന്നും അകത്തെ കഥകൾ വായിക്കാൻ പറ്റുമെന്ന പോലെ. പുറംചട്ടയിലെ പേരുകൾ മാത്രമല്ല, അതിലെ നിറങ്ങളും ചിത്രങ്ങളും ശൈലിയും ഡേവിഡിനെ ആകർഷിച്ചു. പുറംചട്ട നോക്കി മാത്രം അവൻ ഒരുപാട് പുസ്തകങ്ങൾ വാങ്ങിയിട്ടുണ്ട്. രസകരമെന്തെന്നാൽ, അവനൊരിക്കലും അതിൽ നിരാശപ്പെടേണ്ടി വന്നിട്ടില്ല.

അതിൽ അവന്റെ ശ്രദ്ധയാകർഷിച്ച ഒരു പുസ്തകം, മോശം മേലുദ്യോഗസ്ഥരെയും അവരെ എങ്ങനെ അതിജീവിക്കാം എന്നതിനെയും കുറിച്ചായിരുന്നു. ഒരു പുഞ്ചിരിയോടെ അവനത് തുറന്നുനോക്കി. കുറച്ചു കാലം മുൻപേ വായിക്കേണ്ടതായിരുന്നു എന്നവൻ മനസ്സിലോർത്തു. ഭാഗ്യവശാൽ, തന്റെ മേലുദ്യോഗസ്ഥന്റെ മുന്നറിയിപ്പ് ഇപ്പോൾ പഴങ്കഥ മാത്രമാണ്. ഒഴികഴിവുകളും പഴിചാരലുകളും ഒഴിവാക്കിയ ഡേവിഡ്, ഇപ്പോൾ സ്ഥാപനത്തിലെ മികച്ച ഉദ്യോഗസ്ഥരിൽ ഒരാളായി മാറിക്കൊണ്ടിരിക്കുകയാണ്. അടുത്ത മാനേജരാവാൻ പോലും തനിക്കിപ്പോൾ അർഹതയുണ്ടെന്ന് അവൻ മനസ്സിലാക്കി, താൻ മുൻപൊരിക്കലും പ്രതീക്ഷിക്കാത്ത ഒന്ന്. ശരിയാണ്, അവന് അപ്രാപ്യമാണ് ഈ

തസ്തിക എന്ന് പറഞ്ഞിരുന്നു. പക്ഷേ, അന്നത്തെ വസ്തുത ഇന്നത്തെ മുന്നേറ്റത്തിന്റെ അടയാളമായി മാറി. ജോലിക്കയറ്റത്തിനുള്ള സാധ്യതയുണ്ടെങ്കിലും ജോലിയിൽ തുടരരുത് എന്ന തീരുമാനത്തിൽ നിന്നുമാണോ തന്റെയീ പുത്തനുണർവ് ഉണ്ടായതെന്നവൻ അതിശയിച്ചു. കോർപ്പറേറ്റ് ജോലിയോ, അതിൽ നിന്നുമുള്ള സമ്പത്തോ അല്ല അവന്റെ ലക്ഷ്യവും നേട്ടവും എന്ന് ഡേവിഡ് ഇപ്പോൾ തിരിച്ചറിഞ്ഞു.

ഇടനാഴിയിലൂടെ നടക്കവേ, ഡേവിഡ് പുസ്തകങ്ങളുടെ പേരുകളിലൂടെ കടന്നുപോയി. പുസ്തകശാലയുടെ പിൻഭാഗത്തെ പടികൾ കയറി അവൻ അടുത്ത നിലയിലേക്ക് പോയി. ആ പുരാതന കെട്ടിടത്തിലെ പടിക്കെട്ടുകൾ കണ്ടെത്തുക ബുദ്ധിമുട്ടായിരുന്നു. പരിചിതമായ ഇടമായതിനാൽ, അവൻ മുറി കടന്ന് പഴയ ഇരുമ്പ് ഗോവണിക്കരികിലെത്തി. സർപ്പിളമായ ആ പടിക്കെട്ടുകൾ കയറവേ, അവയോരോന്നിലും കൊത്തിവെച്ച പുഷ്പങ്ങൾ അവൻ ശ്രദ്ധിച്ചു. അവൻ എണ്ണുന്നുണ്ടായിരുന്നു, പതിനാറ് പടവുകൾക്കു ശേഷം, "അതിപുരാതന"മെന്ന് അവൻ കരുതുന്ന പുസ്തകങ്ങളാൽ നിറഞ്ഞ മുറിയിലെത്തി.

രണ്ടടി മുന്നോട്ടു വെക്കുമ്പോഴേക്കും അവൻ തുമ്മാൻ തുടങ്ങി. അത്രയും പൊടിപിടിച്ചിരുന്നു അവിടം. പഴക്കം തോന്നിക്കാനായി, ആഴ്ച തോറും ഉടമ ആ മുറിയിൽ പൊടി വിതറുകയാണോ എന്നുപോലും അവൻ സംശയിച്ചു. പൊടിയുടെ ആക്രമണത്തോടുള്ള പ്രതിഷേധമെന്നോണം അവന്റെ ഇടതു കണ്ണിൽ ചൊറിച്ചിലനുഭവപ്പെട്ടു. കണ്ണ് തുടയ്ക്കുന്നതിനിടെ, ചെറിയ മുറിയിൽ നിന്നും ഒരു മദ്ധ്യവയസ്ക അവനെ നോക്കി പുഞ്ചിരിക്കുന്നത് ഡേവിഡിന്റെ ശ്രദ്ധയിൽപ്പെട്ടു. ഇതുവരെ കണ്ടിട്ടില്ലെങ്കിലും, അവർ ആരാണെന്നവന് പെട്ടെന്ന് മനസ്സിലായി. തന്റെ മുൻ സന്ദർശനങ്ങളിൽ അവൻ അവരുടെ ഭർത്താവിനെ കണ്ടിട്ടുണ്ട്. പക്ഷേ, അത് സാധാരണയായി ജോലി കഴിഞ്ഞുള്ള ദിവസങ്ങളിലെ രാത്രികളിലായിരുന്നു. ഇത് "അവരുടെ" കടയായിരുന്നു, പക്ഷേ യഥാർത്ഥത്തിൽ, അവരുടെ കുഞ്ഞിന് അവരുടെ അമ്മയിൽ നിന്നും പാരമ്പര്യമായി ലഭിച്ചത്.

"ദൈവം അനുഗ്രഹിക്കട്ടെ!" അവർ പറഞ്ഞു, "നിങ്ങൾക്ക് പുസ്തകങ്ങളോട് അലർജിയില്ലെന്ന് കരുതുന്നു! ഉണ്ടെങ്കിൽ, ഇത് നിങ്ങൾക്ക് പറ്റിയ സ്ഥലമല്ല."

മുറിയിൽ നിറഞ്ഞിരിക്കുന്ന പൊടിയും പഴകിയ പുസ്തകത്തിലെ പൂപ്പലിന്റെ ഗന്ധവും അവർക്കൊരു പ്രശ്നമല്ലെന്നവണ്ണം പറഞ്ഞു.

വൈരുദ്ധ്യമെന്തെന്നാൽ, പുസ്തകം തുടയ്ക്കാനായി അവരുടെ കൈയിലൊരു തുണിക്കഷണമുണ്ടായിരുന്നു. അവന്റെ തുമ്മലിന്റെ കാരണം ഈ സ്ത്രീയായിരിക്കാമെന്നവൻ കരുതി, അവർ പുസ്തകത്തിൽ നിന്നും തട്ടിയകറ്റിയ പൊടിയാവാം.

എന്നാൽ അവന്റെ തോന്നൽ മനസ്സിലൊതുക്കി, അവരുടെ നോട്ടത്തിനു മറുപടിയായി പുഞ്ചിരി നൽകി. "നന്ദി. എനിക്കെന്താണ് പറ്റിയതെന്നറിയില്ല," പരിഹാസച്ചുവയോടെ അവൻ പറഞ്ഞു.

"എന്റെ ഭാഗത്തുനിന്നും എന്തെങ്കിലും സഹായം?" അവന്റെ മറുപടിയെയും അതിലൊളിഞ്ഞിരിക്കുന്ന പരാമർശത്തെയും അവഗണിച്ചുകൊണ്ട് അവൾ ചോദിച്ചു.

അവന്റെ സ്ഥിരം മറുപടിയായ "ഞാൻ വെറുതെ ഓരോന്ന് നോക്കുകയായിരുന്നു." തയ്യാറായിരുന്നെങ്കിലും പകരം മറ്റൊന്നാണ് പറഞ്ഞത്, "എനിക്കറിയില്ല. പുതുതായി എന്തെങ്കിലുമുണ്ടോ എന്ന് അന്വേഷിക്കുകയാണ്."

അവർ ചിരിച്ചു. ബ്രോഡ്‌വേയിൽ അരങ്ങേറ്റം കുറിക്കുന്ന ഒരു അഭിനേത്രിയെപ്പോലെ, കൈകൾ വിടർത്തി ഒന്ന് കറങ്ങി. "പുതിയതോ? ഇവിടെയോ? തീരെ സാധ്യതയില്ല!"

അവരുടെ അഭിപ്രായത്തിലെ പരിഹാസം അവനിലും ചിരിയുണർത്തി. അവൻ കൂട്ടിച്ചേർത്തു. "ഞാനുദ്ദേശിച്ചത്, എനിക്ക് പുതിയത്. ഞാൻ ഈയിടെയായി ഒരുപാട് ത്രില്ലറുകൾ വായിച്ചു, ഇനി മറ്റെന്തെങ്കിലും പരീക്ഷിച്ചാൽ കൊള്ളാമെന്നുണ്ട്."

"വിചിത്രം തന്നെ," അവർ പറഞ്ഞു. "പലരും ഇങ്ങോട്ടു വരാറില്ല. പ്രത്യേകിച്ച്, ഈ കാരണവും കൊണ്ട് വരില്ലെന്ന് തീർച്ചയാണ്. പലരും തിരയേണ്ടതെന്താണെന്ന് തീരുമാനിച്ചാണ് ഇങ്ങോട്ടു വരുന്നത്, അല്ലെങ്കിൽ സർവ്വകലാശാലയിലെ ഗവേഷണവുമായി ബന്ധപ്പെട്ട്. അവരല്ലാതെ മറ്റ് സാധാരണ വായനക്കാരെ ഇവിടെ അധികം കാണാറില്ല."

അബദ്ധം മനസ്സിലാക്കിയ ഡേവിഡിന്റെ കവിളുകൾ ചുവന്നു തുടുത്തു.

"നിങ്ങൾ പറഞ്ഞത് ശരിയാണ്. ഞാൻ തിരിച്ചു പോകാം."

"വേണ്ട!" ശബ്ദം കൂടിപ്പോയെന്ന് മനസ്സിലാക്കിയ അവൾ കൈകൾ കൊണ്ട് വായ പൊത്തി. "ഞാൻ ഉദ്ദേശിച്ചത്, പരീക്ഷിച്ചു നോക്കൂ. നിങ്ങൾ... ആ മൂലയിൽ ഒരു ചെറിയ മേശയും കസേരയുമുണ്ട്. നിങ്ങൾ ഇവിടെല്ലാമൊന്ന് നോക്കൂ. ഞാൻ ഉടൻ വരാം. മറ്റു വായനക്കാരെ നോക്കാനുണ്ട്."

ശേഷം, അവർ പടവുകളിറങ്ങിപ്പോയി.

ഡേവിഡ് മുറിക്ക് ചുറ്റും നോക്കി. ഓരോ പുസ്തകമെടുത്ത്, അതിന്റെ പേരുകൾ വായിച്ചു. പൊടി പിടിക്കാതിരിക്കാനുള്ള മേൽചട്ടയില്ലാതെ ഭംഗിയായി ബൈൻഡ് ചെയ്തവ. അതിലൊരെണ്ണം എടുത്ത് പൊടി തട്ടി. അതിന്റെ ബൈൻഡിംഗും സ്വർണ്ണത്തിളക്കവും പേജുകളുടെ പ്രത്യേകതയും അവൻ ശ്രദ്ധിച്ചു. ഇന്നത്തെ പുസ്തകങ്ങളുടേതിനേക്കാൾ കനമുള്ള പേജുകളായിരുന്നു അതിൽ. കുറച്ചു ഭാഗങ്ങൾ വായിച്ച ശേഷം, അവനത് താഴെ വെച്ച് വീണ്ടും തുടർന്നു.

ഉടമസ്ഥ വൃത്തിയാക്കിക്കൊണ്ടിരുന്ന പുസ്തകം അവന്റെ കണ്ണിലുടക്കി. തികച്ചും വൃത്തിയാക്കി സൂക്ഷിക്കപ്പെട്ട ആ പുസ്തകം ശ്രദ്ധിക്കാതിരിക്കാൻ തരമില്ല. അവൻ അതെടുത്ത് തുറന്നു. ഒരു പഴയ കടലാസ് നിലത്ത് വീണു. അതിന്റെ മഞ്ഞ നിറവും, നിലത്തു വീഴുന്നതും, ഉദ്യാനത്തിൽ വെച്ച് കാറ്റിൽ പറന്ന പേപ്പറുകളെ ഓർമ്മപ്പെടുത്തി. അവളെയോർത്ത് അവൻ വീണ്ടും പുഞ്ചിരിച്ചു. അവളെ വീണ്ടും കാണാനുള്ള അവസരം എത്ര അടുത്തായിരുന്നു എന്നവൻ ചിന്തിച്ചു. മനസ്സിൽ, അവളോടുള്ള സംഭാഷണങ്ങളും അത്താഴത്തിന് ക്ഷണിക്കുന്നതും അവൻ സ്വപ്നം കണ്ടു. അവൻ ചിന്തകളെ പടി കടത്തി, താഴെ വീണ പേപ്പർ എടുക്കാൻ കുനിഞ്ഞു.

അവൻ അതെടുത്തു. നല്ല ഒഴുക്കുള്ള കൈയക്ഷരത്തിൽ എഴുതിയ അക്ഷരങ്ങൾ. അവനത് വായിക്കാൻ കഴിഞ്ഞില്ല. മൂലയ്ക്കുള്ള മേശയ്ക്കടുത്തേക്ക് നടന്നു. വിളക്കിലെ ചങ്ങല വലിച്ച് ലൈറ്റ് ഓൺ ചെയ്തു. പച്ച ചില്ലിലൂടെ, വെളിച്ചം പടർന്നു.

അടുത്ത നിമിഷം, ആരോ പടിക്കെട്ടുകൾ കയറിവരുന്ന ശബ്ദം. ആ പേപ്പർ കീശയിൽ ഒളിപ്പിച്ചാലോ എന്നവൻ കരുതി, പക്ഷേ പിന്നീടതിന് മുട്ടാക്കിയില്ല. പറഞ്ഞതുപോലെ, സ്ത്രീ മടങ്ങി വന്നു.

"എന്താണ് കൈയിൽ?" അവരുടെ മുഖത്ത് കൌതുകം വിടർന്നു.

"ഹാ, ഇത് ആ പുസ്തകത്തിൽ നിന്ന് വീണതാണ്," ഡേവിഡ് പറഞ്ഞു, അവൻ അലമാരയിൽ തിരികെവെച്ച പുസ്തകത്തിലേക്ക് വിരൽ ചൂണ്ടി.

അവരുടെ കണ്ണുകൾ വിടർന്നു. "എന്താണതിൽ?"

"എനിക്കറിയില്ല. വായിക്കാനായി ഞാൻ വെളിച്ചത്തിലേക്ക് കൊണ്ടുവന്നതേയുള്ളൂ."

അവർ അവനടുത്തേക്ക് വന്നു.

അവർ രണ്ടുപേരും താഴേക്ക് നോക്കി, ഡേവിഡ് ആദ്യത്തെ വാക്കുകൾ വായിച്ചു. "അവരെ ശത്രുക്കളുടെ കൈകളിൽ വീഴാൻ അനുവദിക്കരുത്. എന്നാൽ അതിലും വലുതാണ്..."

ഡേവിഡ് നിർത്തി. അവന്റെ കണ്ണുകൾ മങ്ങി. "എനിക്ക് കഴിയുന്നില്ല."

ഗ്രന്ഥശാലയുടെ ഉടമസ്ഥ പേപ്പർ കൈയിലെടുത്തു. വാക്കുകൾ വ്യക്തമാകുന്ന തരത്തിൽ അവരത് വെളിച്ചത്തിനു താഴെ പിടിച്ചു. "എല്ലാം, വിശ്വാസത്തിലും ശാക്തീകരണത്തിലും ഉദ്ദേശ്യത്തിലും അധിഷ്ഠിതമാണ്. എന്ത് സംഭവിച്ചാലും, ഈ പുസ്തകത്തിലെ സന്ദേശം പരത്തുന്നത് തുടരുക. ശത്രുക്കളുടെ കൈകളിലെത്താൻ അനുവദിക്കരുത്. നമ്മുടെ അസ്തിത്വം അടിസ്ഥാനമാക്കിയുള്ളത്..."

അക്ഷരങ്ങൾ തെളിഞ്ഞു കാണുന്നുണ്ടായിരുന്നില്ല.

"ഇതിൽ ഒപ്പുണ്ട്. 'എ' എന്നൊരു അക്ഷരം കാണാൻ കഴിയുന്നുണ്ട്. 'എ'യിൽ തന്നെയാണ് അവസാനിക്കുന്നതെന്ന് കരുതുന്നു," ഡേവിഡ് പറഞ്ഞു, അവന്റെ കണ്ണുകൾ എഴുത്തിലേക്ക് സൂക്ഷിച്ചു നോക്കി.

"ഇവിടെ വന്നിരുന്ന യുവതിക്ക് ഇതിൽ താത്പര്യമുണ്ടാകും. കുറച്ചു നേരം മുൻപ്, ഞങ്ങൾ ഒരുമിച്ച് നോക്കുകയായിരുന്നു ഈ പുസ്തകം. എസ്റ്റേറ്റ് വില്പനയുടെ നേരത്ത് ഞാൻ വാങ്ങിയതായിരുന്നു ഇത്. നോക്കുമ്പോൾ, അവളുടെ മുത്തശ്ശന്റെയായിരുന്നു ആ എസ്റ്റേറ്റ്. അവളിത് അന്വേഷിച്ചു നടക്കുകയായിരുന്നു."

"അവൾ ഇവിടെ ഉണ്ടായിരുന്നോ? ആരാണവൾ?" ഡേവിഡിന്റെ ചോദ്യത്തിൽ ആശ്ചര്യവും പ്രതീക്ഷയും നിറഞ്ഞു തുളുമ്പി. ഉദ്യാനത്തിൽ വെച്ചു കണ്ട യുവതി, ഇപ്പോൾ തന്റെ കൈയെത്തും ദൂരത്തുണ്ട്.

"അതിൽ കൂടുതലൊന്നും എനിക്കറിയില്ല, അവൾ പറഞ്ഞതുമില്ല."

അവരുടെ വാക്കുകൾ അവനെ നിരാശനാക്കി. ഇത് മനസ്സിലാക്കിയ അവർ കൂട്ടിച്ചേർത്തു, "പക്ഷേ, അവൾ വീണ്ടും വരും. അതവൾ പറഞ്ഞിരുന്നു."

അവർ കണ്ണിറുക്കി, അവന്റെ കവിളുകൾ നാണം കൊണ്ട് വീണ്ടും ചുവന്നു.

"അവളുടെ അടുത്ത വരവിനായി ഞാനിത് സൂക്ഷിച്ചുവെക്കും. ചിലപ്പോൾ, ഇതവളുടെ കുടുംബത്തിന്റെയുമാവാം."

അവർ ചെറിയ മേശയ്ക്കടുത്തുള്ള കസേരയിലിരുന്നു, തനിക്കെതിരായി ഡേവിഡിനോടും ഇരിക്കാനാവശ്യപ്പെട്ടു. ഒരു ദീർഘനിശ്വാസത്തോടെ അവൻ ആകാംക്ഷയെ ചങ്ങലയ്ക്കിട്ടു.

അവർ മറ്റക്ഷരങ്ങൾ വായിക്കാൻ ശ്രമിച്ചു. "ഒരുപക്ഷേ ഭൂതക്കണ്ണാടിയിലൂടെ കാണാൻ കഴിയുമായിരിക്കും. ഞാൻ പിന്നീട് നോക്കാം. നമ്മളാദ്യം സംസാരിച്ച വിഷയത്തിലേക്ക് പോകാം. അപ്പോൾ നിങ്ങൾ പറഞ്ഞത്, പുതിയ വായനയ്ക്കായി തിരയുകയായിരുന്നു എന്നല്ലേ. നല്ല കാര്യമാണ്," അവർ പറഞ്ഞു. "പലപ്പോഴും നമ്മൾ ഒരേ രീതിയിൽ അകപ്പെട്ടുപോകും. അത് ആനന്ദകരമാണ്. പക്ഷേ, അത് പരിമിതികൾ സൃഷ്ടിക്കും. ഞാൻ മനസ്സിലാക്കിയതെന്തെന്നോ? വിജയികൾ ആ സുഖത്തിനുമപ്പുറം സഞ്ചരിക്കുന്നു. അവർ എപ്പോഴും, ആ വലയത്തിനു പുറത്തേക്ക് തങ്ങളെ നയിക്കുകയും, നേട്ടങ്ങളുടെ പുതിയ തലങ്ങളിൽ എത്തപ്പെടുകയും ചെയ്യുന്നു."

അവരുടെ സ്വരം വിചിത്രമായിരുന്നു, ഡേവിഡ് കൗതുകത്തോടെ നോക്കി. വെളിച്ചത്തിൽ അവരെ ശ്രദ്ധിച്ചു, അരികിലുള്ള ഒരു പുസ്തകത്തിനായി കൈയെത്തുകയായിരുന്നു അവർ. കാഴ്ചയിൽ, മുറിയിലെ മറ്റു കുറെ പുസ്തകങ്ങൾ പോലെയൊന്ന് മാത്രമായിരുന്നു അത്. അവർ അത് തുറന്ന് കാര്യമാത്രപ്രസക്തിയോടെ പറഞ്ഞു, "അഞ്ചാമത്തെ തെറ്റ്, നിങ്ങളുടെ കംഫർട്ട് സോണിൽ തന്നെ തുടരുന്നത്." അവർ അവനെ നോക്കി, കുസൃതിച്ചിരി ചിരിച്ചു.

അവനിത് പ്രതീക്ഷിച്ചിരിക്കണമായിരുന്നു. ഉദ്യാനത്തിൽ വെച്ച കണ്ട യുവതിയും, ആ ഒറ്റ പേജും അവന്റെ കൺമുന്നിലെ സൂചനകളെ മറച്ചുപിടിച്ചു.

"സാധാരണ വ്യതിചലനങ്ങളെ എതിർത്തു നിൽക്കണം. അമിതമായ സുഖസൗകര്യങ്ങളുടെ അന്തിമഫലമാണ് കംഫർട്ട് സോൺ. അതിൽ നിന്നും പുറത്തു കടക്കാതെ, ഒരു ഉയർച്ചയും ഉണ്ടാവില്ല."

ഡേവിഡിന് തല കറങ്ങി. അവൻ അവരെ ശ്രദ്ധയോടെ കേൾക്കാൻ ശ്രമിച്ചു. യാത്രയുടെ ഈ നേരം കൊണ്ട്, അവൻ ഒരു നല്ല ശ്രോതാവായി മാറിയിരുന്നു, എന്നാൽ ഇപ്പോൾ അവനതൊരു വെല്ലുവിളിയായി തോന്നി. ആ യുവതിയെക്കുറിച്ചും പുസ്തകത്തെക്കുറിച്ചും, നേരത്തെയുണ്ടായിരുന്ന നിരീക്ഷിക്കപ്പെടുന്ന എന്ന തോന്നലിനെക്കുറിച്ചുപോലും ചിന്തിക്കാതിരിക്കാൻ

അവന് കഴിഞ്ഞില്ല. അസ്ഥിരമായ അവന്റെ മനസ്സിനെ വക വെക്കാതെ, സംസാരം തുടരുന്ന സ്ത്രീയെ ശ്രദ്ധിക്കാൻ അവൻ സ്വയം തയ്യാറായി.

“വിജയികളായ നിരവധി എഴുത്തുകാർ ഇവിടെ സംസാരിച്ചിട്ടുണ്ട്. അതിൽ ഭൂരിഭാഗം പേരും സംസാരിക്കാറുള്ള പൊതുവായ ഒരു വിഷയം, പ്രതികൂല സാഹചര്യങ്ങളെ നേരിടാനും, തോൽവി ഏറ്റുവാങ്ങാനും, എന്തു വന്നാലും മുന്നോട്ടു തുടരാനുമുള്ള സന്നദ്ധതയാണ്. എളുപ്പത്തിലും സുഖകരമായും നേടിയെടുക്കാൻ കഴിയുന്നതല്ല അമൂല്യമായവയൊന്നും. ഒരു പ്രശസ്ത പത്രപ്രവർത്തകൻ തന്റെ ആത്മകഥയെക്കുറിച്ച് സംസാരിക്കുകയുണ്ടായി. ലോകമെമ്പാടുമുള്ള അപകടകരമായ സ്ഥലങ്ങളിൽ അദ്ദേഹം നിരന്തരം യാത്ര ചെയ്തു. അദ്ദേഹം ഈ വിഷയത്തെപ്പറ്റി സംസാരിച്ചായിരുന്നു അസ്വസ്ഥമായ സാഹചര്യങ്ങളിൽ സുഖം കണ്ടെത്തിയിരുന്നത്. വീട്ടിലെ തന്റെ കസേരയിലിരിക്കാനാണ് തനിക്കിഷ്ടം, പക്ഷേ അതിൽ നിന്നും ഒരു നേട്ടവും ഉണ്ടാകാൻ പോകുന്നില്ല. അദ്ദേഹം പറഞ്ഞ മറ്റൊരു കാര്യമുണ്ട്, എനിക്ക് ഒരിക്കലും മറക്കാൻ കഴിയില്ല...”

അവർ ഡേവിഡിനെ നോക്കി പുഞ്ചിരിച്ചു, “നമുക്കല്പം നടക്കാം. നിങ്ങൾക്ക് കുറച്ച് ശുദ്ധവായു ആവശ്യമാണ്.” അവർ പടികളിറങ്ങി, പുസ്തകശാലയിലൂടെ നടന്നു. വൈകാതെ, അവർ പുറത്തെ തണുത്ത കാറ്റ് അനുഭവിച്ചറിഞ്ഞു. ആ ഇളംകാറ്റ് ഡേവിഡിനെ വിളിച്ചുണർത്തി ഉണർവ് നൽകി.

“ഞാൻ മയക്കത്തിലായിരുന്നുവെങ്കിൽ എന്നോട് ക്ഷമിക്കണം,” അവൻ പറഞ്ഞു, അനുകൂലമായ പ്രതികരണത്തിനായി അവനവരെ നോക്കി.

“സാരമില്ല. ഒരുപാട് സംഭവിച്ചു. പക്ഷേ നിങ്ങളിത് മനസ്സിലാക്കണം. പലരും വീണുപോകുന്ന കെണിയാണിത്.”

“നിങ്ങൾ ഒരു എഴുത്തുകാരനെക്കുറിച്ചോ പത്രപ്രവർത്തകനെക്കുറിച്ചോ പറയുന്നുണ്ടായിരുന്നു?” അവരുടെ വാക്കുകൾ താൻ ശ്രദ്ധിക്കുന്നുണ്ടായിരുന്നു എന്ന് അവരെ വിശ്വസിപ്പിക്കാനായി ഡേവിഡ് ചോദിച്ചു.

“അതെ, പറഞ്ഞിരുന്നു,” അവൾ പറഞ്ഞു. “പുതിയ കാര്യങ്ങൾ പരീക്ഷിക്കാൻ നമ്മൾ തയ്യാറാകണമെന്നാണ് അദ്ദേഹം പറയുന്നത്. ബാഹ്യരൂപം മികച്ചതായാൽ മാത്രമേ ആത്മവിശ്വാസം ഉണ്ടാവുകയുള്ളൂ എന്ന ധാരണ, പ്രായമാകുമ്പോൾ നിങ്ങൾക്കത്

തമാശയായി തോന്നിയേക്കാം. എന്നാൽ വിജയികൾ, തങ്ങൾക്കറിയാത്ത കാര്യങ്ങളെക്കുറിച്ച് തുറന്നു പറയുന്നു. പുതിയ പാഠങ്ങൾ പഠിക്കുകയാണെന്ന് സമ്മതിച്ചുകൊണ്ടുതന്നെ അവർ പുതിയ സാഹചര്യങ്ങളിലേക്ക് ഇറങ്ങിച്ചെല്ലുന്നു. അത് പുതിയ പാഠങ്ങൾ പഠിപ്പിക്കുക മാത്രമല്ല, മികച്ചൊരു ഭാവി കൂടി പ്രദാനം ചെയ്യുന്നു."

അവർ ഡേവിഡിനെ നോക്കി. ശുദ്ധവായു അവനെ ശ്രദ്ധ കേന്ദ്രീകരിക്കാൻ സഹായിച്ചിരിക്കുന്നു. അവർ തുടർന്നു. "നമുക്ക് ശക്തി പകരാനും, നമ്മളെ തടവിലാക്കാനും നമ്മുടെ ചിന്തകൾക്ക് പ്രാപ്തിയുണ്ട്. പുതിയ പരീക്ഷണങ്ങളിലൂടെ അവ ശക്തിപ്പെടുത്തുന്നു. കംഫർട്ട് സോണിൽ തുടരുന്നതിലൂടെ നമ്മളെയത് തടവിലാക്കുന്നു."

ഗ്രന്ഥശാലയുടമ അവന്റെ കണ്ണുകളിലേക്ക് നോക്കി പറഞ്ഞു, "ഡേവിഡ്, നിങ്ങൾ ക്ഷീണിതനാണ്. നമുക്ക് ഇവിടെ നിർത്താം. നമ്മൾ വീണ്ടും കണ്ടുമുട്ടുമെന്ന് എനിക്കുറപ്പുണ്ട്!" ഒരു പേപ്പർ അവന്റെ കൈകളിൽ വെച്ചുകൊടുത്ത് അവർ തിരികെ നടന്നു. അവനവിടെ ഏകനായി, അവനവരെ ദുർബലമായി കൈവീശിക്കാണിച്ചു. പല പല ചോദ്യങ്ങളും അവനുള്ളിൽ വട്ടമിട്ടു പറന്നെങ്കിലും, അവൻ അഞ്ചാമത്തെ പാഠം ഉൾക്കൊള്ളാൻ ശ്രമിച്ചു. ഒന്ന് നോക്കുക പോലും ചെയ്യാതെ, ആ പേപ്പർ കീശയിൽ തിരുകിയ ശേഷം അവൻ വീട്ടിലേക്ക് നടന്നു. ഇത്തവണ, അവന്റെ നടത്തം കുറച്ചുകൂടി മെല്ലെയായി; അമിതഭാരം അവന്റെ വേഗത കുറച്ചു.

തെറ്റ് #5 :

കംഫർട്ട് സോണിൽ തുടരുന്നത്

വിജയികൾ ആ സുഖത്തിനുമപ്പുറം സഞ്ചരിക്കുന്നു.

നേട്ടം കൈവരിച്ചവർ എപ്പോഴും ആ വലയത്തിനു പുറത്തേക്ക് തങ്ങളെ നയിക്കുകയും, നേട്ടങ്ങളുടെ പുതിയ തലങ്ങളിൽ എത്തിപ്പെടുകയും ചെയ്യുന്നു.

അമിതമായ സുഖസൗകര്യങ്ങളുടെ അന്തിമഫലമാണ് കംഫർട്ട് സോൺ.

വിജയത്തിലേക്കുള്ള യാത്രയിൽ, അപകട സാധ്യതയും തോൽവിയുമുണ്ടാകും.

സുഖസൗകര്യങ്ങൾ തീർക്കുന്ന വലയത്തിൽ നിന്നും പുറത്തുവന്നാലേ ഉയർച്ചയുണ്ടാകൂ.

സുഖകരമല്ലാത്ത കാര്യങ്ങൾ സ്ഥിരമായും സന്നദ്ധതയോടെയും ചെയ്യുന്നതിന്റെ ഫലമാണ് വിജയം.

നമുക്ക് ശക്തി പകരാനും, നമ്മളെ തടവിലാക്കാനും നമ്മുടെ ചിന്തകൾക്ക് പ്രാപ്തിയുണ്ട്.

ആറാം തെറ്റ്

കടുത്ത ശീതകാലമായിരുന്നു. തണുപ്പ് കാരണം ഉദ്യാനത്തിലൂടെ നടന്ന് ജോലിക്ക് പോകാൻ ഡേവിഡ് വളരെ ബുദ്ധിമുട്ടി. ഈയിടെയായി, അവൻ അതിരാവിലെ ഉറക്കമുണരും, എന്നിട്ട് ആദ്യം ചെയ്യുന്നത് ജിമ്മിലേക്ക് പോകുന്നതായിരുന്നു. ലക്ഷ്യങ്ങളിൽ ശ്രദ്ധ കേന്ദ്രീകരിച്ച അവനിപ്പോൾ ഊർജ്ജസ്വലവും ഉന്മേഷവാനുമാണ്. ജീവിതം നല്ല രീതിയിൽ മുന്നോട്ടു പോകുന്നു. വ്യായാമത്തിനു ശേഷം, പുതിയ സക്സസ് മാസ്റ്റർമൈൻഡ് കൂട്ടായ്മയോടൊപ്പം പ്രാതൽ കഴിക്കുന്നു.

തങ്ങൾ പഠിക്കുന്ന കാര്യങ്ങൾ പങ്കുവെക്കാനാഗ്രഹിക്കുന്ന, സമാന ചിന്താഗതിക്കാരായ, ലക്ഷ്യബോധമുള്ള ബിസിനസ്സ് നേതാക്കളുടെ കൂട്ടായ്മ. നാലാമത്തെ തെറ്റിനെക്കുറിച്ചറിഞ്ഞ ശേഷം, ഇത്തരം ആൾക്കാരുമായി കൂട്ടുകൂടാനുള്ള ആഗ്രഹത്തിനാലാണ് ഡേവിഡ് ഒരു കൂട്ടായ്മ രൂപീകരിക്കാൻ തീരുമാനിച്ചത്. നേരത്തെയായിരുന്നെങ്കിൽ, അവൻ ഇങ്ങനെ ചിന്തിക്കുക പോലുമില്ലായിരുന്നു. ക്ഷണക്കത്ത് തയ്യാറാക്കിയതും, വെറും നാല് പേർക്ക് മാത്രം അയച്ചതും അവനോർക്കുന്നു. അവരെക്കുറിച്ച് മറ്റൊന്നുമറിയില്ലെങ്കിലും, അവരിൽ ലക്ഷ്യബോധവും അനുകൂല ചിന്താഗതിയും സൗഹൃദത്തിനുള്ള സാധ്യതയും ഉണ്ടെന്നവൻ മനസ്സിലാക്കി. കൂട്ടായ്മയെക്കുറിച്ച് തന്റെ കാഴ്ചപ്പാട് അവൻ പങ്കുവെച്ചു; ആശയങ്ങളും വെല്ലുവിളികളും പരസ്പരം പങ്കുവെക്കുന്ന, പരമാവധി പന്ത്രണ്ട് പേരടങ്ങുന്ന ഒരു കൂട്ടായ്മ. ക്ഷണക്കത്ത് കിട്ടിയവരിൽ രണ്ടുപേർ സമ്മതം അറിയിച്ചു, ആദ്യ ആഴ്ച തന്നെ കൂടിക്കാഴ്ചയും നടത്തി. ആദ്യ പടിയായി, അവരുടെ കൂട്ടായ്മയിൽ ഉൾപ്പെടുത്താനാഗ്രഹിക്കുന്നവരുടെ ഗുണങ്ങളുടെ ഒരു പട്ടികയുണ്ടാക്കി. കുറച്ചു മാസങ്ങൾ കൊണ്ടുതന്നെ കൂട്ടായ്മ നല്ല രീതിയിൽ മുന്നോട്ടു പോകുകയും വളരുകയും ചെയ്തു. തന്റെ ചെറിയ പ്രവർ

ത്തികൾ പോലും അവനെ പുതിയതും അനുകൂലവുമായ പാതകളി ലേക്ക് നയിക്കുന്നു എന്ന് കുറച്ച് സമയം കൊണ്ട് അവൻ തിരിച്ചറിഞ്ഞു. ആഴ്ചതോറുമുള്ള ഒത്തുകൂടലുകളിൽ പങ്കെടുക്കാതെ പുതിയൊരു വാരം സങ്കല്പിക്കാൻ കഴിയില്ലെന്നായി.

ഓരോ ആഴ്ചയും ഓരോരുത്തരാണ് ചർച്ചയെ നയിച്ചിരുന്നത്. അവർക്ക് ആ ആഴ്ചയിൽ ഉണ്ടായ അനുകൂലമായ സംഭവങ്ങളോ, അല്ലെങ്കിൽ അതിന്റെ ഗുണങ്ങളോ പങ്കുവെച്ചുകൊണ്ടാണ് ചർച്ച ആരംഭിക്കുന്നത്. അവനേറെ ആസ്വദിക്കുന്നത്, പ്രശ്നങ്ങൾ ചർച്ച ചെയ്യുന്നതാണ്. വെല്ലുവിളികൾ, വരാനിരിക്കുന്ന ബുദ്ധിമുട്ടേറിയ സംഭാഷണങ്ങൾ, അല്ലെങ്കിൽ യോജിക്കാൻ കഴിയാത്ത കാര്യങ്ങളെ മറികടക്കാനുള്ള വഴികൾ. വ്യത്യസ്ത കാഴ്ചപ്പാടുകളും സമീപനങ്ങളും അറിയുന്നത് എല്ലായ്പ്പോഴും ഗുണകരമാണ്. വാസ്തവത്തിൽ, ആഴ്ചയിലുടനീളമുള്ള വിഷയങ്ങളിൽ ഡേവിഡ് ആ ഉപദേശങ്ങൾ പ്രാവർത്തികമാക്കി. പണ്ടൊക്കെ പ്രശ്നങ്ങളിൽ നിന്നും ഒഴിഞ്ഞുമാറിയിരുന്ന അവനിപ്പോൾ ഒഴിഞ്ഞുമാറാനോ മടിച്ചു നിൽക്കാനോ താത്പര്യപ്പെടുന്നില്ല. ഈ കൂട്ടായ്മയാണ്, കംഫർട്ട് സോണിനു പുറത്തുവന്ന് പലതും പറയാനും ചെയ്യാനും ധൈര്യം നൽകുന്നത്, കുറച്ച് മാസങ്ങൾ മുമ്പുവരെ സങ്കല്പിക്കാൻ പോലും കഴിയാതിരുന്ന കാര്യങ്ങളായിരുന്നു അവ.

ദിവസത്തിന്റെ അധിക സമയവും കൂടെയുണ്ടാവാറുള്ള സഹപ്രവർത്തകരോടും സുഹൃത്തുക്കളോടും പൊരുത്തപ്പെടാൻ ശ്രമിച്ചു. തെറ്റുകളെക്കുറിച്ച് പഠിക്കുന്നതിനു മുൻപ് വരെ, തനിക്ക് തടസ്സമാകുന്നവരെപ്പോലും അവൻ അംഗീകരിച്ചിരുന്നു. സുഹൃത്തുക്കളെക്കുറിച്ച് മറ്റു ധാരണകളൊന്നുമില്ലായിരുന്നു. എന്നാൽ ഇപ്പോൾ, ഒരു പരിശീലകൻ വിജയകരമായ ഒരു ടീമിനെ തിരഞ്ഞെടുക്കുന്നതു പോലെയാണ് അവൻ കൂട്ടുകാരെ തിരഞ്ഞെടുക്കുന്നത്. മാത്രമല്ല, ബന്ധുക്കളെ ഒഴിവാക്കാൻ കഴിയില്ലെങ്കിലും, അവരുമായുള്ള സംഭാഷണങ്ങൾ സുഗമമാക്കുകയും, മുഷിപ്പിക്കുന്ന അനാവശ്യ സംസാരങ്ങളിൽ നിന്നും ഒഴിഞ്ഞുമാറുകയും ചെയ്തു. മറ്റുള്ളവർ നാലാമത്തെയും അഞ്ചാമത്തെയും തെറ്റുകൾ പഠിച്ചോ എന്നറിയില്ല, പക്ഷേ, ഡേവിഡിന്റെ കാര്യത്തിൽ അവ രണ്ടും നന്നായി പ്രവർത്തിക്കുന്നത് അവൻ മനസ്സിലാക്കി. അവന്റെ നല്ല സുഹൃത്തുക്കൾ, തങ്ങളുടെ പിന്തുണയില്ലാതെ ചെയ്യാൻ സാധിക്കാത്ത കാര്യങ്ങൾ ചെയ്തുതീർക്കാൻ ഡേവിഡിനെ സഹായിച്ചു.

റെസ്റ്റോറന്റിൽനിന്നും ഡേവിഡ് ജോലിസ്ഥലത്തേക്ക് പോയി.

ദിവസം തള്ളിനീക്കുന്നതിനു പകരം, ആ ദിവസത്തിൽ എന്തൊക്കെ പഠിക്കാൻ കഴിയുമെന്ന് അന്വേഷിച്ചു. കണ്ടുമുട്ടുന്ന ഓരോരുത്തരും അവന് അറിവിന്റെ ഉറവിടമായിരുന്നു. സ്വന്തം തെറ്റുകൾ പങ്കുവെക്കാൻ താത്പര്യമുള്ള പലരോടും സംസാരിച്ച ശേഷം അവന് മനസ്സിലായിത്തുടങ്ങി, അവരോരോരുത്തരിൽ നിന്നും തനിക്ക് പഠിക്കാനെന്തെങ്കിലുമുണ്ടെന്ന് – ചെയ്യാൻ *പാടില്ലാത്തവ* പഠിക്കാനാണെങ്കിലും.

വിചിത്രമായ കാര്യമെന്തെന്നാൽ, ജോലി ഉപേക്ഷിക്കാൻ തീരുമാനിച്ചതിനു ശേഷമാണ് കാര്യങ്ങൾ മാറുന്നതായി അവന്റെ ശ്രദ്ധയിൽപ്പെട്ടത്. എല്ലായ്പ്പോഴും ഉത്കണ്ഠപ്പെടുന്നതിനു പകരം, സ്വന്തമായി ബിസിനസ്സ് തുടങ്ങാനുള്ള തയ്യാറെടുപ്പുകളിൽ ശ്രദ്ധിച്ചുതുടങ്ങി. അതവന്റെ മനസ്സിലെ ഭയത്തെ നീക്കി, അനുകൂല ചിന്തകൾക്ക് വഴിയൊരുക്കി. ഭാവിക്കായുള്ള ബന്ധങ്ങൾ ഉണ്ടാക്കിയെടുക്കാനും, കഴിയാവുന്നത്ര പാഠങ്ങൾ ഉൾക്കൊള്ളാനും ശ്രമിച്ചു. അതേ സമയം, സംരംഭകനാവുക എന്ന തന്റെ ആത്യന്തിക ലക്ഷ്യത്തിലേക്കുള്ള പടവുകൾ എളുപ്പമാക്കുന്ന മറ്റു സ്ഥാപനങ്ങളിലെ ജോലികളെയും അവൻ പരിഗണിച്ചു. അനുയോജ്യമായ പാത കണ്ടെത്താൻ അവന് കഴിഞ്ഞിരുന്നില്ല.

ഏറ്റവും മികച്ച മാർക്കറ്റിംഗ് ഏജൻസിയെ തിരഞ്ഞെടുക്കുക എന്നതായിരുന്നു അവന് ജോലിയിൽ ഉണ്ടായിരുന്ന ഏറ്റവും പുതിയ ദൌത്യങ്ങളിൽ ഒന്ന്. ഡേവിഡിന്റെ മുതലാളി പുതിയ ഉത്പന്നങ്ങൾ പുറത്തിറക്കാനുള്ള തയ്യാറെടുപ്പിലായിരുന്നു. അതിനായി ഓരോ മാർക്കറ്റിംഗ് ഏജൻസിയെയും വിലയിരുത്തി. ഒന്ന് തിരഞ്ഞെടുക്കാനുള്ള ചുമതല ഡേവിഡിനായിരുന്നു. അവൻ പതിവിലും ആവേശഭരിതനായിരുന്നു.

വിവിധ സ്ഥാപനങ്ങൾ തങ്ങളുടെ ആശയങ്ങൾ പങ്കുവെച്ചു, കൌതുകകരമായിരുന്നു. അവൻ സൂക്ഷ്മവും വിശദവുമായ കുറിപ്പുകൾ തയ്യാറാക്കി. മികച്ചത് തിരഞ്ഞെടുക്കുക ബുദ്ധിമുട്ടായിരുന്നു. കാരണം, അവയെല്ലാം ഒന്നിനൊന്ന് മികച്ചതായിരുന്നു.

എന്നാൽ, അതിലൊരു ഏജൻസി വേറിട്ടു നിന്നു. അടുത്തിടെ അവരുടെ സേവനങ്ങൾ ഉപയോഗിച്ച ഒരാളെ അവർ കൊണ്ടുവന്നു. പ്രശംസകൾക്കും പരാമർശങ്ങൾക്കും പകരം, അവർ കാണിക്കാനുദ്ദേശിച്ചത് അവരുടെ തൃപ്തനായ ഒരു ഉപഭോക്താവിനെയാണ്.

അവരുടെ നീക്കത്തിൽ, അവന് ഒരേസമയം മതിപ്പും, കൌതുകവും തോന്നി. അകത്തേക്ക് കടന്നുവരുന്ന സംരംഭകന്റെ മുഖത്ത് ശാന്തതയും ആത്മവിശ്വാസവും മാത്രമല്ല, വലിയ ചിരിയും നിറ

ഞ്ഞുനിന്നു. അദ്ദേഹം ആ മാർക്കറ്റിംഗ് ഏജൻസിയുടെ സേവനങ്ങളിൽ തൃപ്തനായിരുന്നു. അദ്ദേഹം തന്റെ സ്ഥാപനത്തിന്റെ കണക്കുകൾ കാണിച്ചു, ലക്ഷക്കണക്കിന് ഉത്പന്നങ്ങളാണ് വിറ്റഴിച്ചിരിക്കുന്നത്. ശേഷം, അദ്ദേഹം തന്റെ മറ്റുള്ള കുറച്ച് സംരംഭങ്ങളുടെ കണക്കുകൾ കൂടി എളിമയോടെ കാണിച്ചുകൊടുത്തു.

“എന്റെ നിരവധി ഉത്പന്നങ്ങൾ പരാജയമായിരുന്നു, പാപ്പരായിത്തുടങ്ങിയിരുന്നു,” അദ്ദേഹത്തിന്റെ വാക്കുകളിലെ സ്പഷ്ടത, അദ്ദേഹത്തിന്റെ കഴിഞ്ഞ കാലത്തെ ഊന്നിപ്പറഞ്ഞു.

“ഞാനിവരോട് കടപ്പെട്ടിരിക്കുന്നു, അതുതന്നെയാണ് ഞാനിപ്പോൾ ഇവിടെ വരാനുള്ള കാരണവും,” സംരംഭകൻ പറഞ്ഞു, “ഞങ്ങളുടെ സമീപനങ്ങൾ വ്യത്യസ്തമായിരുന്നു. ആശയങ്ങൾ തമ്മിൽ വിയോജിച്ചു. ഭാഷകൾ വ്യത്യസ്തമായിരുന്നു.” വിടരാനിരിക്കുന്ന ഒരു നിറഞ്ഞ പുഞ്ചിരിയുടെ സൂചന, അദ്ദേഹത്തിന്റെ വലത് കവിളിൽ തെളിഞ്ഞു. “എന്റെ ആശയങ്ങൾക്കൊത്താണ് മുന്നോട്ടു പോയിരുന്നതെങ്കിൽ, ആയിരങ്ങൾക്കു പകരം രണ്ടെണ്ണം മാത്രമേ വിറ്റുപോയിട്ടുണ്ടാവുകയുള്ളൂ.”

അമിത പ്രശംസ മാർക്കറ്റിംഗ് ഏജൻസിയുടെ ഉടമയെ അസ്വസ്ഥനാക്കി, അയാൾ സംരംഭകനോട് പറഞ്ഞു, “നന്ദി, പക്ഷേ നിങ്ങളുടെ വിജയത്തിൽ വലിയൊരു പങ്ക് നിങ്ങളുടേതാണ്. എങ്കിലും, ഞങ്ങളുടെ സേവനം നിങ്ങളെ തൃപ്തിപ്പെടുത്തിയെന്നതിൽ സന്തോഷം. നിങ്ങളുടെ അനുഭവം പങ്കുവെച്ചതിന് വളരെ നന്ദി.”

സംരംഭകൻ തന്റെ ബിസിനസ്സ് കാർഡ് കോൺഫറൻസ് മുറിയിലെ മേശയിൽ വെച്ചു. താൻ മറ്റൊരു മീറ്റിംഗിന് പോകുന്ന വഴിയാണെന്ന് പറഞ്ഞ് ഇറങ്ങിപ്പോയി.

കൂടിക്കാഴ്ച അവസാനിച്ചതിനു ശേഷവും, ഡേവിഡിന് ആ സംരംഭകന്റെ വിജയഗാഥയെക്കുറിച്ച് ചിന്തിക്കുന്നത് നിർത്താൻ കഴിഞ്ഞില്ല. അവന് മനസ്സിലാക്കാൻ കഴിയാത്ത എന്തോ ഒന്ന് അതിലുണ്ടായിരുന്നു.

ആ ആഴ്ച തന്നെ, അവൻ കാർഡിലുള്ള നമ്പറിലേക്ക് വിളിക്കുകയും, ഒരു സന്ദേശമയക്കുകയും ചെയ്തു. അവൻ സാധാരണ അങ്ങനെ ചെയ്യാറില്ലായിരുന്നു. ആ സംരംഭകൻ തിരക്കിലായിരിക്കുമെന്നും, തന്നെ തിരികെ വിളിക്കാൻ ഒരു സാധ്യതയുമില്ലെന്നും അവനുറപ്പിച്ചു. തീരെ പ്രതീക്ഷയില്ലായിരുന്നു അവന്.

രണ്ടു മണിക്കൂർ കഴിഞ്ഞ്, ഉച്ചഭക്ഷണ സമയത്ത് കൂടിക്കാ

ഴ്ചയ്ക്ക് സമ്മതമറിയിച്ചുകൊണ്ട് അയാൾ തിരികെ വിളിച്ചു. "നിങ്ങൾ വിളിച്ചതിൽ സന്തോഷം, കാരണം നിങ്ങൾ വിളിച്ചില്ലെങ്കിൽ, ഞാൻ വിളിക്കണമെന്ന് കരുതി ഇരിക്കുകയായിരുന്നു," അദ്ദേഹം പറഞ്ഞു.

സംസാരശേഷം, അവനെ അതിശയിപ്പിച്ചത് അദ്ദേഹം അവസാനം പറഞ്ഞ കാര്യമായിരുന്നു.

തിങ്കളാഴ്ച, കൂടിക്കാഴ്ചയ്ക്കായി ഡേവിഡ് നേരത്തെ തന്നെ റെസ്റ്റോറന്റിൽ എത്തി. അതിനകം തന്നെ, സംരംഭകൻ റെസ്റ്റോറന്റിന്റെ അങ്ങേയറ്റത്ത്, ചായ കുടിച്ചുകൊണ്ട് എന്തോ കുത്തിക്കുറിച്ചുകൊണ്ടിരിക്കുന്നുണ്ടായിരുന്നു. ഡേവിഡ് അദ്ദേഹത്തിനടുത്ത് ചെന്ന്, ഹസ്തദാനത്തിനായി കൈ നീട്ടി.

"കൂടിക്കാഴ്ചയ്ക്ക് സമ്മതിച്ചതിനു നന്ദി," ഡേവിഡ് സംഭാഷണമാരംഭിച്ചു. "നിങ്ങളുടെ കഥ എന്നെ വല്ലാതെ ആകർഷിച്ചു, വിജയം മാത്രമല്ല, പരാജയവും. നിങ്ങളത് വിശദീകരിച്ചത്... വ്യത്യസ്തമായിരുന്നു."

പരിചാരകൻ മെനു നൽകുകയും പ്രധാന വിഭവങ്ങളെക്കുറിച്ച് വിശദീകരിക്കുകയും ചെയ്തുകൊണ്ട് അവരെ സ്വാഗതം ചെയ്തു, അതിനദ്ദേഹം തലയാട്ടി. ഓർഡർ ചെയ്ത ശേഷം ഇരുവരും സംഭാഷണം തുടർന്നു.

"മറ്റ് ഉത്പന്നങ്ങൾക്കിടയിൽ ഇത് മാത്രം എങ്ങനെയാണ് വിജയിച്ചതെന്ന് വിശദീകരിക്കാമോ," ഡേവിഡ് പറഞ്ഞു. "ഹാ, മറ്റൊന്നു കൂടി. ഞങ്ങൾ ആ സ്ഥാപനം തിരഞ്ഞെടുത്തു. നിങ്ങളുടെ സുഹൃത്തുക്കൾ വിജയിച്ചു. ഇനി ഔദ്യോഗികപരം എന്നതിനേക്കാളുപരി, വ്യക്തിപരമായ താത്പര്യവും എനിക്കിതിലുണ്ട്."

"ഞാൻ അറിഞ്ഞു," സംരംഭകൻ പറഞ്ഞു, "ആ തീരുമാനത്തിൽ നിങ്ങൾ വളരെ സന്തുഷ്ടനാണെന്ന് കരുതുന്നു."

സംരംഭകൻ അല്പനേരം എന്തോ ചിന്തയിലാണ്ടു. "ഞാൻ പലതും പരീക്ഷിച്ചു. ഒരു ഉത്പന്നം വിൽക്കാൻ ശ്രമിച്ചു; അത് നല്ല രീതിയിൽ വിറ്റുപോയിരുന്നു. പക്ഷേ, വേണ്ടത്ര സാധനസാമഗ്രികളോ, കൂടുതൽ വാങ്ങാൻ പണമോ ഇല്ലായിരുന്നു. അതെല്ലാം മറികടക്കുമ്പോഴേക്കും, എതിർ സ്ഥാപനം കുറഞ്ഞ വിലയിൽ അതേ ഉത്പന്നം വിറ്റു തുടങ്ങിയിരുന്നു, ചിലപ്പോൾ എന്റേതിനേക്കാൾ മികച്ചതുമായിരിക്കാം."

അപ്പോഴേക്കും ഭക്ഷണം മേശപ്പുറത്ത് എത്തി. മുൻധാരണകൾ ഒന്നും ഇല്ലാതിരുന്നതിനാൽതന്നെ, കാഴ്ചയിലും രുചിയിലും

ഭക്ഷണം ഡേവിഡിന് വളരെ ഇഷ്ടമായി. വീണ്ടും വരാൻ തോന്നിപ്പിക്കുന്നതരത്തിൽ അസാധാരണ രുചി. അവൻ തന്നെ സംഭാഷണം പുനരാരംഭിച്ചു. "സാമഗ്രികൾ തീർന്നതിനെക്കുറിച്ചാണ് നിങ്ങൾ പറഞ്ഞുവന്നത്."

"അതെ, തീർന്നു. പക്ഷേ വാസ്തവമെന്തെന്നാൽ, അവിടെ എന്തും സംഭവിക്കാം. എന്നാൽ ഇവിടെ എന്താണോ സംഭവിക്കുന്നത്," അദ്ദേഹം നെറ്റിയുടെ വശത്ത് ചൂണ്ടുവിരൽ വെച്ചു, "അതാണ് നിങ്ങളുടെ വിജയം നിർണ്ണയിക്കുന്നത്."

ഇരുവരും അല്പനേരം നിശബ്ദരായി ഭക്ഷണം കഴിച്ചു. ശേഷം, സംരംഭകൻ തന്റെ ഒഴിഞ്ഞ പ്ലേറ്റ് മാറ്റിവെച്ച്, സംസാരം തുടർന്നു. "...പിന്നീട്, ഓൺലൈനിലൂടെ ഉത്പന്നങ്ങൾ വിൽക്കുന്ന ഒരു സേവനം ആരംഭിച്ചു, ലാഭവും കിട്ടിത്തുടങ്ങി, പച്ച പിടിച്ചു. പിന്നെ ഞാൻ മറ്റൊരു സ്ഥാപനവുമായി വലിയ ബൗദ്ധിക സ്വത്തവകാശ തർക്കത്തിൽ ഏർപ്പെട്ടു. നിയമ പോരാട്ടത്തിന് ആവശ്യമായ പണമില്ലാത്തതിനാൽ, ഞാൻ പിൻവാങ്ങി."

വിജയങ്ങളും പരാജയങ്ങളും തുറന്നു പങ്കുവെക്കുന്ന സംരംഭകനെ ഡേവിഡ് ശ്രദ്ധയോടെ കേട്ടു. എല്ലാം തികഞ്ഞ ഒരു വിജയകരമായ ജീവിതം എന്ന കെട്ടുകഥയല്ല അദ്ദേഹം പറയുന്നത് എന്നത് അവനെ സന്തോഷിപ്പിച്ചു. ആ ദീർഘമായ സംഭാഷണം അവരിരുവരും ആസ്വദിച്ചു. തനിക്കു പറ്റിയ അബദ്ധങ്ങളെയും കുഴപ്പങ്ങളെയും പറ്റി സംരംഭകൻ വിവരിച്ചു.

"ആദ്യമൊക്കെ, ഞാൻ മറ്റെല്ലാവരെയും, എല്ലാത്തിനെയും കുറ്റപ്പെടുത്തുമായിരുന്നു. അത് അവന്റെ തെറ്റാണ്, ഇത് അവൾ ചെയ്ത അബദ്ധമാണ്, ബാങ്ക് ഫീസ് വളരെ കൂടുതലാണ്, ലാഭത്തിന്റെ പകുതിയും നികുതിപ്പണം കൊണ്ടുപോകുന്നു, വിലക്കയറ്റം, നല്ല ജോലിക്കാരെ കിട്ടുന്നില്ല, അങ്ങനെ പലതും. പിന്നീടാണ് ഞാൻ മനസ്സിലാക്കിയത്, ഇതൊന്നും ഒരിക്കലും മാറാൻ പോകുന്നില്ല എന്ന്. എല്ലാം ഇങ്ങനെതന്നെയായിരിക്കും. എല്ലാവർക്കും ഇങ്ങനെതന്നെയായിരിക്കും. ഞാനാണ് മാറേണ്ടത്. എന്റെ ചിന്താഗതിയാണ് മാറേണ്ടത്."

സംരംഭകന്റെ ശ്രദ്ധ ഒരു നിമിഷത്തേക്ക് വീണ്ടും വ്യതിചലിച്ചു. അദ്ദേഹം പറഞ്ഞു, "പുരോഗതിയെ തടസ്സപ്പെടുത്തുന്ന വേലിയാണ് ഒഴികഴിവുകൾ. അവസരങ്ങളുടെ വിത്തുകളാണ് ക്ലേശങ്ങൾ. ഇപ്പോൾ എന്റെ ചിന്താഗതി തന്നെ മാറി. ആരെയെങ്കിലും അല്ലെങ്കിൽ എന്തിനെയെങ്കിലും കുറ്റപ്പെടുത്താൻ തുടങ്ങു

മ്പോൾ, ഞാൻ ഒരു നിമിഷം ആലോചിക്കും, എന്റെ ചിന്താഗതി ക്രമീകരിക്കും. എന്തെങ്കിലും അബദ്ധം പറ്റുമ്പോൾ, അത് വിജയത്തിലേക്ക് അടുക്കുന്നതിന്റെ ലക്ഷണമാണെന്ന് മനസ്സിലാക്കും."

അദ്ദേഹം സംസാരിക്കുമ്പോൾ ഡേവിഡ് മനസ്സിലോർത്തത്, മൂന്നാമത്തെ തെറ്റിനെയും ഒഴികഴിവുകൾക്ക് ഇടം നൽകുന്നതിനെയും കുറിച്ചുള്ള പാഠമാണ്. താൻ ഉൾപ്പെടുന്ന കാര്യങ്ങളിലെ തെറ്റുകളുടെ ഉത്തരവാദിത്തമേറ്റെടുക്കാനും, പരിഹാരം കാണാനും മുന്നോട്ടു വരുന്ന വ്യക്തിയായിരുന്നു അദ്ദേഹം.

"ഇനി... നിങ്ങളെക്കുറിച്ച് പറയൂ," സംരംഭകൻ പറഞ്ഞു. "സംരംഭകൻ ആകാൻ ആലോചിക്കുന്നുണ്ടോ?"

"എനിക്കെന്റെ ജോലി ഇഷ്ടമാണ്," ഡേവിഡ് പറഞ്ഞു, "സത്യം പറഞ്ഞാൽ, കഴിഞ്ഞ കുറച്ച് മാസങ്ങളെ അപേക്ഷിച്ച്. അടുത്ത കാലത്തൊന്നുമല്ലെങ്കിലും, സ്വന്തമായി ഒരു സ്ഥാപനം ആരംഭിക്കണമെന്നുണ്ട്. ഇപ്പോൾ കാര്യങ്ങൾ നല്ല രീതിയിലാണ് പോകുന്നത്. എന്തായാലും, ജോലിയിൽ നിന്നും പിരിച്ചുവിടുമെന്ന പേടി എനിക്കിപ്പോഴില്ല."

സംരംഭകൻ വളരെ ഗൗരവത്തോടെ പറഞ്ഞു, "നിലവിലെ സാഹചര്യങ്ങൾ വെച്ച് ഭാവി നിശ്ചയിക്കരുത്, അത് നല്ലതാണെങ്കിലും മോശമാണെങ്കിലും. നിങ്ങളുടെ ആഗ്രഹങ്ങളാണ് നിങ്ങളെ നയിക്കേണ്ടത്. എല്ലാ തൊഴിലിലും, എല്ലാ സംരംഭങ്ങളിലും, എല്ലാ ജീവിതത്തിലും പരാജയമുണ്ടാകും. ചിലർ അതിൽ നിന്ന് ഒളിച്ചോടുന്നു. ചിലർ അത് അവഗണിക്കുന്നു. ചിലർ അങ്ങനൊന്ന് സംഭവിച്ചിട്ടില്ലെന്ന് ഭാവിക്കുന്നു. പക്ഷേ, പരാജയത്തെക്കുറിച്ച് സംസാരിക്കാത്ത, വിജയകരമായ ഒരാളെ ഞാൻ ഇതുവരെ കണ്ടിട്ടില്ല."

ഡേവിഡ് സമ്മതിച്ചു. "എത്രത്തോളം ഉയർച്ചയിലെത്തുന്നോ, അത്രത്തോളം അവർ മനസ്സ് തുറന്ന് താഴ്ചകളെക്കുറിച്ച് സംസാരിക്കുന്നു. കാരണം, അവർക്കതിനോട് നീരസമില്ല."

"ശരിയാണ്," സംരംഭകൻ പറഞ്ഞു. "വിജയികൾ അതിനെ പരാജയങ്ങളായല്ല കാണുന്നത്. ഞങ്ങളതിനെ സ്വാഭാവികമായ തടസ്സങ്ങളായി കാണുന്നു. ചിലപ്പോൾ ചവിട്ടുപടികളായും."

"ആളുകൾ ജീവിതത്തിൽ ചെയ്യുന്ന ഏറ്റവും വലിയ തെറ്റുകളിൽ ഒന്ന്..." സംരംഭകൻ ഒന്നു നിർത്തി, എന്നിട്ട് കാൽക്കൽ ഉണ്ടായിരുന്ന ബാഗ് തുറന്നു.

"നിങ്ങൾ ഒഴികഴിവുകളെക്കുറിച്ച് തുറന്ന് സംസാരിക്കാൻ

തുടങ്ങിയപ്പോൾ തന്നെ ഞാൻ സംശയിച്ചിരുന്നു, ആ പഴയ പുസ്തകം പുറത്തെടുക്കുമെന്ന്." ഡേവിഡ് പറഞ്ഞു.

സംരംഭകൻ പുഞ്ചിരിച്ചു, "ഒഴികഴിവുകൾ. ഞാൻ അതിനെക്കുറിച്ച് സംസാരിക്കാൻ കാരണം, എന്നെ സംബന്ധിച്ചിടത്തോളം വലിയ കാര്യമായിരുന്നു അത്. അതുപോലെതന്നെ ഇതും. താൽക്കാലികമായ ക്ലേശങ്ങളെ നിരന്തരമായ പരാജയങ്ങളാവാൻ അനുവദിക്കുക, അതാണ് ആറാമത്തെ തെറ്റ്."

അദ്ദേഹം മറ്റൊന്നും പറഞ്ഞില്ല, അവസാന വാക്യം അവർക്കിടയിൽ തങ്ങിനിന്നു, ആഴ്ന്നിറങ്ങി.

ഡേവിഡ് എന്തെങ്കിലും പറയാൻ മുതിരും മുൻപ്, സംരംഭകൻ വിശദീകരണം തുടർന്നു. "ചിലർ പങ്കെടുക്കുന്നു, പരാജയപ്പെടുന്നു, പിൻവാങ്ങുന്നു. പ്രസംഗിക്കുന്നു, പിഴവ് പറ്റുന്നു, പിന്നൊരിക്കലും അതിന് ശ്രമിക്കാതിരിക്കുന്നു. ചിലർ ഓഹരിയിൽ നിക്ഷേപിക്കുന്നു, നഷ്ടമുണ്ടാകുന്നു, എന്നിട്ട് ചിന്തിക്കുന്നു, "എന്നെക്കൊണ്ട് കഴിയുന്നതല്ല ഈ പണമിടപാടുകൾ." ദുഃഖകരം.

"അത്തരം ചിന്തകൾ ഉറപ്പിക്കപ്പെടുന്നു. അത് ദൃഢമാകുന്നു, ശക്തിപ്പെടുന്നു, മറികടക്കാൻ കഴിയാത്തതാകുന്നു. നമ്മൾ ഉടൻ തന്നെ മത്സരത്തിലേക്ക് തിരികെ വരുമ്പോൾ, സദസ്സിലേക്ക് കയറിച്ചെല്ലുമ്പോൾ, മറ്റൊരു നിക്ഷേപം ചെയ്യുമ്പോൾ വീഴ്ചയുടെ ആഘാതം കുറയുകയും, സ്വയം എഴുന്നേൽക്കാൻ കഴിയുകയും ചെയ്യും. അതോടെ, അത് വീഴ്ചയല്ലാതാകുന്നു. പിന്നീട്, നമ്മൾ തിരിഞ്ഞു നോക്കുമ്പോൾ, അത് വെറുമൊരു അബദ്ധം മാത്രമായിരിക്കും. അതേസമയം, വലിയ നേട്ടങ്ങളിലേക്കുള്ള ചുവടും. നമ്മൾ എങ്ങനെ ചിന്തിക്കുന്നു എന്നതിൽ നിന്നാണ് എല്ലാം ആരംഭിക്കുന്നത്. എല്ലാത്തിന്റെയും തുടക്കം, അനുകൂല പ്രതീക്ഷകളാണ്."

"മനസ്സിലാവുന്നുണ്ട്." ഡേവിഡ് അവർക്കിടയിലെ സംഭാഷണമോർത്തു. "ഞാൻ ആ ചിന്തയെ വേരുറപ്പിക്കാൻ അനുവദിച്ചിരുന്നു. കൗമാരപ്രായത്തിൽ, ഞാൻ സെയിൽസ് വിഭാഗത്തിൽ ജോലി ചെയ്തിരുന്നു. അത് വളരെ ദുഷ്കരമായിരുന്നു. എനിക്ക് ഒന്നുപോലും വിറ്റഴിക്കാൻ കഴിഞ്ഞില്ല. അതിനുശേഷം ഞാൻ ആ മേഖല ഉപേക്ഷിച്ചു. എന്റെ ചിന്താഗതി മാറ്റുകയും പ്രതീക്ഷകൾ ഉയർത്തുകയും ചെയ്യേണ്ടതുണ്ട്."

"ശരിയാണ്. അലോസരപ്പെടുത്തുന്ന പേരുകൾ മുദ്ര കുത്തപ്പെടാൻ അനുവദിക്കരുത്, അത് സ്വയം തളർത്തുന്നതിനു തുല്യമാണ്. താൽക്കാലിക അനുഭവങ്ങളെ നിരന്തരമായ പ്രഖ്യാപന

മായി സ്വീകരിക്കരുത്. നിങ്ങൾ പറയുന്നതും പ്രവർത്തിക്കുന്നതു മായ എല്ലാ കാര്യങ്ങളും മികച്ചതാവണം എന്ന് അത് അർത്ഥമാക്കുന്നില്ല. എന്നാൽ, നിങ്ങളുടെ ലക്ഷ്യത്തിലേക്കെത്തിപ്പെടാൻ ആ കഴിവ് അനിവാര്യമാണെന്ന് നിങ്ങൾ കരുതുന്നുണ്ടെങ്കിൽ, തീർച്ചയായും ഒരു വഴി കണ്ടെത്തേണ്ടതുണ്ട്."

അവർ രണ്ടുപേരും എഴുന്നേറ്റു, പരസ്പരം കൈ കുലുക്കി, റെസ്റ്റോറന്റിൽ നിന്ന് പുറത്തിറങ്ങാൻ തുടങ്ങി. ഡേവിഡ് വീണ്ടും മേശയിലേക്ക് തിരികെ ഓടി, എന്തോ തിരഞ്ഞു. ഒന്നും കാണാതെ മുൻവാതിൽ കടന്ന് പുറത്തിറങ്ങിയപ്പോൾ മുൻവശത്തെ സ്റ്റെപ്പിൽ നിൽക്കുന്ന സംരംഭകനെ കണ്ടു.

"ഇതാണോ അന്വേഷിക്കുന്നത്?" അദ്ദേഹം ചിരിച്ചു കാണിച്ചു. ഒരു കടലാസ്സ് അവന്റെ കൈയിൽ കൊടുത്തുകൊണ്ട് പറഞ്ഞു, "ഈ യാത്ര മികച്ചതാവട്ടെ. പരമാവധി പ്രയോജനപ്പെടുത്തുകയാണെങ്കിൽ, അസാധാരണമായ ഒരു അവസരമാണിത്."

അവർ ഹസ്തദാനത്തിനു ശേഷം വിടവാങ്ങി. വീടെത്തിയ ശേഷം, ഡേവിഡ് വീണ്ടും പേപ്പറെടുത്ത് വായിച്ചു. വായിക്കുന്നതിനൊപ്പം തന്നെ, സംരംഭകനുമായുള്ള സംഭാഷണം മനസ്സിലോർത്തു. ഒരുപാട് പാഠങ്ങൾ, എന്നാൽ അവ വെറും അറിവുകൾ മാത്രമായിരുന്നില്ല. സംരംഭകന്റെ ആത്മാർത്ഥതയും തുറന്ന സംസാരവുമാണ് ഡേവിഡിനെ ആകർഷിച്ചത്. അദ്ദേഹത്തിന്റെ നിലപാടുകൾ ഒരിക്കലും മറക്കില്ലായെന്ന് അവൻ തീരുമാനിച്ചു.

തെറ്റ് #6 :

താൽക്കാലികമായ ക്ലേശങ്ങളെ നിരന്തരമായ പരാജയങ്ങളാവാൻ അനുവദിക്കുന്നത്

തിരിച്ചുവരവിലൂടെ വീഴ്ചയുടെ ആഘാതം കുറയുകയും, അത് നിരന്തര പരാജയമായി മാറാതിരിക്കുകയും ചെയ്യുന്നു.

നിങ്ങളുടെ ചിന്തകളാണ് നിങ്ങളുടെ വിധി നിർണ്ണയിക്കുന്നത്.

ദിവസത്തെ തള്ളിനീക്കരുത്; അതിൽ നിന്നും പാഠങ്ങൾ പഠിക്കൂ.

നിലവിലെ സാഹചര്യങ്ങൾ വെച്ച് ഭാവി നിശ്ചയിക്കരുത്.

അലോസരപ്പെടുത്തുന്ന പേരുകൾ മുദ്ര കുത്തപ്പെടാൻ അനുവദിക്കരുത്, അത് സ്വയം തളർത്തുന്നതിനു തുല്യമാണ്.

പുരോഗതിയെ തടസ്സപ്പെടുത്തുന്ന വേലിയാണ് ഒഴികഴിവുകൾ.

അവസരങ്ങളുടെ വിത്തുകളാണ് ക്ലേശങ്ങൾ.

താൽക്കാലിക അനുഭവങ്ങളെ നിരന്തരമായ പ്രഖ്യാപനമായി സ്വീകരിക്കരുത്.

കടന്നുപോകുന്ന എല്ലാവരിലും അറിവ് പകരുന്ന ഒരു ഗുരുവിനെ കാണുക.

വിജയികൾ താൽക്കാലിക വീഴ്ചകളെ വിജയത്തിലേക്കുള്ള ചവിട്ടുപടികളായി കാണുന്നു.

രണ്ടാം നിയമം

⌘⌘⌘

ആരിയ മഴയത്ത് നിന്നു, കോരിച്ചൊരിയുന്ന മഴയിൽ നനഞ്ഞു കുതിർന്ന അവൾ കരുതി, സ്വർഗ്ഗത്തിലെ വെള്ളം മുഴുവനും ദൈവവും മാലാഖമാരും കൂടെ ഇവിടേക്കൊഴിക്കുന്നുവെന്ന്. അവൾ ഓടിയില്ല. അവൾ അനങ്ങാതെ നിന്നു. വസ്ത്രങ്ങളും കടന്ന് തന്റെ ശരീരത്തെ നനയ്ക്കാൻ അവൾ മഴയെ അനുവദിച്ചു, അതവളുടെ നഷ്ടത്തിന്റെ വേദനയെ കഴുകിക്കളയുമെന്ന് പ്രതീക്ഷിച്ചു. അമ്മാവൻ മരിച്ചിട്ട് ഒരാഴ്ച കഴിഞ്ഞു, അവൾക്കിപ്പോഴും അദ്ദേഹത്തിന്റെ വിയോഗം ഉൾക്കൊള്ളാൻ കഴിഞ്ഞിട്ടില്ല. മാതാപിതാക്കളുടെ നേരിയ ഓർമ്മ പോലും അവൾക്കില്ല; അവളുടെ അച്ഛനും അമ്മയുമെല്ലാം റെയ്മണ്ട് അമ്മാവനായിരുന്നു. അദ്ദേഹമിപ്പോൾ തന്നെ വിട്ടുപോയിരിക്കുന്നു. ഈ ലോകത്ത് ഒറ്റയ്ക്കായതുപോലെ. എത്ര നേരം ആ നില്പ് നിന്നുവെന്ന് അവൾക്കറിയില്ല. ചന്ദ്രന് ഇരുട്ടിനെ കീറിമുറിക്കാനായി മഴ ഇടവേളയിട്ടു. ആ വെളിച്ചത്തിൽ നിലം തിളങ്ങി. റോബർട്ടിന്റെ കളപ്പുരയിൽ നിന്നും മേയുടെ വീട്ടിലേക്കുള്ള വഴിയിലൂടെ ഒഴുകുന്ന മഴവെള്ളം, സ്ഫടികത്താൽ പരവതാനി തീർത്തു.

ആ നിമിഷം, അവൾ സ്വയം കരയാൻ അനുവദിച്ചു. ഉള്ള് തുറന്ന് കരഞ്ഞു. ആഴത്തിൽ അടക്കിപ്പിടിച്ച കണ്ണുനീർ നിറഞ്ഞൊഴുകി, അതിനെ തന്റെ കണ്ണീരിനോടലിയിക്കാനെന്നവണ്ണം മഴമേഘങ്ങൾ വീണ്ടും പൊഴിച്ചു തുടങ്ങി.

പ്രിയപ്പെട്ട അമ്മാവനില്ലാതെ അവൾ എന്ത് ചെയ്യും? അവൾ ഇത്രയും കാലം ഭയപ്പെട്ടത്, ഈ നിമിഷത്തെയായിരുന്നു. അവൾക്ക് അദ്ദേഹത്തെ പിരിയാൻ കഴിയുന്നില്ല.

അവളുടെ മനസ്സ് അവരുടെ എല്ലാ സംഭാഷണങ്ങളും വീണ്ടും ഓർത്തു : കൈയെഴുത്തുപ്രതി, ഗുരുക്കന്മാർ, കാവൽക്കാരന്റെ കടമ, എല്ലാത്തിന്റെയും നിഗൂഢതകൾ.

തനിക്കിപ്പോൾ ചെളിയും മണ്ണുമൊന്നും പ്രശ്നമല്ലെങ്കിലും, മുറ്റത്തുകൂടെ നടക്കുമ്പോൾ ചെളിയിൽ ചവിട്ടാതിരിക്കാൻ അവൾ ശ്രദ്ധിച്ചു. തന്റെ ചെമ്പൻ തലമുടി ചെവിക്കു പിന്നിലേക്ക് ഒതുക്കിവെച്ച ശേഷം, വീട്ടുപടിക്കൽ ഇരിപ്പുറപ്പിച്ചു. ആലോചിക്കേണ്ടതുണ്ട്.

അവളുടെ ചിന്തകൾ കലങ്ങിമറിഞ്ഞു, ഒന്നിനെക്കുറിച്ച് ചിന്തിച്ചു തുടങ്ങുമ്പോഴേക്കും മറ്റൊന്ന് വന്ന് സ്ഥാനം പിടിച്ചു. സ്നേഹം, കോപം, നിരാശ : ഓരോ വികാരവും അവളുടെ ശ്രദ്ധയ്ക്കായി മത്സരിച്ചു. ആറിയ കൈകളിൽ മുഖം പൂഴ്ത്തി. ആകാശത്തെ വീണ്ടും പ്രകാശിപ്പിച്ച മിന്നലിന് അകമ്പടിയായി ഇടിയും മുഴങ്ങി. ഉത്തരങ്ങൾ തിരയുന്ന അവളുടെ ചിന്തകൾക്ക്, നിലത്തു പതിക്കുന്ന മഴത്തുള്ളികളായിരുന്നു.

ഒടുവിൽ, അവൾ എഴുന്നേറ്റു, ഇരുട്ടിൽ വാതിൽ തുറന്നു. അവളുടെ കാൽ വഴുതി, എങ്കിലും വീഴാതെ കാലുറപ്പിച്ചു. ഒരു മെഴുകുതിരി കത്തിച്ച്, സ്വീകരണ മുറിയിലേക്ക് നടന്നു. റോബർട്ടും മേയും അവളെ ചേർത്തു നിർത്തി. അവരവളെ സ്വീകരിച്ചു, ഇഷ്ടമുള്ളിടത്തോളം കാലം അവിടെ തങ്ങാൻ പറയുകയും ചെയ്തു. അവളുടെ ജീവിതമാകെ മാറിമറിഞ്ഞിരിക്കുന്നു, ആ മാറ്റങ്ങളിൽ പെട്ടുഴറുകയായിരുന്നു അവളുടെ മനസ്സ്. അമ്മാവൻ ഇനിയില്ല, വീടും. കാവൽക്കാരൻ എന്ന പുതിയ ദൌത്യം, കൈയെഴുത്തുപ്രതിയുടെ സംരക്ഷണം, ഗുരുക്കന്മാർ. കൂടാതെ, അലക്സാണ്ടറുടെ വഞ്ചന. പിന്നെ ഉൾറിക്ക്.

അവൾ ഉറങ്ങാൻ തയ്യാറായി കിടന്നു, അവൾ ഇരുട്ടിനെ പുണർന്ന് അനങ്ങാതെ കിടന്നു.

പതിയെ നടുക്കവും സങ്കടവും, ദേഷ്യത്തിനും നിശ്ചയദാർഢ്യത്തിനും വഴിമാറിത്തുടങ്ങി. മാലാഖമാർ കളിപ്പാട്ടങ്ങൾ മാറ്റിവെച്ച് ഉറങ്ങാൻ തുടങ്ങുകയായിരുന്നു; പുറത്തെ കാറ്റിന്റെ ശക്തി ക്ഷയിച്ചു തുടങ്ങിയിരിക്കുന്നു, അവളുടെ വികാരങ്ങളുടെയും.

പരിചിതമായ നിശാ ശബ്ദങ്ങൾ തിരിച്ചെത്തിയെങ്കിലും, അവളെ ഇന്നത് സാന്ത്വനിപ്പിച്ചില്ല. അവളെ ഉറക്കുന്നതിനു പകരം, ഇനിയുള്ള കാര്യങ്ങളെക്കുറിച്ചുള്ള മുന്നറിയിപ്പെന്നവണ്ണം അവ കാതുകളിൽ തുളച്ചുകയറി. എന്തൊരു വിരോധാഭാസം. മാസങ്ങളായി അവൾ ആഗ്രഹിക്കുന്നതായിരുന്നു ഗുരുക്കന്മാർ തനിക്കു മുന്നിൽ പ്രത്യക്ഷപ്പെടണമെന്ന്, അടുത്ത പാഠത്തിനുള്ള പ്രതീക്ഷയുമായി. എന്നാൽ ഇപ്പോൾ, കഴിഞ്ഞ കാലത്തിലേക്ക്

തിരികെ പോയി, പഠനകാലം ആസ്വദിക്കാനും ജീവിതവേഗം കുറയ്ക്കാനും അവൾ ആശിച്ചു.

അവൾ ഏറെ നേരം ഉണർന്നു കിടന്നു, ചിന്തിച്ചു, മുന്നിലെ വഴികളെ വിലയിരുത്തി, ഭാവിയെക്കുറിച്ച് ആലോചിച്ചു. കഴിഞ്ഞ യാഴ്ച പോലും സങ്കല്പിച്ച ഭാവിയിൽ നിന്നും എത്ര വ്യത്യസ്തമാ യിരിക്കും തന്റെ യഥാർത്ഥ ഭാവി. അമ്മാവനുണ്ട്, വ്യത്യസ്തമായ ജീവിതോദ്ദേശ്യം, കുട്ടികളും സ്നേഹവും ലക്ഷ്യം നൽകുന്ന ഊർ ജ്ജവും നിറഞ്ഞ അലക്സാണ്ടറുമായുള്ള ജീവിതമെന്ന സ്വപ്നം. അതെല്ലാം ഉപേക്ഷിക്കാനും, കഴിഞ്ഞകാലത്തെ മറക്കാനും അവൾ തീരുമാനിച്ചു. കിടക്കയിൽ നിന്നും എഴുന്നേറ്റു. കട്ടിലി നടിയിൽ നിന്നും അമ്മാവന്റെ പെട്ടി പുറത്തെടുത്തു. പിച്ചളത്താ ക്കോൽ ഉപയോഗിച്ച് പെട്ടി തുറന്ന്, പേപ്പറുകൾക്കായി പരതി. അതിനെ നിലാവെളിച്ചത്തിലേക്ക് നീക്കിപ്പിടിച്ച്, കാവൽക്കാ രന്റെ രണ്ടാം നിയമം വായിച്ചു.

കൃതജ്ഞതാ നിയമം

കൃതജ്ഞതാ നിയമമാണ് രണ്ടാമത്തേത്. വിജയത്തിന്റെ ഔദാര്യത്തിനായുള്ള വളവും, വിളവെടുക്കാനുള്ള സഹാ യവുമാണ് കൃതജ്ഞത. നന്ദിയുള്ളവർ ആളുകളെയും ആശയങ്ങളെയും അവസരങ്ങളെയും ആകർഷിക്കുന്നു.

അർഹിക്കാത്തവരെ കടന്നുപോകുന്ന അനുഗ്രഹ ങ്ങൾ, നന്ദിയുള്ള ഹൃദയമുള്ളവരിലേക്ക് എത്തിച്ചേരും. കൃതജ്ഞത, ഒന്നും പ്രതീക്ഷിക്കുന്നില്ല. പക്ഷേ, സന്തോ ഷത്താൽ സമൃദ്ധമാണ്.

നന്ദിയുള്ള ഒരു വ്യക്തിയുടെ ഉള്ളിൽ സ്നേഹവും സന്തോഷവും നിറഞ്ഞിരിക്കുന്നു. നിരന്തരമായ കൃത ജ്ഞതാ ബോധത്തിലൂടെ, അദ്ഭുതങ്ങൾ കണ്ടെത്താം. കൃതജ്ഞതയുടെ പാനപാത്രം നുകരുന്നവർ ഉന്മേഷവാ ന്മാരാകുന്നു, സ്വന്തം പാനപാത്രവും മനസ്സും നിറയുന്നു. ദിവസേനയുള്ള അനുഗ്രഹത്താൽ നിങ്ങളുടെ ജീവിതം സമ്പന്നമാകുന്നു.

നിരാശയാൽ വേദനിക്കുന്നവരെ കൃതജ്ഞത അതിന്റെ ചിറകുകളിലിരുത്തി ജീവിത വൈഷമ്യങ്ങൾക്കും മീതെ പറത്തി സമൃദ്ധിയിലേക്കുയർത്തുന്നു. മറ്റുള്ളവരോട് നന്ദി പ്രകടിപ്പിക്കുന്നതിലൂടെ ആത്മാവിന്റെ രഹസ്യ ശക്തികൾക്ക് ഇന്ധനം പകരുന്നു.

ഈ വാക്കുകൾ വായിച്ച ആരിയ, തന്റെ ജീവിതത്തിലെ പ്രധാനപ്പെട്ട വ്യക്തികളെയും തനിക്ക് മുന്നിലുള്ള അവസരങ്ങളെയും കുറിച്ച് ചിന്തിക്കാൻ തീരുമാനിച്ചു. നഷ്ടപ്പെട്ടവയെപ്പറ്റി ചിന്തിക്കാതെ, അമ്മാവനെ അറിയാനും അദ്ദേഹത്തിൽ നിന്ന് പഠിക്കാനും, അദ്ദേഹത്തിന്റെ സാന്നിധ്യം അനുഭവിക്കാനും ലഭിച്ച അവസരത്തെ നന്ദിപൂർവ്വം ഓർക്കാൻ തീരുമാനിച്ചു.

കാവൽക്കാരന് എന്തുകൊണ്ടാണ് കൃതജ്ഞതാ നിയമം ഇത്ര പ്രധാനമെന്ന് അവളോട് വിശദീകരിക്കാൻ അമ്മാവന് ഒരിക്കലും അവസരം ലഭിച്ചിരുന്നില്ല. അത് തെറ്റായ ഉദ്ദേശ്യത്തോടെ കൈകാര്യം ചെയ്യുന്നതും, തെറ്റായ പ്രവർത്തികൾക്കായി ഉപയോഗിക്കുന്നതും എങ്ങനെയാണെന്നും, അതെങ്ങനെയാണ് അപകടമുണ്ടാക്കുന്നതെന്നും അവൾക്ക് സങ്കല്പിക്കാൻ കഴിയുമായിരുന്നു. എന്നിരുന്നാലും, കാവൽക്കാരന്റെ രണ്ടാമത്തെ നിയമത്തിൽ അവൾക്ക് കൃത്യമായി മനസ്സിലാക്കാൻ കഴിയാത്ത മറ്റെന്തോ ഉണ്ടായിരുന്നു, ആ അക്ഷരങ്ങൾക്കു പിന്നിൽ മറഞ്ഞിരിക്കുന്ന അർത്ഥം.

അവൾ ആ ചിന്തകൾക്ക് വിരാമമിട്ടു. എന്നിട്ട്, അവളുടെ ജീവിതത്തിൽ നല്ല മാറ്റങ്ങൾ കൊണ്ടുവന്ന, അവൾ നന്ദിയോടെ ഓർക്കുന്ന മനുഷ്യരുടെ പേരുകൾ ഉറക്കെ പറഞ്ഞു.

ഒടുവിൽ, ഉറങ്ങാനുള്ള ശാന്തത കൈവരിക്കാൻ ആരിയയുടെ മനസ്സിനു കഴിഞ്ഞു. *തെറ്റുകളുടെ പുസ്തകത്തെയും* കാവൽക്കാരന്റെ മൂന്നാം നിയമം കണ്ടെത്തുന്നതിനെയും കുറിച്ച് അവൾ സ്വപ്നം കണ്ടു. അതെവിടെയാണെന്ന് വെളിപ്പെടുത്താതെ അവളെ ഒറ്റയ്ക്ക് തിരയാൻ വിട്ടുകൊണ്ട് അമ്മാവൻ യാത്രയായി. അദ്ദേഹത്തിന്റെ അവസാന വാക്കുകൾ അവളുടെ കാതിൽ പ്രതിധ്വനിച്ചു. അവൾ തനിക്കുള്ളിൽ തിരഞ്ഞു. അവസാന നിയമം കണ്ടെത്താനും കൈയെഴുത്തുപ്രതി സംരക്ഷിക്കാനുമുള്ള ഉത്തരവാദിത്തവുമായി അവളുടെ മനസ്സ് മല്ലിട്ടു.

പിറ്റേന്ന് രാവിലെ, അവളെ മുന്നോട്ടു നയിക്കുന്ന ജീവിതതാളം അവളെ ഉറക്കമുണർത്തി. വസ്ത്രം മാറി. ഒരു മണിക്കൂറിനകം അവൾ കുതിരപ്പുറത്ത് കയറി നഗരത്തിലുള്ള അമ്മാവന്റെ ഓഫീസിലേക്ക് തിരിച്ചു. ഓഫീസിനു മുന്നിൽ കുതിരയെ കെട്ടിയശേഷം കൽപ്പടവുകൾ കയറി വാതിലിനടുത്തേക്ക് നടന്നു. അവളുടെ മനസ്സിലപ്പോഴും രണ്ടാമത്തെ നിയമമായിരുന്നു. തലയുയർത്തിയ അവൾ ഒരു നിമിഷം ഞെട്ടിത്തരിച്ചു പോയി. ഉൾറിക്കും അലക്സാണ്ടറും മറ്റു മൂന്ന് പേരും ഓഫീസിനു മുന്നിൽ നിൽക്കുന്നു.

ഇനിയെന്ത് ചെയ്യും?

"ആരിയ, എവിടെയായിരുന്നു, ഞാൻ പേടിച്ചുപോയി." അലക്സാണ്ടർ പറഞ്ഞു. "നിന്റെ നഷ്ടത്തിൽ എനിക്ക് ദുഃഖമുണ്ട്." അനുകമ്പ നിറഞ്ഞ അവന്റെ കണ്ണുകളിൽ ആത്മാർത്ഥത തോന്നി.

"ഞങ്ങളും ഖേദിക്കുന്നു," ഉൾറിക് പറഞ്ഞു. "എനിക്ക് നിങ്ങളുടെ അമ്മാവനെ നന്നായി അറിയാമായിരുന്നു." അലക്സാണ്ടർ ഹ്രസ്വമായ വാക്കുകളിൽ എല്ലാവരെയും പരിചയപ്പെടുത്തി.

ആരിയ തല കുലുക്കുക മാത്രം ചെയ്തു, അധികം സംസാരിച്ചില്ല.

"ഞങ്ങൾ അനുശോചനം അർപ്പിക്കുന്നു. അതോടൊപ്പം തന്നെ," വാക്കുകളിലൂടെ നീരസം മറച്ചുപിടിക്കാൻ ശ്രമിച്ചെങ്കിലും, ഉൾറിക്കിന്റെ മുഖം അതിൽ പരാജപ്പെട്ടു, "നിങ്ങളുമായി ഒരു സുപ്രധാന കാര്യം ചർച്ച ചെയ്യാൻ ആഗ്രഹിക്കുന്നു. എനിക്ക് വേണ്ടപ്പെട്ട ഒന്ന് നിങ്ങളുടെ അമ്മാവന്റെ കൈയിലുണ്ടായിരുന്നുവെന്ന് ഞാൻ വിശ്വസിക്കുന്നു."

ആരിയ ആത്മസംയമനം പാലിക്കാനും യഥാർത്ഥ വികാരങ്ങൾ മറച്ചുവെക്കാനും ശ്രമിച്ചു. "നിങ്ങൾക്ക് വേണ്ട എന്തായിരിക്കും എന്റെ അമ്മാവന്റെ പക്കൽ ഉണ്ടായിരുന്നിരിക്കുക?" അവൾ ഉൾറിക്കിന്റെ കണ്ണുകളിലേക്ക് നോക്കി. അതിൽ നീചത്വവും അത്യാഗ്രഹവും അവൾ കണ്ടു. അവൾക്ക് അവനെ അധിക നേരം നോക്കാൻ കഴിഞ്ഞില്ല, അലക്സാണ്ടറിലേക്ക് തിരിഞ്ഞു. അവരുടെ കണ്ണുകൾ ഉടക്കി. നാണവും സംശയവും കൊണ്ട് അവൾ വീണ്ടും നോട്ടം മാറ്റി. അലക്സാണ്ടർ എന്തിനാണ് ഇങ്ങനെയൊരാൾക്കൊപ്പം നിൽക്കുന്നതെന്നാണ് അവൾക്ക് മനസ്സിലാകാതിരുന്നത്.

"ഞാൻ അദ്ദേഹത്തിന്റെ വിൽപ്പത്രവും മരണപത്രികയും വായിക്കുമ്പോൾ പോയിരുന്നു. അതിൽ നിങ്ങളുടെ അമ്മാവൻ തന്റെ ലൈബ്രറിയും പുസ്തകങ്ങളും ചില കൈയെഴുത്തുപ്രതികളും നിങ്ങൾക്ക് നൽകുന്നുവെന്ന് രേഖപ്പെടുത്തിയിരുന്നു. അതിൽ ഒന്ന് എനിക്കവകാശപ്പെട്ടതാണ്. എന്റെ കുടുംബത്തിന്റെ അവകാശമായ ഒന്ന് അബദ്ധവശാൽ അദ്ദേഹത്തിന് നൽകപ്പെട്ടതാകാമെന്ന് ഞാൻ കരുതുന്നു."

തെറ്റായ അവകാശവാദം എന്ന പേരിൽ അവൻ പറഞ്ഞ നുണ കേട്ട് അവൾക്ക് ചിരി വന്നെങ്കിലും അവൾ പുറത്തു

കാട്ടിയില്ല. "അതിൽ ഭൂരിഭാഗവും കത്തിനശിച്ചു. ഞങ്ങളുടെ കുടുംബവീട് കത്തിനശിച്ച സംഭവം അറിഞ്ഞില്ലേ?"

"ഇല്ല, അറിഞ്ഞില്ല." ഉൾറിക്ക് എത്ര നിസ്സാരമായാണ് കള്ളം പറയുന്നത്. "പക്ഷേ, അവയിൽ പലതും ഇവിടെ തീർച്ചയായും സൂക്ഷിച്ചു വെച്ചിട്ടുണ്ടാകും. ഞങ്ങൾ തിരഞ്ഞു നോക്കാൻ ആഗ്രഹിക്കുന്നു. വരൂ, അകത്ത് കയറി നോക്കാം."

അകത്തോ? ആരിയ രണ്ടാം നിയമം മനസ്സിലോർത്തു, അതിലെ വാക്കുകൾ ഉള്ളിലുരുവിട്ടു. *അകത്ത്. അകത്ത്.* ഒപ്പം അമ്മാവന്റെ അവസാന വാക്കുകളും. അകത്ത്. റോബർട്ടിന്റെയും മേയുടെയും വീട്ടിലേക്ക് തിരികെ പോകേണ്ടതുണ്ടെന്ന് അവൾ തിരിച്ചറിഞ്ഞു, ഒരു വെളിപാടെന്നപോലെ. പക്ഷേ, ഉൾറിക്കിനെയും മറ്റുള്ളവരെയും ഇവിടെ നിർത്തിക്കൊണ്ടാവരുത്.

അലക്സാണ്ടറിന്റെ ശബ്ദം അവളെ ചിന്തയിൽ നിന്നുണർത്തി. "ആരിയ, തീപിടിത്തമുണ്ടായ രാത്രി ഞാൻ അവിടെ ഉണ്ടായിരുന്നു. നിങ്ങളുടെ വീട് കത്തിത്തീരുന്നത് ഞാൻ കണ്ടു. വിഷമമുണ്ട്."

അവന്റെ വെളിപ്പെടുത്തൽ ആരിയയെ അദ്ഭുതപ്പെടുത്തി, അതവൾക്ക് നേരിയ പ്രതീക്ഷ നൽകി.

അവൻ തുടർന്നു. "അന്ന് രാത്രി ഒരു ബഹളം കേട്ടാണ് ഞാൻ ഉണർന്നത്. ഞങ്ങളുടെ വീട്ടിലെ ആരോ ദൂരെ പുക ഉയരുന്നത് കണ്ട് മുന്നറിയിപ്പ് നൽകി. ഞാനുടൻ തന്നെ നിന്റെ വീട്ടിലേക്ക് വന്നു. ആ സമയം നീയവിടെ ഇല്ലായെന്നത് എനിക്ക് ആശ്വാസമായിരുന്നു. നീ സുരക്ഷിതയായിരുന്നല്ലോ. അന്നു മുതൽ ഞാൻ നിന്നെ അന്വേഷിക്കുകയാണ്."

ആരിയ അവനെ നോക്കി. എല്ലാ ധാരണകളും കഴുകിക്കളഞ്ഞ് അവനെ പൂർണ്ണമായും വിശ്വസിച്ചിരുന്ന നാളുകളിലേക്ക് തിരികെ ചെല്ലണമെന്നവൾ ആശിച്ചു. ഒരു വശത്ത് അവനും, മറുവശത്ത് അവളുടെ സംശയങ്ങളും വടംവലി നടത്തി. അവൾ കണ്ണുകളടച്ച് പെട്ടെന്ന് സംയമനം വീണ്ടെടുത്തു. അവൾക്കനുകൂലമായൊരു മാർഗ്ഗം കണ്ടെത്തി. അവൾക്ക് കാര്യങ്ങൾ അറിയാമെന്നത് അവർക്കറിയില്ല. അവളുടെ ബലഹീനത, അലക്സാണ്ടറോടുള്ള സ്നേഹം, അവളുടെ ദൌത്യത്തെ തകർക്കാൻ അവൾ അനുവദിക്കുകയുമില്ല.

"അലക്സാണ്ടർ, നിങ്ങളെ കണ്ടതിൽ എനിക്ക് വളരെ സന്തോഷമുണ്ട്. ദയവായി എല്ലാവരും അകത്തേക്ക് വരൂ."

ആരിയ പറഞ്ഞു. വാതിലിനടുത്തേക്ക് ചെന്ന് പൂട്ട് തുറന്നു. അവരെ അകത്തേക്ക് കടത്തിവിടുന്നത് അമ്മാവനെ ഒറ്റിക്കൊടുക്കുന്നത് പോലെയാണെന്ന് അവൾക്ക് തോന്നി. പക്ഷേ, ഈ അഭിമുഖം ഒഴിച്ചുകൂടാനാവാത്തതാണെന്നും അവൾ മനസ്സിലാക്കി. രാത്രിയിൽ വാതിൽ തകർത്ത് അകത്തു കയറി വല്ലതും നശിപ്പിക്കുന്നതിലും ഭേദമാണ്, പകൽ വെളിച്ചത്തിൽ അകത്ത് കയറ്റി തിരയാൻ അനുവദിക്കുന്നത്. ഇങ്ങനെ ചെയ്യുന്നത് സാഹചര്യം അവളുടെ നിയന്ത്രണത്തിലാക്കുമെന്ന് അവൾ കരുതി.

"നിങ്ങളുടെ കുടുംബത്തിന് അവകാശപ്പെട്ട എന്തെങ്കിലും ഉണ്ടെങ്കിൽ, അത് തിരികെ നൽകണമെന്ന് എന്റെ അമ്മാവൻ തീർച്ചയായും ആഗ്രഹിച്ചിട്ടുണ്ടാകും," അവൾ പറഞ്ഞു.

ഓഫീസിനകത്തെ ഷെൽഫുകൾ ചൂണ്ടി തിരച്ചിലാരംഭിക്കാൻ പറഞ്ഞു. അവൾ മറ്റൊരു മുറിയിൽ ചെന്ന് ഒരു കാലിപ്പെട്ടിയെടുത്ത് പേപ്പറുകൾ നിറച്ചു. അവർ ഈ പെട്ടി കണ്ടാൽ, അതിനകത്ത് പരതി സമയം കളയുമെന്നും, അതവൾക്ക് തന്റെ പദ്ധതി നടപ്പിലാക്കാൻ സമയം നൽകുമെന്നും അവൾ പ്രതീക്ഷിച്ചു. ഇതാണ് അവർ തിരയുന്ന കൈയെഴുത്തുപ്രതിയെന്ന് അവർ ധരിച്ചാൽ, കുറച്ചു നേരത്തേക്ക് അവരുടെ ശ്രദ്ധ വ്യതിചലിപ്പിക്കാൻ അവൾക്കാകും.

"നിങ്ങൾ തിരഞ്ഞോളൂ, ഞാൻ ബുദ്ധിമുട്ടിക്കുന്നില്ല." അവൾ മുറിയിലേക്ക് തിരികെ വന്നു. "എന്റെ മനസ്സ് ശരിയല്ല. താഴെ ഹാളിലുള്ള അദ്ദേഹത്തിന്റെ ഓർമ്മകൾക്കരികെ ഞാനുണ്ടാകും."

അതും പറഞ്ഞ്, അവരറിയാതെ അവൾ മുൻവാതിലിലൂടെ പുറത്തേക്കിറങ്ങി. കുതിരപ്പുറത്തു കയറി മേയുടെ വീട്ടിലെ സ്വീകരണമുറി ലക്ഷ്യമിട്ട് വേഗം പോയി. മൂന്നാമത്തെ നിയമം എവിടെ എന്നതിനുള്ള ഉത്തരം, ആ രഹസ്യം, അവളുടെ മനസ്സിൽ നിന്നു തന്നെ കണ്ടെത്തിയെന്നവൾ വിശ്വസിച്ചു.

⌘ ⌘ ⌘

ഏഴാം തെറ്റ്

സൂര്യൻ ഉദിച്ചു നിന്നു. അതിന്റെ ഊഷ്മളത കുറെ നേരമായി തന്നെ കാത്തുനിൽക്കുന്നുവെന്ന് ഉണർന്ന ശേഷമാണ് ഡേവിഡ് അറിഞ്ഞത്. എത്ര നേരം ഉറങ്ങിയെന്ന് അവനറിഞ്ഞില്ല, അവനത് കാര്യമാക്കിയതുമില്ല. വളരെക്കാലമായി പേറിയിരുന്ന ഒരു ഭാരം ഇറക്കിവെച്ചതു പോലെ.

കഴിഞ്ഞ രാത്രി മാതാപിതാക്കളെ കാണാൻ നഗരാതിർത്തിയിലുള്ള വീട്ടിലേക്ക് പോയതാണ്. വീട്ടിലുണ്ടാക്കിയ രുചികരമായ അത്താഴത്തിനും, പാതിരാ വരെ നീണ്ട വർത്തമാനങ്ങൾക്കും ശേഷം, അടുത്തിടെ മോടിപിടിപ്പിച്ച കിടപ്പറയിലെ കിടക്കയിലേക്ക് വീണു. അതിഥികൾക്കായുള്ള കിടപ്പറയായിരുന്നതിനാൽ, അലങ്കരിച്ചതും വൃത്തിയുള്ളതും സൗകര്യപ്രദവുമായിരുന്നു. നല്ല ഭക്ഷണവും കിടക്കയും, വേറെന്താണ് സുഖമായുറങ്ങാൻ വേണ്ടതെന്ന് അവൻ ചിന്തിച്ചു. നന്നായി ഉറങ്ങി.

ജോലി നഷ്ടപ്പെട്ടുമെന്ന ആശങ്കയോ, ദാരിദ്ര്യമെന്ന ഭയമോ, തന്നെക്കുറിച്ചുള്ള നല്ല അഭിപ്രായം ഇല്ലാതാകുമെന്നുള്ള പേടിയോ അവനിപ്പോൾ ഇല്ല. പദവിയോ പ്രശസ്തിയോ ആയിരുന്നില്ല അവന്റെ ലക്ഷ്യം. പറഞ്ഞറിയിക്കാനാകാത്ത ശാന്തത മനസ്സിൽ നിറഞ്ഞു. സ്വയം മെച്ചപ്പെടാനും, തെറ്റുകൾ ഒഴിവാക്കാനും, വിജയകരമായ ജീവിതം ലക്ഷ്യമാക്കാനും തന്നെ പ്രേരിപ്പിച്ച ഗുരുക്കന്മാരാണ് ഈ മനഃസ്വസ്ഥതയ്ക്കു കാരണം. വിചിത്രമെന്തെന്നാൽ, ശാന്തതയ്ക്കിടയിലും അവൻ ലക്ഷ്യങ്ങളിലേക്കുള്ള ഓട്ടത്തിലായിരുന്നു. മാസ്റ്റർ മൈൻഡ് കൂട്ടായ്മയിലെ ഒരംഗം നടത്തിയ നിരീക്ഷണം അവന്റെ മനസ്സിൽ അലയടിച്ചു : ഒരേ സമയം, അഭിലാഷവും സമാധാനവും തുല്യ അളവിൽ മനസ്സിൽ നിറയുന്നതാണ് വിജയം.

ഉറക്കത്തിൽ നിന്നും പൂർണ്ണമായി ഉണരാതെ കിടന്ന അവന്, താഴെ നിന്നും പിയാനോയുടെ ശബ്ദം അവ്യക്തമായി

കേട്ടു. കഴിഞ്ഞ ആഴ്ചയിലെ ഓർമ്മകൾ മനസ്സിൽ മിന്നിമാഞ്ഞു. ഈയിടെ പങ്കെടുത്ത രണ്ടാമത്തെ ഇന്റർവ്യൂ കഴിഞ്ഞ അവന്, ആ ജോലി കിട്ടുമെന്ന് നല്ല പ്രതീക്ഷയുണ്ടായിരുന്നു. തനിക്ക് അനുയോജ്യമായ സ്ഥാനം മാത്രമല്ല, തന്റെ സർഗ്ഗാത്മക കഴിവുകൾ ഉപയോഗിക്കാനുള്ള അവസരവും, ആത്യന്തിക ലക്ഷ്യമായ സ്വന്തമായൊരു സ്ഥാപനം എന്ന ലക്ഷ്യത്തിലേക്കുള്ള ചവിട്ടുപടിയുമായിരിക്കും ആ ജോലി എന്നവൻ കരുതി. പക്ഷേ നിയമനം പ്രതീക്ഷിച്ച അവനു ലഭിച്ചത്, തന്നെക്കാൾ അനുയോജ്യനായ മറ്റൊരാളെ തിരഞ്ഞെടുത്തു എന്നുള്ള മര്യാദപൂർണ്ണമായ സന്ദേശമായിരുന്നു. *അതുപോലൊരു സ്ഥാപനത്തിൽ ഒരു ജോലി നിനക്കൊരിക്കലും ലഭിക്കില്ല. നിനക്ക് ചിന്തിക്കാൻ പോലുമാവാത്തതാണത്.* ആ ചിന്ത അവന്റെ സംശയങ്ങൾക്ക് ആക്കം കൂട്ടി. അവനത് തട്ടിമാറ്റി. അവന്റെ പുതിയ കൂട്ടുകാരിലൊരാൾ പറഞ്ഞു, അവൾ ഈ ചിന്ത അംഗീകരിക്കുകയും പിന്നീട് മാറ്റിസ്ഥാപിക്കുകയും ചെയ്യുമെന്ന്. *ശരിയായ അവസരം വരുമ്പോൾ മറ്റൊന്നിനും എന്നെ തടയാനാവില്ല.* പാതിയുണർന്ന അവന്റെയുള്ളിൽ ആ വാക്കുകൾ പല തവണ കടന്നുപോയി. *താൽക്കാലിക വീഴ്ച, ശാശ്വത വിജയത്തിലേക്കുള്ള ശക്തമായ ചുവടുവയ്പ്പിന്റെ മുന്നോടി മാത്രമാണ്.*

പിയാനോ ശബ്ദം ഉയർന്നു കേട്ടു. ഡേവിഡ് കിടക്കയിൽ ഒന്ന് ഉരുണ്ടു. രാവിലെ കുറച്ചു അതിഥികൾ വരുമെന്നും, അതിൽ ഡേവിഡ് കാണാൻ ആഗ്രഹിക്കുന്ന ഒരാളുണ്ടാകുമെന്നും അമ്മ പറഞ്ഞിരുന്നു. ഒരു സംഗീതജ്ഞൻ എന്നതിനേക്കാളുപരി, അദ്ദേഹം നഗരത്തിലെ പ്രശസ്തനായ സംഗീതസംഘ പ്രമാണിയായിരുന്നു. അദ്ദേഹവും ഭാര്യയും ഞങ്ങളുടെ കുടുംബത്തിന്റെ ഉറ്റസുഹൃത്തുക്കളായിരുന്നു. പട്ടണത്തിലെ തിരക്കുകളും ബഹളങ്ങളും വിട്ട് വാരാന്ത്യം ആസ്വദിക്കാൻ വന്നതായിരുന്നു അവർ.

സംഗീതജ്ഞന് ഡേവിഡിന്റെ കുടുംബത്തേക്കാൾ അടുപ്പം അവനോടായിരുന്നു. വർഷങ്ങൾക്ക് മുമ്പ്, പ്രാദേശിക സംഗീതസംഘത്തിന്റെ ഡയറക്ടർ ചുമതല അദ്ദേഹത്തിനായിരുന്നു. ആ സമയത്ത് വർഷങ്ങളോളം ഡേവിഡ് അവിടെ സംഗീതം അഭ്യസിക്കാൻ പോയിരുന്നു. ക്ലാസ്സിലും, അതിനു ശേഷവും, ഡേവിഡ് സംഗീതത്തേക്കാൾ കൂടുതൽ പഠിച്ചത് ജീവിതമായിരുന്നു. വിസ്മയങ്ങളൊളിഞ്ഞു കിടക്കുന്ന ഒരു വ്യക്തിയായിരുന്നു അദ്ദേഹം. ഡേവിഡിന്റെ ലക്ഷ്യങ്ങളിലേക്ക് അവൻ പോലും കരുതാത്തത്ര

പ്രോത്സാഹനമാണ് അദ്ദേഹത്തിന്റെ ഊർജ്ജസ്വലതയും ഉന്മേഷവും നൽകിയത്.

കണ്ണുകളടച്ചുകൊണ്ട് ബേബി ഗ്രാൻഡ് പിയാനോയുടെ ഈണങ്ങൾക്ക് അവൻ വീണ്ടും കാതോർത്തു. പിയാനോവിൽ കേൾക്കുന്ന ഈണമേതെന്ന് തിരിച്ചറിയാൻ അവന്റെ മനസ്സ് കിടപ്പറയിൽ നിന്നും സ്വീകരണ മുറിയിലേക്ക് സഞ്ചരിച്ചു. അടുത്ത നിമിഷം, താളത്തിന്റെ ഗതി മാറി.

“അതു തന്നെ,” ഡേവിഡിന് പിടികിട്ടി, “ബീഥോവൻ. സൊണാറ്റ പാഥെറ്റിക്.”

നല്ലൊരു ഈണമായിരുന്നു, അദ്ദേഹത്തിന്റെ തിരഞ്ഞെടുപ്പുകൾ ഒരിക്കലും മോശമാകില്ലെന്ന് ഡേവിഡിനറിയാം. ഈ ഈണത്തിന്റെ ചരിത്രം ക്ലാസ്സിൽ വെച്ച് അദ്ദേഹം വിവരിച്ചത് അവനോർത്തു. ഇത് ചിട്ടപ്പെടുത്തുമ്പോൾ ബീഥോവന് ഇരുപത്തിയേഴ വയസ്സ് മാത്രമേ ഉണ്ടായിരുന്നുള്ളൂ, അത് ഒരു സുഹൃത്തിന്, ഒരു രാജകുമാരന് സമർപ്പിച്ചു. രാജകുമാരന്റെ പേര് അവനോർക്കുന്നില്ല. സംഗീത ശകലം നല്ല രീതിയിൽ വിറ്റഴിക്കപ്പെട്ടു, ബീഥോവന്റെ പ്രശസ്തിയുയർന്നു. ബീഥോവന്റെ ആ വഴിത്തിരിവ് നൽകിയ സന്ദേശം ഡേവിഡ് ചേർത്തുവെച്ചു.

താനും ഒരു വഴിത്തിരിവ് ഉണ്ടാക്കിയതായി സംഗീതജ്ഞൻ സൂചന നൽകിയതാണോ?

അങ്ങനെ ചിന്തിക്കുന്നതിലും തെറ്റൊന്നുമില്ല, ഡേവിഡ് വിചാരിച്ചു. അവൻ കണ്ണുതുറന്നു, മുറിയിലെ വെളിച്ചം ആസ്വദിച്ച അവന്റെ കണ്ണുകളെ, വലിയ കിടക്കയുടെ എതിർവശത്തുള്ള കണ്ണാടിയിൽ പ്രതിഫലിച്ച സൂര്യവെളിച്ചം മഞ്ഞളിപ്പിച്ചു.

അവൻ എഴുന്നേറ്റ് പല്ലുതേച്ച്, മുടി ചീകിയൊതുക്കി അല്പസമയത്തിനുള്ളിൽ താഴേക്ക് ചെന്നു. സ്വീകരണമുറിയിലേക്ക് കടക്കുമ്പോൾ സമയം ഒമ്പതര. അന്നേരം, പിയാനോവിൽ ജെർഷ്വിൻ മീട്ടിക്കൊണ്ട് കുടുംബത്തോടൊപ്പം ചിരിച്ചുല്ലസിക്കുകയായിരുന്നു സംഗീതജ്ഞൻ.

“എന്റെ സുഹൃത്ത് നേരിട്ട് തരുന്ന, ഇതുപോലെ ഇമ്പമുള്ള സംഗീത വിരുന്ന് കേട്ട് ഉറക്കമുണരാനുള്ള ഭാഗ്യം എന്നും ഉണ്ടാവണമെന്നില്ല.”

സംഗീതജ്ഞൻ പുഞ്ചിരിച്ചു. “സുപ്രഭാതം! വീണ്ടും കണ്ടതിൽ വളരെ സന്തോഷം.”

അദ്ദേഹത്തിന്റെ നോട്ടത്തിലും ഭാവത്തിലും മാറ്റമൊന്നുമില്ലെ

ങ്കിലും ശാരീരികമായ മാറ്റങ്ങൾ അവൻ ശ്രദ്ധിച്ചു. കണ്ണുകളിലെ തീ അണഞ്ഞിട്ടില്ലെങ്കിലും തിളക്കം നഷ്ടപ്പെട്ടുതുടങ്ങിയിരിക്കുന്നു. നിവർന്നു നിന്നിരുന്ന ശരീരം അല്പം മുന്നോട്ടു കുനിഞ്ഞിരിക്കുന്നു, സന്ധിവാതത്താൽ വിരലുകൾ മുറുകിയിരുന്നു. പക്ഷേ സംഗീതത്തിന്റെ കാര്യത്തിൽ, അദ്ദേഹത്തിന്റെ കഴിവ് ഒരല്പം പോലും കുറഞ്ഞിട്ടില്ല, എത്ര അനായാസമായാണ് മീട്ടുന്നത്.

കാപ്പിയും പലഹാരങ്ങളുമെടുക്കാനായി ഡേവിഡ് അടുക്കളയിലേക്ക് പോയി. മിക്ക വീടുകളിലെയും പോലെ, ഇവിടെയും അടുക്കളയിൽ മാറ്റമൊന്നുമില്ല. അടുക്കള മോടിപിടിപ്പിക്കുന്നതിൽ അമ്മയ്ക്ക് നല്ല താത്പര്യമുണ്ടെങ്കിലും, മറ്റു പല ബുദ്ധിമുട്ടുകളുമോർത്ത് അച്ഛൻ ഓരോ ഒഴികഴിവുകൾ പറഞ്ഞൊഴിവാക്കി.

സംഗീതജ്ഞൻ പിയാനോ വായന നിർത്തി. പിയാനോയ്ക്കടുത്തുള്ള കസേര മരത്തടി പാകിയ നിലത്ത് ഉരയുന്ന ശബ്ദവും, ചിരിയും അവൻ അടുക്കളയിൽ നിന്നും കേട്ടു. സംഗീതജ്ഞൻ അടുക്കളയിലേക്ക് വന്നു.

“മറ്റൊരു കപ്പ് കാപ്പിയുമായി അല്പനേരം എന്റെയൊപ്പം ചെലവഴിക്കാമോ?” അദ്ദേഹം ചോദിച്ചു. ഒരു വശത്ത് മേശയും മറുവശത്ത് മൂന്ന് കസേരകളും ഉള്ളിടത്ത് അവർ ഇരുന്നു. വീണ്ടും സംഗീതം കേട്ടുതുടങ്ങി. അവന് അതിശയമൊന്നും തോന്നിയില്ല. സംഗീതജ്ഞന്റെ ഭാര്യയും ഒരുപോലെ കഴിവു തെളിയിച്ച ആളാണ് സംഗീതത്തിൽ. അമ്മയുടെ അഭ്യർത്ഥന പ്രകാരം ഇരുന്നതായിരിക്കും അവർ, പിയാനോ വായിക്കാൻ. രണ്ട് സംഗീത വിദ്വാന്മാർ വീട്ടിൽ വന്നിരിക്കുമ്പോൾ, എങ്ങനെയാണ് നിശബ്ദമായിരിക്കാൻ കഴിയുക. താൽക്കാലിക വിരാമമിട്ടവർ പോലും അമ്മയുടെ മുഖത്തെ നാടകീയത കണ്ടാൽ, വീണ്ടും തുടരും. അമ്മ ആസ്വദിക്കുന്നതു കണ്ടാൽ തോന്നും, അവർ തന്നെ ചിട്ടപ്പെടുത്തി പാടുകയാണെന്ന്. കൂടാതെ, ഇടയ്ക്കിടെ ചില ഈണങ്ങൾ കേട്ടാൽ ഒരു മടിയും കൂടാതെ ഉറക്കെ പാടും, സ്വയമറിയാതെ ആസ്വദിച്ച്.

തന്റെ മാർഗ്ഗദർശിയോടൊപ്പം അല്പനേരം ചിലവഴിക്കാൻ കഴിഞ്ഞതിന്റെ സന്തോഷത്തിലായിരുന്നു അവൻ. ആദ്യം സംഗീതത്തെക്കുറിച്ച് സംസാരിച്ച ശേഷം, രാഷ്ട്രീയത്തിലേക്കും പിന്നെ വ്യക്തിപരമായ കാര്യങ്ങളിലേക്കും പോകുമെന്നാണ് അവൻ കരുതിയത്. അവന്റെ ഊഹം തെറ്റിച്ചുകൊണ്ട്, പ്രാദേശിക രാഷ്ട്രീയത്തെ പറ്റിയുള്ള ചോദ്യമാണ് അദ്ദേഹം ആദ്യം ചോദിച്ചത്.

രാഷ്ട്രീയം എന്ന വിഷയത്തിൽ, ഇരുവരുടെയും കാഴ്ചപ്പാടുകളും അഭിപ്രായങ്ങളും വ്യത്യസ്തമായിരുന്നു. എന്നാൽ, വിയോജിപ്പുള്ള മിക്ക ആളുകളിൽ നിന്നും വ്യത്യസ്തമായി, വസ്തുതകളെക്കുറിച്ചും ധാരണകളെക്കുറിച്ചും ഭാവിക്ക് ഏറ്റവും മികച്ചത് എന്താണെന്നതിനെക്കുറിച്ചുമുള്ള വാദങ്ങൾ അവർ പരസ്പരം ആസ്വദിച്ചിരുന്നു. പഴയ കാലത്തെ ഓർമ്മപ്പെടുത്തും പോലെ.

പതിവുപോലെ, ചർച്ച രാഷ്ട്രീയത്തിൽ നിന്നും ജീവിതത്തിലേക്കെത്തി.

“എന്തൊക്കെയാണ് വിശേഷങ്ങൾ?” സംഗീതജ്ഞൻ ചോദിച്ചു, ഇത്തരം കുശലാന്വേഷണങ്ങൾ അദ്ദേഹത്തിന് പതിവില്ലാത്തതാണ്. ആ ചോദ്യത്തിലെന്തോ അർത്ഥം ഒളിഞ്ഞു കിടപ്പുണ്ട്, എന്തോ ഒന്ന് അന്വേഷിക്കും പോലെ.

“ഞാൻ ഒരുപാട് അനുഭവങ്ങളിലൂടെ കടന്നുപോയി, ഒരുപാട് പഠിച്ചു. പ്രതീക്ഷിച്ചതു പോലെയായിരുന്നില്ല എന്റെ ഔദ്യോഗിക ജീവിതം. രാഷ്ട്രീയം, ജനങ്ങൾ. എന്റെ കണ്ണു തുറപ്പിച്ചു. എന്നാൽ, മനോഹരമായ ചില സംഭവങ്ങളുണ്ടായി. എങ്ങനെയാണ് അത് വാക്കുകളിലൂടെ വെളിപ്പെടുത്തുക എന്നെനിക്കറിയില്ല. സത്യം പറഞ്ഞാൽ, നിങ്ങൾ എന്നെ വിശ്വസിക്കുമെന്നുപോലും എനിക്കുറപ്പില്ല,” ഡേവിഡിന്റെ കണ്ണുകൾ വിടർന്നു.

“പറയൂ.” സംഗീതജ്ഞൻ പറഞ്ഞു. കഥ കേൾക്കുന്നതിനു മുൻപ്, അദ്ദേഹം ഒന്നുകൂടി ചോദിച്ചു, “എന്തുകൊണ്ടാണ് മൊസാർട്ട് ഒരു പ്രതിഭാസമാണെന്ന് നീ കരുതുന്നത്?”

സംഗീതജ്ഞന്റെ സ്ഥിരം സ്വഭാവമായിരുന്നു, സംഭാഷണം തന്റെ ഇഷ്ടവിഷയമായ സംഗീതത്തിലേക്കും അതിന്റെ ചരിത്രത്തിലേക്കും കൊണ്ടുപോകുന്നത്. എന്നാലും, മുൻ വിഷയത്തിലേക്ക് തിരിച്ചുവരുമെന്ന് അറിയാവുന്നതുകൊണ്ടുതന്നെ ഡേവിഡ് എന്നത്തെയും പോലെ അതിനൊപ്പം ചേർന്നു.

“അദ്ദേഹം ഒരിക്കലും തൃപ്തനായിരുന്നില്ല,” സ്വന്തം ചോദ്യത്തിന് ഉത്തരം നൽകിക്കൊണ്ട് സംഗീതജ്ഞൻ തുടർന്നു, “പുതുമയിലേക്ക് നയിക്കാൻ എന്നും സ്വയം പ്രേരിപ്പിക്കുന്ന വ്യക്തിയായിരുന്നു. അദ്ദേഹത്തിന്റെ സംഗീത ജീവിതം നോക്കൂ, പേരും പ്രശസ്തിയും ലഭിച്ച ശേഷവും അദ്ദേഹം വീണ്ടും ഉയരങ്ങൾ ലക്ഷ്യമാക്കി സഞ്ചരിച്ചു. അദ്ദേഹത്തിന്റെ ലക്ഷ്യങ്ങൾ ചെറുതായിരുന്നില്ല. അദ്ദേഹത്തെ ഒരു വിഭാഗത്തിൽ മാത്രമായി ഉൾപ്പെടുത്താനാകില്ല. അദ്ദേഹം മറ്റുള്ളവരുടെ മനസ്സിൽ നിരന്തരമായ

സ്ഥാനം ആഗ്രഹിച്ചു, അസാധാരണമായ ഈണങ്ങൾ ചിട്ടപ്പെടുത്താൻ ആഗ്രഹിച്ചു!"

മൊസാർട്ടിൽ നിന്നും തന്റെ കഥയിലേക്ക് വരുമെന്ന പ്രതീക്ഷയിൽ ഡേവിഡ് കാത്തിരുന്നു. അതൊന്നും ശ്രദ്ധിക്കാതെ, നിമിഷങ്ങൾക്ക് ശേഷം സംഗീതജ്ഞൻ ചരിത്ര പാഠം തുടർന്നു.

"പുതിയ കാര്യങ്ങൾ പഠിച്ചു കൊണ്ടിരിക്കേണ്ടത് അത്യാവശ്യമാണെന്ന് അദ്ദേഹം മനസ്സിലാക്കി. സിംഫണിയിൽ നിന്നും ഓപ്പറയിലേക്കും, പിന്നീട് ചേംബർ മ്യൂസിക്കിലേക്കും, ഹാസ്യത്തിലേക്കും. എല്ലാം അദ്ദേഹത്തിന് വഴങ്ങുമായിരുന്നു."

സംഗീതജ്ഞന്റെ പാഠങ്ങൾ കേൾക്കാൻ ഡേവിഡിന് ഇഷ്ടമായിരുന്നു. അദ്ദേഹം പ്രശസ്തനായ സംഗീതജ്ഞനായിരിക്കാം, അദ്ദേഹത്തിന്റെ കഴിവുകൾ പ്രകീർത്തിക്കപ്പെടുന്നുണ്ടാകാം. പക്ഷേ, ഉള്ളിന്റെയുള്ളിൽ അദ്ദേഹം ഒരു അധ്യാപകനായിരുന്നു.

ഈ സമയം കൊണ്ട് ആളുകളെ മനസ്സിലാക്കാനും, എപ്പോൾ എന്ത് പ്രതീക്ഷിക്കണമെന്നും, അടുത്തത് എന്താണ് സംഭവിക്കാൻ പോകുന്നതെന്ന് മുൻകൂട്ടി കാണാനും താൻ പഠിച്ചിരിക്കുന്നു എന്നാണ് ഡേവിഡ് ധരിച്ചിരുന്നത്. പക്ഷേ ഇത്തവണ, അവന്റെ ധാരണകളെല്ലാം തകർത്തെറിയപ്പെട്ടു. തന്റെ ജീവിതത്തിൽ അടുത്തിടെയായി അരങ്ങേറുന്ന വിചിത്രമായ സംഭവങ്ങളുടെ തുടക്കം പോലും അവനെ ഇത്രയേറെ ആശ്ചര്യപ്പെടുത്തിയിരുന്നില്ല.

കാരണം, അടുത്ത നിമിഷം യാതൊരു മുന്നറിയിപ്പുമില്ലാതെ, തീർത്തും അപ്രതീക്ഷിതമായി സംഗീതജ്ഞൻ ഒരു വശത്തേക്ക് ചെരിഞ്ഞ് ആ പുരാതന പുസ്തകം കൈയിലെടുത്തു. കഴിഞ്ഞ കുറച്ച് മാസങ്ങളായി അവനെ അദ്ഭുതപ്പെടുത്തിക്കൊണ്ടിരിക്കുന്ന ആ പുസ്തകത്തിലെ ചില വാക്കുകൾ അദ്ദേഹം വായിച്ചു.

"ഏഴാമത്തെ തെറ്റ്, വേറിട്ടു നിൽക്കുന്നതിനു പകരം പൊരുത്തപ്പെട്ടു പോകുന്നത്."

"എന്താണ് പറയേണ്ടതെന്ന് എനിക്കറിയില്ല." ഡേവിഡ് സ്തംഭിച്ചു. എന്നാൽ, അവന്റെ ആശ്ചര്യം ആസ്വദിക്കുകയായിരുന്നു സംഗീതജ്ഞൻ. "ശരിയാണ്. തെറ്റുകളെക്കുറിച്ച് പഠിപ്പിച്ച ഗുരുക്കന്മാരിലൊരാൾ, എന്റെ അധ്യാപകരിൽ ഒരാളായിരുന്നു!"

ഒരു സാധാരണ സംഭവമെന്ന പോലെ, സംഗീതജ്ഞൻ വീണ്ടും മൊസാർട്ടിന്റെ വിഷയത്തിലേക്ക് വന്നു. "മൊസാർട്ട് കഠിനമായി പ്രവർത്തിച്ചു. കർമ്മമേഖലയോടുള്ള അദ്ദേഹത്തിന്റെ നൈതികത അശ്രാന്തപരിശ്രമമായിരുന്നു, അത് ലക്ഷ്യത്തി

ലേക്കുള്ള ത്വരയുമായി ഒത്തുചേരുകയും ചെയ്തു. അദ്ദേഹത്തിന്റെ സ്വാധീനം ഇന്നും സമാനതകളില്ലാത്തതാണ്.

"ഇത് കേൾക്കൂ. മരിക്കുന്നതിന് മുമ്പ് അദ്ദേഹം അറുനൂറ് ഈണങ്ങളാണ് ചിട്ടപ്പെടുത്തിയത്. അദ്ദേഹം മുപ്പത്തിയഞ്ചാം വയസ്സിൽ മരിച്ചു!"

"ഇന്നും അദ്ദേഹം ചെറുപ്പമാണ്," ഒരു പുഞ്ചിരി വിടർത്താൻ ശ്രമിച്ചുകൊണ്ട് ഡേവിഡ് മറുപടിയായി പറഞ്ഞു.

"വളരെ ചെറുപ്പം!" സംഗീതജ്ഞൻ പറഞ്ഞു, "സംഗീതത്തിന്റെ കാര്യം വിട്ടു. ഇത്ര കുറഞ്ഞ സമയം കൊണ്ട് ഈ ലോകത്ത് ഇത്രയധികം സ്വാധീനം ചെലുത്താനും, അത് നിലനിർത്താനും കഴിയുന്ന ആരെങ്കിലുമുണ്ടോ എന്ന് ചിന്തിച്ചുനോക്കൂ." "നിലനിർത്തുക" എന്ന വാക്കിന്, അദ്ദേഹത്തിന്റെ ശൈലിയിൽ, ഊന്നൽ നൽകി; സംഗീത സംഘത്തെ നിയന്ത്രിക്കുന്ന ടക്സീഡോ കൈയിൽ പിടിച്ചു സ്വരസ്ഥാനം ഉറപ്പിക്കുന്നതു പോലെ.

"നിങ്ങൾ ഇത് ശരിക്കും ആസ്വദിക്കുന്നു, അല്ലേ?" സംഗീത ചരിത്രത്തോടുള്ള ഇഷ്ടവുമായി തെറ്റുകളുടെ നിഗൂഢതയെ കൂട്ടിയോജിപ്പിച്ചു വിശദീകരിക്കുന്നത് കണ്ട് ഡേവിഡ് ചോദിച്ചു.

"നമ്മളിൽ ഭൂരിഭാഗം പേരും, പൊരുത്തപ്പെട്ടു പോകാനുള്ള പരിശ്രമത്തിൽ തന്നെ ജീവിതം തള്ളിനീക്കുന്നു. പ്രത്യേകിച്ച് കൗമാരപ്രായത്തിൽ, വേറിട്ട് നിൽക്കാൻ ശ്രമിച്ചാൽ നിരന്തരം മറ്റുള്ളവരുടെ ശ്രദ്ധയിൽപ്പെടും."

ഇത് പറയുന്നതിനിടയിൽ, ഏഴാം ക്ലാസ്സിൽ താൻ ധരിച്ച ഒരു വസ്ത്രത്തിന്റെ പേരിൽ ദിവസങ്ങളോളം കളിയാക്കലുകൾ ഏറ്റുവാങ്ങേണ്ടി വന്ന സംഭവം അവനോർത്തു. ഒന്നും പറയാതെ അവൻ ഒരു മൂളലിൽ യോജിപ്പ് പ്രകടിപ്പിച്ചു.

"ചില കാര്യങ്ങളോട് പൊരുത്തപ്പെട്ടുപോകാനും പങ്കെടുക്കാനുമുള്ള ശക്തമായ വൈകാരിക ബന്ധമുണ്ടാകും നമ്മളിൽ ചിലർക്ക്, വേറിട്ടു നിൽക്കണോ എന്ന സംശയം പോലും തോന്നില്ല. എന്നാൽ മഹത്വം എപ്പോഴും വേറിട്ടുനിൽക്കുന്നു. വേറിട്ടു നിൽക്കാൻ കഴിഞ്ഞില്ലെങ്കിൽ, ഉദ്യോഗക്കയറ്റത്തിന്റെ സമയത്ത് അവഗണിക്കപ്പെടും. കൂട്ടത്തിനിടയിൽ ശ്രദ്ധിക്കപ്പെടാതെ പോകും. ഏറ്റവും പ്രധാനപ്പെട്ട അവസരങ്ങളിൽ തഴയപ്പെടും."

ഇന്നത്തെ പ്രഭാതം, ഡേവിഡിന്റെ മനസ്സ് വളരെ ശാന്തമായിരുന്നു. കുട്ടിക്കാലത്തെ വീട്, പിയാനോയിൽ ഈണങ്ങൾ, സുഹൃത്തുമായുള്ള സംഭാഷണം. ഈ തെറ്റിനെക്കുറിച്ചുള്ള പാഠം അവൻ ആഴത്തിൽ ഉൾക്കൊണ്ടു.

"ഏറ്റവും വലിയ ജീവിതവിജയം നേടിയ മൂന്നുപേരുടെ പേരുകൾ പറയൂ," സംഗീതജ്ഞൻ പറഞ്ഞു. മറുപടിക്കായി കാത്തുനിൽക്കാതെ അദ്ദേഹം തുടർന്നു, "അവരെല്ലാവരും തന്നെ വേറിട്ടുനിന്നവരായിരിക്കും, ഉറപ്പാണ്. പ്രശസ്തരായവർ മാത്രമല്ല; ചെയ്യുന്ന കാര്യത്തിൽ പ്രാവീണ്യം തെളിയിച്ച ആരെയെങ്കിലും ഓർത്തുനോക്കൂ." ഒരു നിമിഷം നിർത്തി, അദ്ദേഹം കാപ്പി കുടിച്ചു. അദ്ദേഹം ഡേവിഡിനെ നോക്കി, അവനിപ്പോഴും ശ്രദ്ധയോടെ കേൾക്കുന്നുണ്ടോ എന്നുറപ്പാക്കാൻ.

അദ്ദേഹത്തിന്റെ പ്രിയ ശിഷ്യൻ കാതു കൂർപ്പിച്ചു കേൾക്കുന്നുണ്ടായിരുന്നു.

അദ്ദേഹം തുടർന്നു. "പ്രതീക്ഷയ്ക്കുമപ്പുറം ചെയ്യുന്നതു പോലെ ലളിതമാണ് വേറിട്ടു നിൽക്കുന്നതും."

സൂര്യൻ മേഘങ്ങൾ കടന്ന് ജനാലയിലൂടെ മുറിയെ പ്രകാശിപ്പിച്ചു. അതിന്റെ വെളിച്ചത്തിൽ ഡേവിഡിന്റെ കണ്ണുകൾ പാതിയടഞ്ഞു. "ശരിയാണ്. ഓഫീസിൽ പോലും, നാടോടുമ്പോൾ നടുവേ ഓടുക എന്ന രീതിയാണ് പിന്തുടരാൻ പ്രേരിപ്പിക്കുന്നത്. പറഞ്ഞതുമാത്രം ചെയ്യുക, തല താഴ്ത്തി നടക്കുക, അങ്ങനെയങ്ങനെ."

"പൊരുത്തപ്പെട്ടുപോകാൻ മടി കാണിക്കുന്നവരോട് അസഹിഷ്ണുതയാണ് നമ്മളിൽ പലർക്കും. ശക്തമായ മാനദണ്ഡങ്ങളാണ് ആളുകളെ അടക്കിനിർത്താനായി പിന്തുടരുന്നത്. നിങ്ങളത് തിരിച്ചറിയണം. മഹത് വ്യക്തികൾ, സാധാരണത്വത്തിന്റെ ഈർഷയെ അവഗണിക്കുകയും, അസാധാരണത്വത്തിലേക്ക് സ്വയം നയിക്കുകയും ചെയ്യുന്നു."

അപ്പോഴേക്കും, അടുത്ത മുറയിലെ സംഗീതം നിലച്ചിരുന്നു. സംസാരിച്ചിരിക്കാൻ തീരുമാനിച്ചിട്ടുണ്ടാകാം, എന്നാൽ ഞങ്ങളുടെ സ്വകാര്യതയെ അവർ മാനിച്ചിരുന്നു എന്നത് വ്യക്തമാണ്. ഡേവിഡ് ഈ നിമിഷങ്ങളെ ആസ്വദിച്ചു. ഈ തെറ്റിനെ കുറിച്ചുള്ള പാഠങ്ങളിൽ മുഴുകിയ അവൻ അടുക്കള മേശയിൽ വിരലോടിച്ചു കൊണ്ടിരുന്നു.

"ഈ തെറ്റിനെക്കുറിച്ച് ഞാൻ മനസ്സിലാക്കിയ ഏറ്റവും ശക്തമായ കാര്യമിതാ," സംഗീതജ്ഞൻ പറഞ്ഞു. "ധാർമ്മികത, വേറിട്ടുനിൽക്കുന്നതിന്റെ ഫലമാണ്. നിങ്ങളുടെ ആശയങ്ങളിൽ നിങ്ങൾക്ക് ആത്മാർത്ഥതയുണ്ടെങ്കിൽ, സ്വാഭാവികമായും നിങ്ങൾ മറ്റുള്ളവരിൽ നിന്നും വേറിട്ടു നിൽക്കും, കാരണം, മറ്റാർക്കും നിങ്ങളെപ്പോലെയാകാൻ കഴിയില്ല. നിങ്ങൾക്ക് സമ്മാനിക്കപ്പെട്ട അതുല്യമായ കഴിവിന്റെ വെളിപ്പെടുത്തലാണ് ധാർമ്മികത."

സംഗീതജ്ഞൻ പുസ്തകം അടച്ച് മടിയിൽ വെച്ചു. ഡേവിഡിന്റെ കൈയിൽ പിടിച്ച്, അവന്റെ സഹായത്താൽ അദ്ദേഹം എണീറ്റുനിന്നു.

"നമ്മുടെ ഇത്രയും കാലത്തെ സംഭാഷണങ്ങളിൽ, ഇതാണ് എനിക്കേറ്റവും പ്രിയപ്പെട്ടത്." സംഗീതജ്ഞൻ പറഞ്ഞു. "ഇത് നീയുമായി പങ്കുവെക്കാൻ സാധിച്ചത് ഒരു ഭാഗ്യമായി കരുതുന്നു."

അദ്ദേഹം പുസ്തകം ശ്രദ്ധാപൂർവ്വം ബാഗിൽ വെച്ചു. എന്നിട്ട് പറഞ്ഞു, "അവർ നമ്മളെ അന്വേഷിക്കുന്നുണ്ടാകും, ഞാൻ അങ്ങോട്ടു പോകുന്നു. ഇനി അല്പനേരം ചോപിൻ സംഗീതമായാലോ?"

ഡേവിഡ് പുഞ്ചിരിച്ചു. അദ്ദേഹം കുടുംബത്തിനടുത്തേക്ക് നടക്കുന്നതുപോലും ശ്രദ്ധിക്കാതെ, അവനെന്തോ ചിന്തയിലാണ്ടു. പെട്ടെന്നാണ് അദ്ദേഹം വളരെ പ്രധാനപ്പെട്ട ഒരു കാര്യം മറന്നു എന്ന കാര്യം അവനോർത്തത്. അവൻ ചാടിയെണീറ്റ് അദ്ദേഹത്തിനു പിന്നാലെ പോയി. അടുക്കള മേശമേൽ താൻ തിരയുന്ന സാധനം അവൻ കണ്ടത് അപ്പോഴാണ്. സംഗീതജ്ഞൻ അതവിടെ വെക്കുന്നത് കണ്ടില്ലെങ്കിലും, അവനത് പ്രതീക്ഷിച്ചിരുന്നു. അവൻ പതിയെ വായിച്ചു. അവനറിയാം, വരും നാളുകളിൽ പലവുറി അവൻ ആ വാക്കുകൾ വായിക്കുമെന്ന്.

തെറ്റ് #7 :

വേറിട്ടു നിൽക്കുന്നതിനു പകരം പൊരുത്തപ്പെട്ടു പോകുന്നത്

വേറിട്ടു നിൽക്കുന്നതാണ് വിജയം നൽകുകയെന്നാലും, നമ്മളിൽ ഭൂരിഭാഗം പേരും ജീവിതകാലം മുഴുവനും പൊരുത്തപ്പെട്ടുപോകാൻ ശ്രമിക്കുന്നു.

വിജയികളായ ആളുകൾ എല്ലായ്പ്പോഴും സ്വയം പ്രോത്സാഹിപ്പിക്കുന്നു, സദാ പഠിക്കുന്നു, എന്നും പുതിയ ചുവടുകൾ വെക്കുന്നു.

മഹത്വം എപ്പോഴും വേറിട്ടു നിൽക്കുന്നു.

വേറിട്ടുനിൽക്കാൻ കഴിയാത്തവർ അവഗണിക്കപ്പെടുന്നു, ശ്രദ്ധിക്കപ്പെടാതെ പോകുന്നു, നിരസിക്കപ്പെടുന്നു.

സ്ഥിരമായി പ്രതീക്ഷകളെ മറികടക്കുന്നതു പോലെ ലളിതമാണ് വേറിട്ട് നിൽക്കുന്നത്.

മഹാന്മാർ സാധാരണത്വത്തിന്റെ ഈർഷയെ അവഗണിക്കുകയും, അസാധാരണത്വത്തിലേക്ക് സ്വയം നയിക്കുകയും ചെയ്യുന്നു.

ധാർമ്മികത, വേറിട്ട് നിൽക്കുന്നതിന്റെ ഫലമാണ്.

നിങ്ങളുടെ ആശയങ്ങളിൽ ആത്മാർത്ഥതയുണ്ടെങ്കിൽ സ്വാഭാവികമായും നിങ്ങൾ വേറിട്ടുനിൽക്കും.

നിങ്ങൾക്ക് സമ്മാനിക്കപ്പെട്ട അതുല്യമായ കഴിവിന്റെ വെളിപ്പെടുത്തലാണ് ധാർമ്മികത.

എട്ടാം തെറ്റ്

ക്യാൻവാസിൽ നിറങ്ങൾ ചിന്നിച്ചിതറി. ഓരോ തവണ ബ്രഷ് ചലിപ്പിക്കുമ്പോഴും, കലാകാരിയുടെ ഭാവന അതിശയിപ്പിച്ചു : സൂചന നൽകുന്ന പച്ച നിറം, ചുവപ്പിന്റെ വിസ്ഫോടനം, പർവ്വതങ്ങൾ, അരുവി. അദൃശ്യമായൊരു പ്രേരണയുടെ പിൻബലത്തിലെന്നവണ്ണം, വരയിൽ എന്തോ അർത്ഥമുള്ളതുപോലെ തോന്നി. പതിവിന് വിപരീതമായി, അവൾ രാവിലെ നേരത്തെ തുടങ്ങി. വസന്തകാലത്തിന്റെ ആരംഭത്തിന്റെയും ശീതകാലത്തിന്റെ അവസാനത്തിന്റെയും ഇടയിലുള്ള ദിനം അവൾ ആസ്വദിച്ചു.

തിരക്കേറിയ ഒരു തെരുവിലാണ് അവളുടെ സ്റ്റുഡിയോ. ആ തിരക്കുകൾക്കിടയിലും അവളെ ആരാധകർ കാണാൻ വന്നിരുന്നു. പലരും അവളുടെ വരകളിലെ വീര്യവും ഊർജ്ജവും കാണാൻ വരുമായിരുന്നു.

പ്രഭാത സൂര്യൻ അവളുടെ ചിത്രത്തിന്റെ മാറ്റ് കൂട്ടി. അത് കാണാനുള്ള അവസരത്തിനായി അവളുടെ ജനാലയ്ക്കു പുറത്ത് നിൽക്കുന്നവരുടെ എണ്ണം കൂടിവരുന്നുണ്ടായിരുന്നു, എന്നാൽ അവളത് കണ്ടില്ല. ആരാധകർ ചിത്രത്തെയും അവളെയും ഒരുപോലെ പ്രശംസിച്ചു.

ഡേവിഡ് അപ്രതീക്ഷിതമായാണ് ആ തെരുവിലെത്തിയത്. ശൈത്യകാലത്തെ കൊടുങ്കാറ്റിനു ശേഷമുള്ള അറ്റകുറ്റപ്പണികൾക്കായി ഉദ്യാനം അടച്ചിട്ടിരിക്കുകയായിരുന്നു. പതിവിലും നേരത്തെ വീട്ടിൽ നിന്നുമിറങ്ങിയ അവൻ ജനാലയ്ക്കടുത്ത് നിന്നിരുന്ന ജനക്കൂട്ടത്തെ കണ്ടപ്പോൾ നിന്നു. പെയിന്റിംഗിന്റെ ശൈലി അവൻ പെട്ടെന്ന് തിരിച്ചറിഞ്ഞു. അവൻ ബാങ്കിൽ കണ്ട അതിമനോഹരമായ ചിത്രം വരച്ചത് ഇവളായിരുന്നു.

അവൻ അകത്തേക്ക് നോക്കി. കലാകാരി തലയുയർത്തി ജനക്കൂട്ടത്തെ നോക്കി. ശേഷം അവളുടെ കണ്ണുകൾ അവനിലേ

ക്കെത്തി. ഒരു നിമിഷം വരയ്ക്കുന്നത് നിർത്തി കൈയിലെ ബ്രഷ് ശ്രദ്ധയോടെ താഴെ വെച്ച ശേഷം അവൾ വാതിലിനടുത്തേക്ക് നടന്നു. അവൾ സ്റ്റുഡിയോയുടെ വാതിൽ തുറന്ന് എല്ലാവരെയും അകത്തേക്ക് ക്ഷണിച്ചു. ചിലർ തിരിച്ചു പോയെങ്കിലും, ബാക്കിയുള്ളവർ അകത്തേക്ക് വന്ന് വില്പനയ്ക്കായി വെച്ചിട്ടുള്ള ചിത്രങ്ങൾ നോക്കിത്തുടങ്ങി.

ഡേവിഡിന്റെ സമീപം ചെന്ന് കലാകാരി പറഞ്ഞു, "ഇവിടേക്ക് വന്നതിന് നന്ദി. സന്തോഷം. ഞാൻ എങ്ങനെയാണ് വരയ്ക്കുന്നതെന്ന് കാണാൻ താത്പര്യമുണ്ടോ?"

ഡേവിഡ് പറഞ്ഞു, "ഞാൻ ജോലിക്കു പോകുകയായിരുന്നു, അപ്പോഴാണ് ഇവിടെ ആൾക്കൂട്ടം കണ്ടത്. ജോലിക്ക് സമയമാകുന്നതേയുള്ളൂ. വില കൂടിയ ചിത്രങ്ങൾ വാങ്ങുന്നതിൽ താത്പര്യമില്ല, പക്ഷേ നിങ്ങളുടെ ചിത്രങ്ങൾ കാണാൻ ആഗ്രഹമുണ്ട്."

കലാകാരി പുഞ്ചിരിച്ചു. ആ പുഞ്ചിരിയിൽ സന്തോഷവും ശാന്തതയും ദയയും പ്രസരിച്ചു. ഡേവിഡ് അവിടുത്തെ ഊഷ്മളതയും അവളുടെ സ്വാഗത മനോഭാവവും അനുഭവിച്ചറിഞ്ഞു.

"ഇവിടേക്ക് വരൂ, എന്റെ ചിത്രങ്ങളുടെ രഹസ്യം കാണിച്ചുതരാം." അവൾ അവനെ ഒരു വശത്തേക്ക് വരാൻ കൈകാണിച്ചു വിളിച്ചു.

അവൾ വരയ്ക്കുന്നത് തുടർന്നു, അതിനൊപ്പം വ്യാഖ്യാനിക്കാനും. ഡേവിഡ് പണ്ട് കണ്ട ഒരു ടിവി പരിപാടിയെ അതോർമ്മിപ്പിച്ചു. പ്രകൃതിദൃശ്യങ്ങൾ വരയ്ക്കുമ്പോൾ ഒരു കലാകാരൻ സാങ്കല്പിക പ്രേക്ഷകരോട് സംസാരിക്കും. അത് ലളിതമായി തോന്നാം, എന്നിരുന്നാലും കാണുന്ന മിക്ക ആളുകളും അവൻ ചെയ്യുന്നത് പരീക്ഷിക്കാൻ ധൈര്യപ്പെടില്ല.

പിന്നെ അവൻ പ്രതീക്ഷിക്കാത്ത ഒരു കാര്യം അവൾ ചെയ്തു.

അവൾ ബ്രഷ് എടുത്ത് നിറത്തിൽ മുക്കി ഡേവിഡിന് നൽകി.

"നിങ്ങളുടെ ഊഴം..." അവൾ പ്രതീക്ഷയോടെ അവനെ നോക്കി, "ഇതാണ് ശരിയായ സമയം."

"ക്ഷമിക്കൂ. എനിക്ക് കലാവാസനയുണ്ടെന്നത് സത്യമാണ്, പക്ഷേ വരയ്ക്കാനറിയില്ല." ഡേവിഡ് പറഞ്ഞു.

"അനന്തമായ അവസരങ്ങളാണ് ഈ ലോകത്തുള്ളത്. നമ്മുടെ മനസ്സാണ് നമ്മളെ പരിമിതപ്പെടുത്തുന്നത്. ആ പരിമിതികൾ ഉടയ്ക്കുന്നതിലൂടെ അതിരുകൾ ഇല്ലാതാകുന്നു. കണ്ണുകളടച്ച് നിങ്ങളെന്താണ് സൃഷ്ടിക്കാൻ ആഗ്രഹിക്കുന്നതെന്ന് കാണുക."

കലാകാരി ഡേവിഡിന്റെ കൈ പിടിച്ചു. അവളുടെ സ്പർശനത്തിലെ മാന്ത്രികത, ബ്രഷ് അവന്റെ കൈയിൽ ഒതുങ്ങി. അവന്റെ കൈയെ ചിത്രത്തിലേക്ക് കൊണ്ടുപോയി. അവൻ മരവിച്ചു നിന്നു. അവൻ കാരണം വില കൂടിയ ആ ചിത്രം നശിപ്പിക്കപ്പെട്ടുമോ എന്നതായിരുന്നു അവന്റെ ഭയം.

അവളുടെ കൈ അവനെ നയിച്ചു, അവനിലൂടെ അവൾ ചിത്രത്തിന് നിറം പകർന്നു തുടങ്ങി.

"തെറ്റുമെന്ന പേടി വേണ്ട. എല്ലാം നമുക്ക് ശരിപ്പെടുത്താൻ കഴിയും." അവന്റെ കൈ ചലിപ്പിക്കുന്നതിനൊപ്പം അവൾ പ്രോത്സാഹിപ്പിക്കുന്നതും തുടർന്നു. അവനറിയാതെ തന്നെ അവന്റെ കൈ വരച്ചുതുടങ്ങി. എന്താണ് ചെയ്തതെന്നോ, എങ്ങനെയാണ് സംഭവിച്ചതെന്നോ അറിയില്ല. പക്ഷേ, അല്പസമയത്തെ ശ്രമത്തിനു ശേഷം അവൻ ഒരു ചുവട് പിന്നോട്ടു മാറി ക്യാൻവാസിലേക്ക് നോക്കി. അവനു വിശ്വസിക്കാൻ കഴിഞ്ഞില്ല. അവളുടെ സഹായമില്ലാതെ തന്നെക്കൊണ്ട് അത് കഴിയില്ലെന്ന് അവനറിയാം. അപ്പോഴും അവന്റെ മുഖത്തെ പുഞ്ചിരി തിളങ്ങി നിന്നു.

"അതിമനോഹരം." കലാകാരി പറഞ്ഞു. "നിങ്ങൾക്കുള്ളിൽ ഒളിഞ്ഞുകിടക്കുന്ന കഴിവുണ്ട്."

"എന്നെ വരയ്ക്കാൻ അനുവദിച്ചതിന് നന്ദി. ഞാൻ ചെയ്തത് നിങ്ങൾ തിരുത്തേണ്ടതുണ്ടെന്ന് എനിക്കറിയാം." ഡേവിഡ് ക്യാൻവാസിലെ ചിത്രം അദ്ഭുതത്തോടെ നോക്കി. അവൻ ബ്രഷ് ശ്രദ്ധാപൂർവ്വം അവൾക്ക് കൈമാറി. അവളത് നിറം കളഞ്ഞ് വൃത്തിയാക്കി എടുത്തുവെച്ചു.

"വളരെ ചെറിയ മാറ്റങ്ങൾ വരുത്തിയേക്കാം, പക്ഷേ നിങ്ങൾ വളരെ നന്നായി വരച്ചു!" അത് പറഞ്ഞതിനു ശേഷം അവൾ അവന്റെ നേർക്കു തിരിഞ്ഞു, "നിങ്ങളുടെ ജീവിതം ഒരു ക്യാൻവാസ് ആയിരുന്നെങ്കിൽ, നിങ്ങളുടെ സൃഷ്ടികളിൽ നിങ്ങൾ സന്തുഷ്ടനാണോ?" ആ ചോദ്യം തീർത്തും അപ്രതീക്ഷിതമായിരുന്നു.

ഡേവിഡ് തലയുയർത്തി മുറിക്ക് ചുറ്റും കണ്ണോടിച്ചു. അവൻ എന്തോ തിരയുകയായിരുന്നു, അവന്റെ കണ്ണുകൾ പരതുന്നുണ്ടായിരുന്നു. അടുത്ത തെറ്റ്, അടുത്ത പാഠം; അവൻ ചിന്തിച്ചു. നേരിട്ട് ചോദിക്കാൻ തന്നെ അവൻ തീരുമാനിച്ചു. "ശക്തമായ ചില പാഠങ്ങളുള്ള ഒരു ചെറിയ തുകൽ പുസ്തകം നിങ്ങളുടെ പക്കലുണ്ട്, അല്ലേ?"

എല്ലാം അറിഞ്ഞുകൊണ്ടെന്ന പോലെ അവൾ ചിരിച്ചു.

"എന്താണ് പെട്ടെന്ന് അങ്ങനെ പറയാൻ..." അവൾ അടുത്തുള്ള ഷെൽഫിൽ നിന്ന് പുസ്തകം വലിച്ചെടുത്തു. "എട്ടാമത്തേതിൽ എത്തിയപ്പോഴേക്കും നിങ്ങൾ ജാഗരൂകനായെന്ന് തോന്നുന്നല്ലോ?"

"ഏറെക്കുറെ." ഡേവിഡ് പറഞ്ഞു. "പക്ഷേ, ജീവിതത്തെക്കുറിച്ചുള്ള നിങ്ങളുടെ ചോദ്യം... എനിക്ക് ആ ചിന്ത വന്നില്ല. അതിന് ഉത്തരം പറയുകയാണെങ്കിൽ, പൂർണ്ണ സന്തോഷവാനല്ല. പക്ഷേ നല്ലവണ്ണം മെച്ചപ്പെടുന്നുണ്ടെന്നാണ് എനിക്ക് തോന്നുന്നത്."

"സത്യസന്ധമായ ഉത്തരം." കലാകാരി പറഞ്ഞു. "ജീവിതം ഒരു സമ്മാനമാണെന്ന് നമ്മൾ പലപ്പോഴും കേൾക്കാറുണ്ട്. അത് ശരിയാണ്, പക്ഷേ ഇത് ഒരു അലമാരയിൽ എടുത്തുവെച്ച് സൂക്ഷിക്കേണ്ട ഒരു സമ്മാനമല്ല. സൃഷ്ടിച്ചെടുക്കേണ്ട ഒരു സമ്മാനമാണ്! നമ്മുടെ ആഗ്രഹപ്രകാരം എന്തും നമുക്ക് സൃഷ്ടിക്കാം. നമ്മളാണ് രൂപകല്പന ചെയ്യുന്നത്, അതാരംഭിക്കുന്നത് നമ്മുടെ ചിന്തയിൽ നിന്നും. ഒരു ക്യാൻവാസിലേക്ക് അനായാസം പകർത്തിയെടുക്കാൻ തരത്തിൽ ആ രൂപകല്പന എന്റെ മനസ്സിൽ വ്യക്തമാകുന്നതുവരേയും ഞാൻ ചിന്തിക്കും. വാസ്തവത്തിൽ, നമ്മുടെ മനസ്സിലെ ചിന്തകൾ തീവ്രമാകുമ്പോൾ അത് സാക്ഷാത്കരിക്കപ്പെടുന്നു. സാമ്പ്രദായിക അർത്ഥത്തിൽ ഞാൻ വെറുമൊരു കലാകാരിയല്ല, നിങ്ങൾ അറിഞ്ഞിരിക്കണം." അവൾ മറ്റൊരു പുസ്തകമെടുത്ത് അവനെ കാണിച്ചു. അതിൽ മുഴുവൻ അക്കങ്ങളും പട്ടികകളുമായിരുന്നു.

"ഞാൻ ഇവിടെ വിൽക്കുന്ന ചിത്രങ്ങൾ മാത്രമല്ല എന്റെ ബിസിനസ്സ് വിജയകരമാക്കിയത്. ഡിസൈനർ കാർഡുകൾ, വസ്ത്രങ്ങൾ, അങ്ങനെ മറ്റു പലതുമുണ്ട്. വളർന്നു വരുന്ന ഒരു സംരംഭമാണ്. പക്ഷെ, ഞാൻ തന്നെ അതെല്ലാം നശിപ്പിച്ചു. എട്ടാമത്തെ തെറ്റാണ് എന്റെ ജീവിതത്തെ തന്നെ മാറ്റിമറിച്ചത്."

"കൊള്ളാം. ഇത്രയും ഉത്പന്നങ്ങൾ ഉണ്ടെന്ന കാര്യം എനിക്കറിയില്ലായിരുന്നു. അദ്ഭുതം തന്നെ. ദയവായി ഇനിയും എന്റെ ക്ഷമ പരീക്ഷിക്കരുത്. എന്താണ് എട്ടാമത്തെ തെറ്റ്?"

"എട്ടാമത്തെ തെറ്റ്, വിജയത്തിന് പരിധിയും പരിമിതിയുമുണ്ടെന്ന് ചിന്തിക്കുന്നത്."

അത് പറയുന്ന നേരം, അവളുടെ ജോലിക്കാരിൽ ഒരാൾ അവളെ കൈവീശി കാണിച്ചു. ഉപഭോക്താക്കളിൽ ഒരാൾ ചിത്രത്തിനു താഴെ അവളുടെ ഒപ്പ് വേണമെന്ന് അപേക്ഷിച്ചു. അവൾ ഉടൻ തന്നെ പുതിയ ആരാധകനെ കാണാൻ പോയി.

അവൾ പോകുന്നതും, ആരാധകനുമായി സംസാരിക്കുന്നതും, ഒപ്പ് വെക്കുന്നതും ഡേവിഡ് നോക്കിനിന്നു. അവൾ തിരികെ വന്ന് ഇടവേള വകവെക്കാതെ തുടർന്നു, “തുടക്കകാലത്ത് ഞാൻ മറ്റുള്ളവരുടെ കാര്യങ്ങൾ നോക്കും. അസൂയപ്പെടും. ഞാനുമായി അവരെ താരതമ്യം ചെയ്യും. അവർ മികച്ചു നിന്നാൽ എനിക്ക് സഹിക്കാൻ കഴിയില്ല. പറഞ്ഞറിയിക്കാൻ കഴിയാത്തത്ര. ഓർക്കുമ്പോൾ നാണക്കേടാകുന്നു, പക്ഷേ സത്യമാണ്.”

സ്ഥിരമായി വാർത്തകളിൽ നിറഞ്ഞുനിന്നിരുന്ന തന്റെ വിജയകരമായ “അർദ്ധപ്രശസ്ത” സുഹൃത്തിനെക്കുറിച്ച് ഡേവിഡ് ചിന്തിച്ചു. “എന്നെ വിശ്വസിക്കാം, എനിക്ക് മനസ്സിലാവുന്നുണ്ട്,” അവൻ പറഞ്ഞു.

അവൾ സത്യസന്ധയായിരുന്നു. സ്വന്തം തെറ്റുകുറ്റങ്ങൾ പരസ്പരം തുറന്നു പറയുന്ന ആ രണ്ടുപേരുടെ സംഭാഷണം ഡേവിഡ് ഇഷ്ടപ്പെട്ടു.

“മറ്റാരെങ്കിലും നന്നായി ചെയ്താൽ, അത് എന്റെ കുറവാണെന്നായിരുന്നു ഞാൻ കരുതിയിരുന്നത്. ഞാൻ ഇത് മനസ്സിലാക്കിയിരുന്നില്ല : ഈ പ്രപഞ്ചത്തിൽ അനന്തമായ സാധ്യതകളുണ്ടെന്ന്. കഴിവുകൾക്ക് അതിർവരമ്പുകളില്ല. മറ്റൊരാളുടെ വിജയം നിങ്ങളുടെ കഴിവുകളെയോ യോഗ്യതയെയോ കുറയ്ക്കുന്നില്ല. മറ്റൊരാളുടെ വിജയത്തിൽ പ്രചോദിതരാവുക, ഭയപ്പെടരുത്.”

ഡേവിഡ് അവൾക്കു നേരെ തുടരെത്തുടരെ ചോദ്യശരങ്ങളെയ്തു. “നിങ്ങൾ എങ്ങനെയാണ് ആ മാനസികാവസ്ഥ വികസിപ്പിക്കുന്നത്? ഇത് എല്ലായ്പ്പോഴും ശരിയാണോ? എന്തുകൊണ്ടാണ് ഈ ചിന്ത എനിക്ക് സ്വാഭാവികമായി തോന്നാത്തത്?” ആ തെറ്റിന്റെ പ്രത്യാഘാതങ്ങളെക്കുറിച്ച് ചിന്തിച്ചപ്പോൾ, അതിന്റെ കരുത്തിനെപ്പറ്റി അറിയാനുള്ള അവന്റെ ആഗ്രഹവും ജിജ്ഞാസയും വളർന്നു.

അവൾ പുഞ്ചിരിച്ചു. ആ ചോദ്യങ്ങൾക്ക് ഉത്തരം നൽകാമെന്നവൾ ആംഗ്യം കാണിച്ചു. ഉത്തരം നേരിട്ടു നൽകിയില്ലെങ്കിലും അവൾ സംസാരം തുടർന്നു. “ആരെങ്കിലും ഒരു പരിപാടിയിൽ അവരുടെ ചിത്രം വലിയ വിലയ്ക്കു വിറ്റാൽ, ഞാൻ കരുതും, ‘ഓഹ്, നന്നായി, ആ വിലയ്ക്ക് ചിത്രം വാങ്ങാൻ കഴിവുള്ള ഒരേയൊരു വ്യക്തിയായിരുന്നു അത്.’ അതെന്നെ അസ്വസ്ഥയാക്കി. പിന്നീട്, വിജയത്തിലേക്ക് ഒരുപാട് വഴികളുണ്ടെന്ന് മനസ്സിലാക്കുന്നതുവരെ ആ ചിന്ത തുടർന്നു. എന്റെ മനസ്സിൽ മാത്രമായിരുന്നു പരിമിതികൾ.”

ഡേവിഡ് പറഞ്ഞു, "ഇത്രയും വിജയകരമായ ഒരു ബിസിനസ്സ് നിങ്ങൾക്കുണ്ട്, അതിന്റെ ആരംഭകാലം ഇപ്പോഴും നിങ്ങൾ ഓർക്കുന്നത്, എനിക്ക് അദ്ഭുതം തോന്നുന്നു."

"ഓ, ഞാൻ ഓർക്കുന്നു. ഞാനെപ്പോഴും ഓർക്കാറുണ്ട് – നല്ല മനോഭാവത്തിൽ – എന്താണ് പ്രാധാന്യമർഹിക്കുന്നതെന്നും എങ്ങനെ മറ്റുള്ളവരെ സഹായിക്കാമെന്നും സ്വയം ഓർമ്മിപ്പിക്കാൻ. പിന്നെ, നിങ്ങൾക്കറിയാമോ? കുറച്ച് മുന്നേറാൻ തുടങ്ങിയപ്പോൾ, വളർന്നുവരാൻ കഷ്ടപ്പെടുന്ന കലാകാരന്മാരെ നോക്കി സമാധാനിക്കുമായിരുന്നു. ഒരു തരം അഭിമാനം. എത്ര മോശമായിരുന്നു അത്. അത് മാറ്റാൻ ഞാൻ കുറെ ബുദ്ധിമുട്ടി. തങ്ങളുടെ അതേ പാതയിൽ നടക്കുന്നവരെ ഉയരങ്ങളിലെത്തിക്കാൻ വഴി കാട്ടുകയും പ്രോത്സാഹിപ്പിക്കുകയുമാണ് വിജയികൾ ചെയ്യുക. എത്രത്തോളം നിങ്ങൾ സഹായിക്കുന്നുവോ, അത്രത്തോളം നിങ്ങൾ വിജയത്തെ ആകർഷിക്കും. എത്ര മനോഹരമാണത്."

കലാകാരി കാര്യം വ്യക്തമാക്കാൻ ആഗ്രഹിച്ചു. അവൾ ഒരു നിമിഷം നിർത്തി, അവനോട് ഇരിക്കാനായി ആവശ്യപ്പെട്ടു. സ്റ്റുഡിയോയുടെ മൂലയിൽ ഒരു ചെറിയ മേശയിൽ അവരിരുന്നു. അവിടുത്തെ ജോലിക്കാരിൽ ഒരാൾ രണ്ട് കപ്പ് ചൂട് കാപ്പിയുമായി വന്നു. അവൾ പറഞ്ഞു, "ഞാൻ വീണ്ടും പറയുന്നു, കാരണം ഇത് വളരെ പ്രധാനമാണ്. സാധ്യതകൾ അനന്തമാണ്. മറ്റുള്ളവർ വിജയിക്കുമ്പോൾ, നിങ്ങളുടെ മനോഭാവം ശ്രദ്ധിക്കുക. അസൂയയും കുശുമ്പും മാറ്റി ജിജ്ഞാസ വളർത്തുക."

അസൂയയെ ജിജ്ഞാസയാക്കി മാറ്റുന്നതിനെക്കുറിച്ച് ഡേവിഡ് ചിന്തിച്ചു. തന്റെ ഏറ്റവും വിജയകരമായ സുഹൃത്തിനോട് അസൂയപ്പെടുന്നതിനുപകരം, അവന്റെ വിജയത്തിന്റെ എല്ലാ വശങ്ങളെക്കുറിച്ചും അവനോട് ചോദിക്കുകയും, അവൻ എങ്ങനെ, എന്തുകൊണ്ട് ആ നേട്ടത്തിലെത്തി എന്ന് മനസ്സിലാക്കുകയും ചെയ്യണം. അവൻ നേടിയിട്ടുണ്ടെങ്കിൽ, അവന്റെ വിജയവഴിയിലെ സൂചനകൾ അവൻ കണ്ടെത്തിയിട്ടുണ്ടാകും.

ഡേവിഡ് ആഴത്തിലുള്ള ചിന്തയിലാണെന്ന് മനസ്സിലാക്കിയ കലാകാരി അല്പനേരം കാത്തിരുന്നു. എന്നിട്ട് തുടർന്നു, "ആരെങ്കിലും വിജയിക്കുകയോ സന്തോഷിക്കുകയോ സമാധാനം നേടുകയോ ചെയ്താൽ, കാരണം അന്വേഷിക്കുക. ആ വ്യക്തി തുറന്ന് സംസാരിക്കുന്നത് നിങ്ങളെ ആശ്ചര്യപ്പെടുത്തും. മാത്രമല്ല, പലപ്പോഴും നമ്മുടെ ജീവിതലക്ഷ്യങ്ങളിലേക്കുള്ള വഴികൾ കണ്ടെ

ത്തുന്നത് അവരിൽ നിന്നുമായിരിക്കാം. നിങ്ങളുടെ ജീവിതോദ്ദേശ്യവുമായി അത് യോജിക്കുന്നുണ്ടെങ്കിൽ, നിങ്ങളുടെ യാത്രയിൽ അതിനെയും ഉൾപ്പെടുത്തുക."

മറ്റൊരു ചിത്രത്തിൽ ഒപ്പ് വെക്കാനായി കലാകാരി പോകുന്നതുവരെ അവരുടെ സംഭാഷണം നീണ്ടു. നല്ല ജീവിതം നയിക്കുന്നവരോടും, തനിക്കൊപ്പം ബിരുദം പൂർത്തിയാക്കി ജീവിതത്തിൽ പച്ച പിടിക്കാൻ പാടുപെടുന്നവരോടും ഉള്ള സ്വന്തം മനോഭാവത്തെപ്പറ്റി ഡേവിഡ് ചിന്തിച്ചു. ഉടൻ തന്നെ, ബുദ്ധിമുട്ടനുഭവിക്കുന്ന തന്റെ ഒരു സുഹൃത്തിനെ വിളിച്ച് സഹായഹസ്തം നീട്ടാൻ അവൻ തീരുമാനിച്ചു. കൂടാതെ, ജീവിതത്തിൽ മുന്നേറിയ ഒരു സുഹൃത്തിന് ആശംസാ സന്ദേശം അയക്കുകയും ചെയ്തു. ആ കൂട്ടുകാരിയിൽ നിന്നും പാഠങ്ങൾ ഉൾക്കൊള്ളാനായി, ഒരു കൂടിക്കാഴ്ചയ്ക്ക് ശ്രമിച്ചു. ഒരു മിനുട്ടിനകം, അവൾ സമ്മതം അറിയിച്ചുകൊണ്ട് മറുപടി നൽകി.

കലാകാരി മടങ്ങിയെത്തിയതും അവനാ കാര്യം അറിയിച്ചു. കാപ്പി കുടിച്ച ശേഷം, പോകാനായി എഴുന്നേറ്റു. കലാകാരി ഡേവിഡിനെ ആലിംഗനം ചെയ്തു, പ്രോത്സാഹിപ്പിച്ചു. അവൾ ഒരു നിമിഷം ആലോചിച്ചു. "ഒന്നുകൂടെ പറയാം, ഇത് വിപരീതമായും പ്രവർത്തിക്കും. ആരെങ്കിലും പരാജയപ്പെടുമ്പോൾ വളരെ വിഷമത്തിലാണെങ്കിൽ, എപ്പോഴും നിരാശയിലാണെങ്കിൽ, കടുത്ത സമ്മർദ്ദത്തിലാണെങ്കിൽ, അപ്പോഴും കാരണം അന്വേഷിക്കുക. അവരും ഒരു യാത്രയിലായിരുന്നു, പക്ഷേ എങ്ങനെയോ വഴുതി വീണു. ഈ പാഠങ്ങൾ, എന്ത് *ചെയ്യരുത്* എന്നത്, എന്ത് *ചെയ്യണം* എന്നതുപോലെ പലപ്പോഴും ഇതും പ്രധാനമാണ്!"

എന്നിട്ട് ഒരു പേപ്പർ എടുത്ത് അവൾ അവന്റെ കീശയിൽ തിരുകി. ഡേവിഡ് ചോദിച്ചു, "ഞാൻ അറിയാതെ വെക്കണം എന്നു പോലും നിങ്ങൾ ചിന്തിക്കുന്നില്ലല്ലോ?"

കലാകാരി ചിരിച്ചു, "ഈ സമയം കൊണ്ട്, എന്താണ് സംഭവിക്കാൻ പോകുന്നതെന്ന് നിങ്ങൾക്കറിയാം എന്ന് ഞാൻ ഊഹിക്കുന്നു."

ഡേവിഡ് ഉടനെ പോയില്ല. പകരം, ദൂരെ നിന്ന് അവളെ വീക്ഷിച്ചു. അവൾ ആളുകളുമായി എങ്ങനെ ഇടപഴകുന്നു, എങ്ങനെ സ്വാഗതം ചെയ്യുന്നു. കടയിലേക്ക് വരുന്ന ഏറ്റവും പ്രധാനപ്പെട്ട വ്യക്തി താനാണെന്ന് ഓരോ വ്യക്തിക്കും തോന്നും. ഒരു കൊച്ചു പെൺകുട്ടി, താൻ വരച്ച ചിത്രവുമായി കലാകാരിയെ കാണാൻ

വന്നു. ആ കുട്ടിയോടുള്ള അവളുടെ പെരുമാറ്റം കണ്ട് അവന് പ്രത്യേക മതിപ്പ് തോന്നി. ഒരു കുഞ്ഞ് പിക്കാസോ അല്ലെങ്കിൽ മോനെറ്റ് കടയിൽ വന്നതുപോലെയാണ് അവൾ പെരുമാറിയത്.

ഒടുവിൽ, ഡേവിഡ് സൗഹൃദഭാവത്തിൽ കൈ വീശിക്കാണിച്ചു, അവൾ തിരിച്ചും. അവിടെ നിന്നും പുറത്തിറങ്ങുമ്പോൾ ജോലിക്കാരിൽ ഒരാൾ അവനെ തടഞ്ഞു. "ഇത് നിങ്ങൾക്ക് നൽകാൻ അവർ ആഗ്രഹിക്കുന്നു." അവൻ കൈ നീട്ടി, ശ്രദ്ധാപൂർവ്വം ഒരു ചെറിയ പൊതി സ്വീകരിച്ചു.

ഡേവിഡ് തെരുവ് മുറിച്ചുകടന്നു. കലാകാരിയിൽ നിന്നും പഠിച്ച പാഠങ്ങൾ ഓർത്തുനോക്കി. ഓഫീസിലെത്തിയ ശേഷം പൊതി തുറന്നു നോക്കി. ഒരു ശരത്കാല ദിനത്തിലെ ഉദ്യാനത്തിന്റെ ചിത്രമായിരുന്നു അത്. അവൻ ഒരിക്കൽ കൂടി നോക്കി. ഏതോ ഒരു ഉദ്യാനമായിരുന്നില്ല അത്. ആ ഉദ്യാനം, മേശയും മരവും ഉള്ള, ആ സുന്ദരിയായ യുവതിയുമുണ്ട്. ആ ആദ്യ ദിവസം, എല്ലാത്തിനും തുടക്കമിട്ട ആ ദിവസം ചിത്രത്തിൽ പകർത്തിയിരിക്കുന്നു. അവന് വിശ്വസിക്കാനായില്ല. "അസാധ്യം!" അവൻ സ്വയം പറഞ്ഞു.

അവൻ വീണ്ടും അവിടെ ചെന്ന് കലാകാരിയെ കാണണമെന്നും, ഇതിനെക്കുറിച്ച് ചോദിക്കണമെന്നും തീരുമാനിച്ചു. എന്നിട്ട് അവൻ പേപ്പറെടുത്ത് വായിച്ചു.

തെറ്റ് #8 :

വിജയത്തിന് പരിധിയും പരിമിതിയും ഉണ്ടെന്ന് ചിന്തിക്കുന്നത്

നമ്മുടെ ചിന്തയാണ് നമ്മുടെ ജീവിതയാത്രയെ നിർണ്ണയിക്കുന്നത്.

നമ്മുടെ മനസ്സിലെ ചിന്തകൾ തീവ്രമാകുമ്പോൾ അത് സാക്ഷാത്കരിക്കപ്പെടുന്നു.

അനന്തമായ സാധ്യതകളാണ് പ്രപഞ്ചത്തിലുള്ളത്.

നിങ്ങളുടെ കഴിവിന് പരിധിയില്ല.

നിങ്ങൾ ആകെ ഭയക്കേണ്ട പരിമിതികൾ, നിങ്ങളുടെ മനസ്സിൽ ഉള്ളവയാണ്.

മറ്റൊരാളുടെ വിജയത്താൽ പ്രചോദിതരാവുക, ഭയപ്പെടരുത്.

വിജയികളായ ആളുകൾ പ്രോത്സാഹനത്തിലൂടെയും അനുഭവത്തിലൂടെയും മറ്റുള്ളവരെ സഹായിക്കുന്നു.

മറ്റുള്ളവരെ സഹായിക്കുന്നത്, നിങ്ങളുടെ ലക്ഷ്യത്തിലേക്ക് ആളുകളെ ആകർഷിക്കുകയും, നിങ്ങളുടെ വിജയത്തിന്റെ മാറ്റ് കൂട്ടുകയും ചെയ്യുന്നു.

ആരെങ്കിലും വിജയിക്കുന്നതു കണ്ടാൽ, നിങ്ങളുടെ മനസ്സിലെ അസൂയ മാറ്റി ജിജ്ഞാസ വളർത്തുക.

⌘⌘⌘

റോബർട്ടിന്റെയും മേയുടെയും വീട്ടിലെത്തി ആരിയ കനമേറിയ മുൻവാതിൽ വലിച്ചു തുറന്നു. അകത്തു കയറി വാതിലടച്ചു. മേയ് ഹാളിലേക്ക് വരുന്നത് കണ്ട ആരിയ, അഭിവാദ്യമർപ്പിച്ച ശേഷം ഉടൻ തന്നെ അവളുടെ മുറിയിലേക്ക് പോയി.

മുറിക്കകത്ത് കയറി വാതിലടച്ച ശേഷം, തന്നെ ആരും പിന്തുടരുന്നില്ലെന്ന് ഉറപ്പു വരുത്താനായി ജനാലയിലൂടെ നോക്കി. കറുത്ത മേഘങ്ങൾ സൂര്യനെ മറച്ചിരിക്കുന്നു. ആരുമില്ല.

കട്ടിലിനരികിലേക്ക് നീങ്ങി ഒരു കാൽമുട്ട് അതിൽ ഊന്നി, കട്ടിലിനടിയിലേക്ക് കൈയെത്തി ചെറിയ പെട്ടി തിരഞ്ഞു. പെട്ടിയുടെ മുകൾ ഭാഗത്തെ ലോഹവളയം കൈയിൽ തടഞ്ഞു, അവൾ പെട്ടി സൂക്ഷിച്ച് പുറത്തേക്കെടുത്തു. മുൻകരുതൽ എന്ന വണ്ണം ഒരു കസേരയെടുത്ത്, വാതിലിന്റെ കൊളുത്തിന്റെ താഴെ വെച്ചു.

അടുത്ത നിമിഷം, പെട്ടി തുറന്ന് *തെറ്റുകളുടെ പുസ്തകത്തിന്റെ* കൈയെഴുത്തുപ്രതി ശ്രദ്ധയോടെ കൈയിലെടുത്തു. അവൾ വെച്ചിട്ടു പോയതുപോലെ തന്നെയാണോ ആ പേജുകൾ ഉള്ളത് എന്ന് പരിശോധിച്ചു, അങ്ങനെതന്നെയുണ്ട് : കാവൽക്കാരന്റെ രണ്ടാം നിയമം ആദ്യത്തേതിന്റെ തൊട്ടുപിന്നിൽ. അവളത് സൂക്ഷ്മമായി നോക്കി, "അകത്ത്" എന്ന വാക്ക് തെളിഞ്ഞു കാണുന്നു. അമ്മാവന്റെ അവസാന വാക്കുകൾ ഓർത്തു.

പെട്ടിയുടെ അടിഭാഗം തടവി നോക്കി. ഒന്നുമില്ല.

നഖം കൊണ്ട് പെട്ടിയുടെ അരികുകളിലൂടെ പരതി. ഒരു ചരട്. ചെറിയ നൂലുകൾ പോലെ. അതിനെ രണ്ട് വിരലുകൾക്കിടയിൽ ചുറ്റി പതിയെ വലിച്ചു. അത് മുകളിലേക്കുയർന്നു, അടിയിൽ ഒരു രഹസ്യ അറ.

അവിടെ, കാവൽക്കാരന്റെ മൂന്നാം നിയമം. പെട്ടിയുടെ ഏറ്റവും അടിയിലായി, മനോഹരമായ കുറച്ച് സ്വർണ്ണ നാണയങ്ങളും വൃത്തിയായി നിരത്തിവെച്ചിരുന്നു.

മൂന്നാം നിയമം വായിക്കണമെന്നുണ്ടായിരുന്നു. പക്ഷേ എന്തോ ഒന്ന് അവളെ തടഞ്ഞു. അവൾ ആലോചിച്ചു. കാവൽക്കാരന്റെ കൈയെഴുത്തുപ്രതിയുടെ മുഴുവൻ ഭാഗവും ഇപ്പോൾ അവളുടെ കൈയിലുണ്ട്, അത് സുരക്ഷിതമാക്കേണ്ടത് അവളുടെ കടമയാണ്. അവളെല്ലാം പെട്ടിയിലേക്ക് തിരികെ വെച്ചു.

പെട്ടിയുമായി അവിടെ നിന്നും പോകണം, ഉടൻ തന്നെ. ഒന്നിനും ഉൾറിക്കിനെ തടയാനാകില്ലെന്ന് അവൾക്കറിയാം. ഈ പെട്ടി അവന്റെ കണ്ണിൽ പെടാതെ സൂക്ഷിച്ചുവെക്കണമെന്ന് അവൾ കരുതി.

ആരിയ എഴുന്നേറ്റു ജനലിനടുത്തേക്ക് പോയി. അപ്പോഴും ആരുമില്ല.

എന്നാലും, എന്തുകൊണ്ടാണ് അവളുടെ മനസ്സ് ശാന്തമാകാതിരുന്നത്.

മുറിയുടെ മൂലയിൽ നിന്ന് അമ്മാവന്റെ സഞ്ചി കണ്ടെത്തി. പെട്ടിയും അവൾക്ക് ആവശ്യമുള്ള കുറച്ച് സാധനങ്ങളും അതിലിട്ടു. പലപ്പോഴും ഇതുപോലെയാവും അദ്ദേഹം ഇതിനെ കൊണ്ടുനടന്നിട്ടുണ്ടാവുക എന്നവൾ ഓർത്തു.

അവൾ മുറിക്ക് ചുറ്റും കണ്ണോടിച്ചു. അമ്മാവൻ തനിക്കായി കുറച്ച് പണം വെച്ചിട്ടുണ്ടെന്ന കാര്യം ഓർമ്മ വന്നു, അതും കണ്ടെടുത്തു. എന്നിട്ട്, സഞ്ചിയും തോളിലേറ്റി ആരും കാണാതെ മുൻവാതിലിലൂടെ പുറത്തേക്ക് കടന്നു.

മഴ പെയ്യുന്നുണ്ടായിരുന്നു. അവൾ വയലിനു കുറുകെ നടന്നു. താപനില പൂജ്യത്തിനരികെ. തണുപ്പ് അരിച്ചുകയറി. അവളുടെ മനസ്സിലെ രഹസ്യങ്ങളെയും കൈയിലെ താളുകളെയും തട്ടിയെടുക്കാൻ നടക്കുന്നവർ തന്റെ പുറകെ ഉണ്ടെന്ന ചിന്തയാണ് അവളെ മുന്നോട്ടു നയിക്കുന്നത്. അവൾ വയലിന്റെ അങ്ങേയറ്റമെത്തി നിന്നു. കണ്ണിൽ പെടാതിരിക്കാനായി അവൾ നിലത്തോട് ചേർന്നു കിടന്നു.

അവരെത്തി. അവരെ വെട്ടിച്ചു കടന്നുകളഞ്ഞതാണെന്നവർ അറിഞ്ഞുകാണും. ഒരു ചാരനിറമുള്ള കുതിരപ്പുറത്തിരുന്ന് ഉൾറിക്ക് അവരെ നയിക്കുന്നത് അവൾക്ക് കാണാമായിരുന്നു. ആ സംഘത്തിനു നടുവിലായി അലക്സാണ്ടർ ഉണ്ടായിരുന്നു. അവരിൽ നിന്നും പരമാവധി അകലം പാലിക്കാൻ അവൾ ആഗ്രഹിച്ചു. ആരിയ ഉൾറിക്കിനെ തന്നെ വീക്ഷിച്ചു. അവർ വീടിനു മുന്നിലെത്തി. അവർ മേയെ കാണുമായിരിക്കും, ആരിയ വീട്ടിലു

ണ്ടെന്നാണ് മേയ് കരുതിയിരിക്കുന്നത്. അവളുടെ കുതിര അവിടെ കാണാമായിരുന്നു, അതുകൊണ്ടുതന്നെ അവളവിടെ ഉണ്ടെന്ന് തന്നെയാണ് അവരും കരുതുക. അവരങ്ങനെ കരുതുന്നതിനാൽത്തന്നെ, വയലിന്റെ ഭാഗത്തേക്കവർ നോക്കുകയില്ല. അതവൾക്ക് സമയം കണ്ടെത്താൻ സഹായകമാകും.

താൻ നീങ്ങുന്നത് അവർ കാണാതിരിക്കാൻ അവൾ ശ്രദ്ധിച്ചു. പിന്നോട്ടേക്ക് നിരങ്ങി നീങ്ങിയ ആരിയ, ഉയരമുള്ള കുറ്റിക്കാടുകൾക്കു പിന്നിൽ ഒളിച്ചു. ശബ്ദമുണ്ടാക്കാതെ അവൾ വീണ്ടും നീങ്ങി.

കർഷകന്റെ വയലിനു കുറുകെ പോകുന്ന ചാലിനടുത്തെത്തിയ ശേഷം, വലത്തോട്ടു തിരിഞ്ഞ് പഴയ പാലം ലക്ഷ്യം വെച്ചു നീങ്ങി. ഇത്രയും ദൂരമെത്തിയ തന്നെ ആരും കാണില്ലെന്ന വിശ്വാസത്തിൽ അല്പം വിശ്രമിക്കാമെന്ന് കരുതുമ്പോഴാണ്, ഒരു നായയുടെ കുരയും മനുഷ്യന്റെ നിലവിളിയും കേട്ടത്. അവൾ പേടിച്ചു വിറച്ചു. അവർ അവളെ തിരഞ്ഞ് വീട് വരെയെത്തി. അവർ അവളെ കണ്ടുപിടിക്കാൻ പാടില്ല, പ്രത്യേകിച്ചും ഈ സഞ്ചിയുമായി.

നായ്ക്കൾക്ക് വെള്ളത്തിലൂടെ തന്നെ മണത്തു കണ്ടുപിടിക്കാൻ കഴിയില്ലെന്ന് ആരിയയ്ക്ക് അറിയാമായിരുന്നു. എന്ത് തടസ്സങ്ങൾ നേരിടേണ്ടി വന്നാലും മുന്നോട്ടു പോയേ തീരൂ. അവൾ ഒരു ദീർഘനിശ്വാസമെടുത്തു. അവൾ ഇടത്തേക്ക് നോക്കി, "എക്സ്" എന്ന അക്ഷരത്താൽ ചെറുതായി അടയാളപ്പെടുത്തിയിട്ടുള്ള മരം കണ്ടു. ആ അടയാളം അമ്മാവന്റെ സംഭാവനയായിരുന്നു, അദ്ദേഹത്തിന്റെ പതിവായിരുന്നു സ്ഥിരമായി ഉപയോഗിക്കുന്ന പാതകളിൽ അടയാളപ്പെടുത്തുന്നത്. പാലത്തിന്റെ തെക്ക് ഭാഗത്തുള്ള, ചാല് മുറിച്ചു കടക്കാനുള്ള, സുരക്ഷിതമായ വഴി എന്നതിനുള്ള സൂചനയായിരുന്നു ആ അടയാളം.

അവൾ ജലത്തിന്റെ ഊഷ്മാവ് പരിശോധിച്ചു, മരവിപ്പിക്കുന്ന തണുപ്പ്. പാവാട നനയാതിരിക്കാനായി അവളത് ഉയർത്തിപ്പിടിച്ചു. പല്ല് ഇറുക്കിക്കടിച്ച്, തണുപ്പിനെ വകവെക്കാതെ, വെള്ളത്തിലൂടെ മറുവശത്തെത്തി.

മറു വശത്തെത്തിയതും, ഒരു വലിയ മരത്തിനു പിന്നിൽ മറഞ്ഞു നിന്നു. അപ്പോഴാണ് ശ്വാസം നേരെ വീണത്. അവൾ വിറയ്ക്കുന്നുണ്ടായിരുന്നു, പക്ഷേ സുരക്ഷിതയായിരുന്നു. ഒരു ശബ്ദം കേട്ട് ചാലിനപ്പുറം നോട്ടം പായിച്ചു. ഒറ്റ നോട്ടമേ നോക്കിയുള്ളൂ.

രണ്ട് നായകളും കുറേ പുരുഷന്മാരും. അതിലൊരാൾ അലക്സാണ്ട റായിരുന്നു, അവനവളെ നോക്കുന്നുണ്ടായിരുന്നു. കാലുകൾ തണുത്തു മരവിച്ചിരുന്നു, എങ്കിലും അവൾ അനങ്ങിയില്ല. അവർ പരസ്പരം കുറേ നേരം നോക്കിനിന്നു, മറ്റുള്ളവർ തിരച്ചിൽ തുടർന്നു.

"ദാ, അവിടെ," അലക്സാണ്ടർ കൈ ചൂണ്ടി, പക്ഷേ, അവ ളുടെ നേർക്കായിരുന്നില്ല. ചെളി നിറഞ്ഞ കരയിലേക്ക് നോക്കി പറഞ്ഞു, "അവളുടെ കാൽപ്പാടുകൾ വടക്കോട്ട്, പാലത്തിലേക്ക് നയിക്കുന്നു."

ആളുകൾ അങ്ങോട്ടേക്ക് നീങ്ങിയ ശേഷം മാത്രമാണ്, കൈ കൾ ഉരച്ച് ചൂട് പിടിപ്പിച്ച് കാലിൽ തടവിയത്.

അമ്മാവന്റെ പെരുമാറ്റ ഗുണങ്ങൾ തന്നിലുണ്ടായിരുന്നെങ്കിൽ എന്നവൾ ആശിച്ചു, പ്രത്യേകിച്ച് ആത്മസംയമനം വീണ്ടെടുക്കാ നുള്ള കഴിവ്. വളരെ ദൂരെയായിരുന്നെങ്കിൽ എന്നവൾ ആഗ്രഹിച്ചു. കണ്ണുകളടച്ചു. അമ്മാവന്റെ രൂപം, ചിരി, അതവൾ ചെറുപ്പത്തിൽ എത്രത്തോളം ആസ്വദിച്ചിരുന്നു, അദ്ദേഹത്തിന്റെ കൈകളിൽ ഊഞ്ഞാലാടിയതും, തോളിൽ ഇരുന്ന് യാത്ര ചെയ്തതും ഓർമ്മ കളായി അവളുടെ മനസ്സിൽ നിറഞ്ഞു. ഒരു പുഞ്ചിരിക്കു ശേഷം, മുന്നോട്ടുള്ള പാതയെക്കുറിച്ചുള്ള ചിന്തകൾ അവളുടെ മനസ്സിനെ ദൃഢമാക്കി. ഒഴികഴിവുകളെ ആശ്രയിക്കാൻ അവൾ കൂട്ടാക്കിയില്ല; അവളുടെ ഉദ്യമം നിറവേറ്റാൻ ലഭിച്ച ഓരോ അവസരത്തിനോടും അവൾ നന്ദിയുള്ളവളായിരിക്കും.

ഒരു നേർത്ത ശബ്ദം അവളെ ഓർമ്മകളിൽ നിന്നുമുണർത്തി, ഒരു ഞരക്കം. ആശങ്കയോടെ അവൾ നോക്കി, ചാര നിറം കാണുന്നു. ഉൾറിക്കിന്റെ കുതിര. കറങ്ങിത്തിരിഞ്ഞ് ഇവിടെ വന്നതാകാം. പല്ലുകൾ കടിച്ച്, തന്നിലെ ആത്മവിമർശകയുടെ ചിന്തകളെ പതിയെ നിയന്ത്രിച്ചു. കുതിരപ്പുറത്ത് അയാളുണ്ടായി രുന്നില്ലല്ലോ, ഭാഗ്യം. ഉണ്ടായിരുന്നെങ്കിൽ, അവർ തമ്മിൽ കണ്ടേനെ.

അവൾ ഇരുവശവും നോക്കി. അവനെവിടെ?

ഏതുനിമിഷവും പിടിക്കാപ്പെടാമെന്ന ഭയത്താൽ കണ്ണുകൾ ഇറുക്കെയടച്ചു. ഒരു വഴി, രക്ഷപ്പെടാൻ ഒരു വഴി കണ്ടെത്തണം. അവളറിയാതെ തന്നെ അവളുടെ കൈകൾ അവളെ ചുറ്റിപ്പിടിച്ചു, അവൾ കുനിക്കൂടിയിരുന്നു. അവളുടെ ഷാൾ, കഴുത്തിനെ ചുറ്റി ധരിച്ച ഷാൾ. അതെ! ഉടൻ തന്നെ മുടിയിൽ കെട്ടിയ ചുവന്ന റിബ്ബൺ അഴിച്ചെടുത്തു, ഷാളും ഊരി, എന്നിട്ട് പണി തുടങ്ങി.

ചടുല നീക്കങ്ങൾ അവൾ ശീലമാക്കിയിരുന്നു; അമ്മാവനുമായുള്ള കളികൾക്കിടയിൽ പ്രയോഗിക്കാറുണ്ടായിരുന്നു ഇത്. ആ കളികൾ, തന്നെ സജ്ജമാക്കാനായി ഉള്ളതായിരുന്നു എന്നവൾ മനസ്സിലോർത്തു. നിലത്തു നിന്നും ഒരു കല്ലെടുത്ത്, താൽക്കാലികമായുണ്ടാക്കിയ കവണയിൽ വെച്ചു. "ആരിയ, നിനക്ക് വേണ്ടത് ചെയ്യാൻ നിന്റെ പക്കൽ ഉള്ളതെന്താണോ അതുപയോഗിക്കുക." അമ്മാവന്റെ ശബ്ദം അവളുടെ മനസ്സിൽ പ്രതിധ്വനിച്ചു. സമ്മർദ്ദങ്ങൾക്കിടയിലും ആ വാക്കുകൾ അവൾക്ക് ആശ്വാസമേകി.

ഈ നീക്കത്തിലൂടെ അവരുടെ ശ്രദ്ധ അധികനേരത്തേക്ക് വ്യതിചലിപ്പിക്കാനാവില്ല, പക്ഷേ, അവൾക്ക് അത്രയും സമയം മതിയായിരുന്നു.

ഡേവിഡ് ഗോലിയാത്തിന്റെ തലയിൽ കല്ലെറിഞ്ഞതുപോലെ, വലതു കൈ പിന്നോട്ടാഞ്ഞ്, സർവ്വശക്തിയുമെടുത്ത് കൈയിലെ കല്ല് ചുഴറ്റി ഒറ്റയേറ്. കല്ലിന്റെ വേഗത കണ്ടപ്പോഴാണ് അവൾക്ക് മനസ്സിലായത്, ഭീമാകാരനായ ഗോലിയാത്ത് എങ്ങനെയാണ് മരിച്ചുവീണതെന്ന്. കല്ല് ഉയരവും ദൂരവും താണ്ടി സഞ്ചരിച്ചു.

ഠപ്പേ! ആ കല്ല് വീതിയേറിയ ഒരു മരത്തിൽ തട്ടി വലിയ ശബ്ദമുണ്ടാക്കി.

അവൾ പ്രതീക്ഷിച്ചതുപോലെ, ഉൾറിക് ഒച്ചവെച്ചു, ആ മരത്തിനരികിലേക്ക് ഓടി. അയാളെവിടെയാണെന്ന് അവൾക്കിപ്പോൾ അറിയാം. അവൾ സഞ്ചിയുമെടുത്ത്, കുറ്റിച്ചെടികളുടെ മറവിലൂടെ അയാളിൽ നിന്നും ദൂരേക്ക് നീങ്ങിത്തുടങ്ങി. ഇടയ്ക്കു തിരിഞ്ഞു നോക്കി ആരും തന്നെ കാണുന്നില്ലെന്ന് ഉറപ്പുവരുത്തി. അവൾ വേഗം ഉൾറിക്കിന്റെ കുതിരയുടെ അടുത്തെത്തി.

കുതിരകളോട് ഇണങ്ങാനുള്ള അവളുടെ കഴിവിനെ അമ്മാവൻ എപ്പോഴും പ്രശംസിച്ചിരുന്നു. അവളുടെ മൃദുലമായ സ്പർശനത്തോടും ശബ്ദത്തോടും കുതിര ശാന്തമായി പ്രതികരിച്ചു. നിമിഷനേരം കൊണ്ട് അവൾ കുതിരപ്പുറത്ത് കയറി റോബർട്ടിന്റെയും മേയുടെയും വീട്ടിലേക്ക് തിരിച്ചു.

മേയ് പുറത്തായിരുന്നു. ആരിയയ്ക്ക് വിശദീകരിക്കാനുള്ള സമയമുണ്ടായിരുന്നില്ല. സുഹൃത്തുക്കളെ വിശ്വസിക്കാതെ തരമില്ല, അവർ മടി കൂടാതെ സഹായിക്കുകയും വേണം. മേയ്ക്ക് മുഴുവനായും മനസ്സിലാക്കാൻ കഴിഞ്ഞില്ല. പക്ഷേ അടിയന്തിരമായി എന്തോ ഉണ്ടെന്ന് തിരിച്ചറിഞ്ഞു. "നീ വിഷമിക്കണ്ട!" നിശ്ചയദാർഢ്യം

നിറഞ്ഞ മേയുടെ വാക്കുകൾ ആത്മവിശ്വാസം പകർന്നു. "അവരെ എതിർദിശയിലേക്ക് വഴിതിരിച്ചു വിടാനായി ഞാൻ റോബർട്ടിനോട് പറയാം. പൊയ്ക്കോളൂ!"

ആരിയ പുഞ്ചിരിച്ചു, മേയ്ക്ക് നന്ദി പറഞ്ഞു. എന്നിട്ട് ഉൾറിക്കിന്റെ കുതിരയിൽ നിന്നിറങ്ങി അതിനെ ഓടിച്ചുവിട്ട് അവൾ മറ്റൊരു കുതിരയിൽ കയറി. അവരെ തെറ്റിദ്ധരിപ്പിക്കാനും വൈകിപ്പിക്കാനും ഓരോ വഴികൾ.

ആരിയ നേരെ തുറമുഖത്തേക്ക് തിരിച്ചു. അവിടുന്ന് അവൾക്ക് രക്ഷപ്പെടാനുള്ള സമയം നേടാനും മറുകര പോകാനും കഴിയുമായിരുന്നു. എന്തായാലും, ഇനി അവൾക്കായി ഇവിടെ ഒന്നും ബാക്കിയില്ല, പുതിയൊരു തുടക്കം അവൾക്കാവശ്യമാണ്. അവളോർത്തു, അമ്മാവനും ആഗ്രഹിച്ചിരുന്ന ഒരു പുതിയ തുടക്കം. "പ്രിയപ്പെട്ട അമ്മാവാ, ഞാൻ നിങ്ങളുടെ ഒരു ഭാഗം എന്നോടൊപ്പം കൊണ്ടുപോകുന്നു," അദ്ദേഹത്തിന്റെ കുതിരപ്പുറത്ത് കുതിക്കുന്നതിനിടെ അവൾ മന്ത്രിച്ചു.

ലക്ഷ്യസ്ഥാനത്തേക്ക് അടുക്കുംതോറും അവളുടെ മനസ്സ് ശാന്തമായിത്തുടങ്ങി. കുതിരയിൽ നിന്നിറങ്ങി, മരക്കൂട്ടങ്ങൾക്കിടയിലൂടെ തുറമുഖത്തേക്ക് നടന്നു. അവൾ ആത്മസംയമനം വീണ്ടെടുത്തിരിക്കുന്നു. ഹൃദയമിടിപ്പിന്റെ വേഗത സാധാരണഗതിയിലായി; വിയർക്കുന്നുണ്ടായിരുന്നില്ല; ഒരേസമയം സമാധാനവും ഉന്മേഷവും അവളിൽ നിറഞ്ഞു. വിചിത്രം തന്നെ, അവളുടെ ജീവിത ദൌത്യം തന്നെ തകർന്നുപോകുന്ന നിലയിലായിരുന്നു, എന്നിട്ടും മനസ്സിന് ഇത്ര ശാന്തതയും സമാധാനവും. വേഗം ചലിക്കേണ്ടതുണ്ടെങ്കിലും, ചിന്തകൾ അവളെ മന്ദഗതിയിലാക്കി. അതിൽ തെറ്റില്ലെന്ന് അവൾ തിരിച്ചറിഞ്ഞു. കഴിഞ്ഞതെല്ലാം ആദ്യം മുതൽ തുടങ്ങാനും അവൾക്ക് മടിയില്ല. അവൾ തന്റെ ജീവിതോദ്ദേശ്യത്തെ പിന്തുടരുകയായിരുന്നു, ആ ദൌത്യത്തിനായി അവളുടെ അറിവുകളെല്ലാം പ്രയോജനപ്പെടുത്തി.

ഒടുവിൽ അവൾ എത്തി, എത്തുമെന്ന് അവൾക്കറിയാമായിരുന്നു. ആരിയ ടിക്കറ്റ് വാങ്ങി. പക്കലുള്ള കുറച്ച് സമയത്തിൽ, സഞ്ചിയുമായി യാത്രയ്ക്കാവശ്യമായ കുറച്ച് സാധനങ്ങൾ വാങ്ങാനായി ഒരു കടയിലേക്ക് കയറി.

സാധനങ്ങൾ വാങ്ങി ആരിയ കപ്പലിൽ കയറാൻ കാത്തുനിന്നു. എന്താണ് സംഭവിക്കുക, താൻ ചെയ്യുന്നത് ശരിയാണോ എന്ന ചിന്തകൾ. അവൾ കണ്ണുകൾ അടച്ച് റെയ്മണ്ട് അമ്മാവനെ

മനസ്സിൽ ചിത്രീകരിച്ചു. അദ്ദേഹം ശാന്തമായ സ്വരത്തിൽ അവളോട് സംസാരിക്കുകയായിരുന്നു, അവളെ പ്രോത്സാഹിപ്പിച്ചു, എല്ലാം ശരിയാകുമെന്ന് പറഞ്ഞു മനസ്സിലാക്കി. പെട്ടി സുരക്ഷിതമാണെന്നുറപ്പാക്കാൻ സഞ്ചിക്കകത്ത് ഒന്ന് നോക്കി. പാവം, അവൾക്കതിന്റെ ഭാരം അറിയുന്നുണ്ടായിരുന്നു. എങ്കിലും എല്ലാം നിയന്ത്രണത്തിലായി.

ഒടുവിൽ, ഇതിൽനിന്നെല്ലാം ദൂരെ ഒരു പുതിയ തുടക്കത്തിലേക്ക് തന്നെ കൊണ്ടുപോകുന്ന കപ്പലിൽ അവൾ കയറി.

⌘⌘⌘

ഒമ്പതാം തെറ്റ്

കലാകാരിയുമായുള്ള കണ്ടുമുട്ടലിന് ശേഷമുള്ള ഡേവിഡിന്റെ മാസങ്ങൾ തീവ്രമായിരുന്നു. തന്റെ കംഫർട്ട് സോണിൽ നിന്ന് പുറത്ത് കടക്കുന്നതിന്റെ ഭാഗമായി സദസ്സിനു മുന്നിൽ സംസാരിക്കാൻ ഡേവിഡ് തീരുമാനിച്ചു. ആദ്യത്തെ അവസരം വന്നുചേർന്നത് തന്റെ മാസ്റ്റർമൈൻഡ് കൂട്ടായ്മയിൽ നിന്നു തന്നെയായിരുന്നു. ഒരു സമ്മേളനത്തിലെ പാനൽ ചർച്ചയിൽ പങ്കെടുക്കാൻ അവനോട് ആവശ്യപ്പെട്ടു. തന്റെ സംസാരത്തിൽ അവൻ സന്തുഷ്ടനായിരുന്നു. എന്നാൽ മറ്റുള്ളവരുടെ അംഗീകാരമാണ് അവനെ അതിശയിപ്പിച്ചത്. ശേഷം, മൂന്നാഴ്ചയ്ക്കു ശേഷമുള്ള ഒരു സമ്മേളനത്തിൽ മുഖ്യ പ്രാസംഗികരിൽ ഒരാളായി അവൻ ക്ഷണിക്കപ്പെട്ടു.

ഇല്ല, ഒരു വഴിയുമില്ല. ഞാനൊരു പ്രാസംഗികനല്ല. എനിക്ക് കഴിയില്ല. ഒരിക്കലുമില്ല.

ഊതിവീർപ്പിച്ച ബലൂൺ പൊട്ടിക്കാനായി അടുത്തടുത്ത് വരുന്ന സൂചിമുന കണക്കെ, അവന്റെ ആശയങ്ങളെ തകർക്കാനുള്ള ചിന്തകൾ ഒന്നൊന്നായി അവനെ വലയം ചെയ്തു. കൂട്ടായ്മയിലെ സുഹൃത്തുക്കൾ അവന്റെ ആശങ്കകൾ അകറ്റുകയും അവനെ പ്രോത്സാഹിപ്പിക്കുകയും ചെയ്തു. ഒരു അധ്യാപകൻ തന്നോടൊരിക്കൽ പറഞ്ഞ കാര്യമോർത്തു, "നിനക്ക് പൊതുവേദിയിൽ പ്രസംഗിക്കാനാവില്ല." അത് തന്നെക്കുറിച്ചുള്ള തെറ്റായ ധാരണയാണെന്നവൻ മനസ്സിലാക്കി. മറ്റു ഒഴികഴിവുകളെയും അവൻ കണക്കിലെടുത്തു. അവനറിയാം, കംഫർട്ട് സോണിൽ നിന്നും പുറത്തു കടക്കേണ്ടത് അത്യാവശ്യമാണെന്ന്.

ഒടുവിൽ ആ ദിവസം വന്നെത്തി, സ്റ്റേജിന് പിന്നിൽ നിൽക്കുന്ന ഡേവിഡിന്റെ കൈകാലുകൾ വിറച്ചു. കണ്ണുകളടച്ചു, അവന്റെ തോളിൽ ഒരു കൈ പതിയെ അമർത്തപ്പെട്ടു. നാടകകൃത്ത്, അവന് ആദ്യത്തെ തെറ്റ് മനസ്സിലാക്കിക്കൊടുത്ത

അഭിനേത്രി, അവരുടെ മൃദുമന്ത്രണങ്ങൾ അവനെ പ്രചോദിപ്പിച്ചു. അന്നത്തെ കൂടിക്കാഴ്ചയ്ക്കു ശേഷം പിന്നീടവരെ കണ്ടിട്ടില്ല. അവരുടെ വാക്കുകൾ അവന് ആത്മവിശ്വാസം നൽകി.

അവന്റെ പ്രസംഗം അംഗീകരിക്കപ്പെടുക മാത്രമല്ല, അവന്റെ തനതായ അവതരണ ശൈലി മറ്റുള്ളവരുടേതിൽ നിന്ന് വേറിട്ടു നിൽക്കുകയും ചെയ്തു. ഏഴാം തെറ്റ് അവനെ വേറിട്ടു നിൽക്കാൻ സഹായിച്ചു, അവനതിൽ വിജയിച്ചു. അതിനുശേഷം, അവന്റെ പ്രസംഗത്തെപ്പറ്റി സംസാരിക്കാൻ നിരവധി ആളുകൾ അവനെ സമീപിച്ചു. അധികം വൈകാതെ, മറ്റൊരു ജോലിക്ക് ശ്രമിക്കുന്നതിനു പകരം സ്വന്തമായൊരു സ്ഥാപനം എന്ന തന്റെ ആത്യന്തിക സ്വപ്നത്തിലേക്ക് നേരിട്ട് കാലെടുത്തു വെക്കാം എന്ന് സ്വയം മനസ്സിലാക്കി. തനിക്കൊപ്പം മത്സരിക്കാൻ മറ്റു സ്ഥാപനങ്ങളും ഉണ്ടാകുമെന്നറിയാമെങ്കിലും, തനിക്കായി ഒരിടം നേടിയെടുക്കാൻ കഴിയുമെന്നവൻ വിശ്വസിച്ചു. *നേട്ടങ്ങൾ ഒരിക്കലും അവസാനിക്കുന്നില്ല. അതിന്റെ അനന്ത സാധ്യതകളെ ഞാൻ പ്രയോജനപ്പെടുത്തും.* അവനെ ലക്ഷ്യത്തിലേക്ക് വഴി നടത്താൻ അവന്റെ ചിന്തകൾ കൂട്ടുനിന്നു. അവന്റെ യാത്ര വളരെ ദൂരം പിന്നിട്ടിരിക്കുന്നു.

തുടർന്നുവന്ന ശനിയാഴ്ച ഡേവിഡ് നേരത്തെ എഴുന്നേറ്റു.

പണ്ടെങ്ങോ ഒരു ബൈക്കപകടത്തിൽ സംഭവിച്ച കൈയിലെ മുറിപ്പാടിലേക്ക് നോക്കി. കൈമുട്ടിൽ നിന്നും കൈത്തണ്ടയിലേക്ക് നീളുന്ന അടയാളത്തിലൂടെ അവൻ വിരലോടിച്ചു. കലുഷിതമായ ചർമ്മം മാഞ്ഞുതുടങ്ങിയെങ്കിലും അതൊരു സ്മാരകമായി നിലനിന്നു, വിദൂര ഓർമ്മയുടെ.

അവന്റെ ജോലിയും അതുപോലെതന്നെയായിരുന്നു; ആദ്യമൊരു ആഴമേറിയ മുറിവായിരുന്നു, പിന്നീട് ചർമ്മം കൂടിച്ചേർന്നു, ശേഷം പതിയെ മുറിവുണങ്ങിത്തുടങ്ങി. മേലുദ്യോഗസ്ഥനുമായുള്ള ദിവസങ്ങളും ഇതുപോലെയായിരുന്നു. ഇന്ന്, എല്ലാ ഉയർച്ചതാഴ്ചകൾക്കും ശേഷം, ഓർമ്മകൾ മാത്രം. മേലുദ്യോഗസ്ഥനുമായുള്ള തിക്താനുഭവങ്ങൾ, നിലനിൽപ്പിനെക്കുറിച്ചുള്ള വേവലാതി, സ്വന്തം സൽപ്പേര് കാത്തുസൂക്ഷിക്കൽ. എല്ലാം ഓർമ്മകളായി മാത്രം അവനിൽ അവശേഷിച്ചു.

ചില സമയങ്ങളിൽ, ഒരിടത്തിരുന്ന് മനസ്സിനെ അലയാൻ അനുവദിച്ചു. സോഫയിൽ കാലിന്മേൽ കാല് കയറ്റിവെച്ച്, ശ്വാസോച്ഛ്വാസം മന്ദഗതിയിലാക്കി, പാതിയടഞ്ഞ കണ്ണുകളാൽ

ഇരുട്ടിലേക്ക് നോക്കിയിരിക്കുന്നതു കണ്ടാൽ, മയക്കത്തിലാണെന്നേ ആരും പറയൂ. ഒരുപക്ഷേ, ധ്യാനനിരതനാകാൻ പരിശീലിച്ചതിന്റെയാവാം. ചില സമയങ്ങളിൽ, പാതിയുറക്കത്തിൽ പോലും, തന്നെ കടന്നുപോയ ഗുരുക്കന്മാരിൽ നിന്നും പഠിച്ച തെറ്റുകളും പാഠങ്ങളും, നേടിയ അറിവുകളും മനസ്സിലോടുന്നുണ്ടാകും. ഓരോ പാഠവും അടുത്തതുമായി കോർത്തിണക്കപ്പെട്ടിരിക്കുന്നു. അവൻ സ്വന്തം ജീവിതത്തെയും തീരുമാനങ്ങളെയും പുനഃപരിശോധിച്ചു. ആ നിമിഷങ്ങളിൽ, അവൻ തന്റെ ലക്ഷ്യത്തെക്കുറിച്ചും ഭാവിയെക്കുറിച്ചും വിധിയെക്കുറിച്ചും ചിന്തിച്ചു.

ഇന്ന് രാവിലെ തന്റെ ജോലിയെക്കുറിച്ച് ഒരിക്കൽ കൂടി ചിന്തിച്ചു. ഒടുവിൽ അവൻ ഒഴിയുകയാണ്, നല്ല രീതിയിൽ. മൂന്നാഴ്ചയ്ക്കു ശേഷം പിരിയുമെന്ന് അവൻ അറിയിച്ചു. തന്റെ പുതിയ തുടക്കത്തെ പ്രതീക്ഷയോടെ കണ്ടു. അവൻ തയ്യാറായിരുന്നു. നാല് ഉപഭോക്താക്കൾ അവനുമായി കരാറുറപ്പിച്ചു, മറ്റു രണ്ടു പേരുമായി ചർച്ചകൾ പുരോഗമിക്കുന്നു.

ജോലി ചെയ്യുന്ന സ്ഥാപനത്തിലെ അവന്റെ അവസാന ദിനങ്ങളിലൊന്നായിരുന്നു ഇന്ന്. അവന്റെ തീരുമാനത്തിൽ ഇനി ഒരു മാറ്റമുണ്ടാകില്ല. ഓരോ വർഷവും, തങ്ങളുള്ള സമൂഹത്തിനായി സ്ഥാപനം ഒരു ദിവസം മാറ്റിവെച്ചിരുന്നു. ജീവനക്കാർ, കാരുണ്യപ്രവർത്തികളും മറ്റുമായി ആ ദിവസം ചെലവഴിക്കും. അനാഥാലയങ്ങളിൽ ഭക്ഷണം വിളമ്പുന്നത് മുതൽ പട്ടണത്തിന്റെ ജീർണ്ണിച്ച ഭാഗത്തെ കെട്ടിടങ്ങൾ പെയിന്റ് ചെയ്യുന്നത് വരെയുള്ള ഒട്ടനേകം പ്രവർത്തികൾ അവർ സ്വയം തിരഞ്ഞെടുത്തു ചെയ്യും. ഡേവിഡ്, തനിക്കായുള്ള പ്രവൃത്തി മേലുദ്യോഗസ്ഥനോട് തിരഞ്ഞെടുക്കാൻ ആവശ്യപ്പെട്ടു. "ഏറ്റവും ആവശ്യമുള്ളിടത്ത്" എന്നതിനു നേരെ ഡേവിഡിന്റെ പേര് കുറിച്ചു.

അതവനെ അദ്ഭുതപ്പെടുത്തി. അതുവരെ അവനറിയില്ലായിരുന്നു അങ്ങനൊരു കാര്യമുള്ളത്. പ്രാദേശിക അഭയകേന്ദ്രം. അവരുടെ പ്രവർത്തനങ്ങളെക്കുറിച്ച് അവനൊന്നും അറിയില്ലായിരുന്നു. പക്ഷേ, ഒരു കാര്യം അവനെ വല്ലാതെ അസ്വസ്ഥനാക്കി. ശാന്തമായ സായാഹ്നത്തിൽ ആസ്വദിച്ചു സ്വീകരിക്കേണ്ട ഒന്നല്ല മരണം, അത് ഒഴിവാക്കേണ്ടതാണ്. അവൻ ദീർഘമായി നിശ്വസിച്ചു. ജോലി ചെയ്യുന്ന സ്ഥാപനത്തിലെ തന്റെ അവസാന ദിവസം വരെ കർത്തവ്യങ്ങൾ കൃത്യമായി നിറവേറ്റാൻ കഴിയുമെന്നവൻ വിശ്വസിച്ചു.

അവൻ തെരുവിലേക്കിറങ്ങി, വസന്തകാലത്തിന്റെ തുടക്കത്തിൽ പതിവില്ലാത്ത ഊഷ്മളമായ കാറ്റ് അവനെ അദ്ഭുതപ്പെടുത്തി. മേഘങ്ങൾ കടന്നുവന്ന സൂര്യന്റെ താപം, ഇനിയുള്ള ദിവസങ്ങളിലെ ചൂടിന്റെ മുന്നറിയിപ്പായിരുന്നു. അവൻ പതിയെ നടന്നു, നടപ്പാതയിൽ കളിച്ചുകൊണ്ടിരിക്കുന്ന കുട്ടികൾക്കിടയിലൂടെ, അനാഥാലയത്തിലേക്ക്. സ്ഥലമെത്തി. മുന്നിലെ രണ്ട് വലിയ മരവാതിലുകൾ അവന്റെ ശ്രദ്ധ പിടിച്ചു പറ്റി. ഒരുപാട് തവണ ഈ വഴി പോയിട്ടുണ്ടെങ്കിലും അവനിതുവരെ ശ്രദ്ധിച്ചിരുന്നില്ല. അവിടെയെന്താണെന്ന് നോക്കിയിരുന്നില്ല.

പെട്ടെന്ന്, അവന് പരിഭ്രമം തോന്നി. പ്രതീക്ഷിച്ചതിലുമധികം അസ്വസ്ഥനായി.

മനസ്സ് ദൃഢമാക്കി പടികൾ കയറി, വാതിൽ വലിച്ചു തുറന്നു. വളരെ പരിചയഭാവത്തോടെ, അവനെ അവിടുത്തെ ജീവനക്കാരൻ സ്വാഗതം ചെയ്തു. അവൻ അകത്തു കടന്നു.

“നിങ്ങൾ ഭാഗ്യവാനാണ്.” ഒരു റേഡിയോ ഷോയ്ക്കായി ഓഡിഷനിൽ സംസാരിക്കുന്ന തരത്തിൽ, അയാളുടെ ഗാംഭീര്യം നിറഞ്ഞ സ്വരം ആ മുറിയിൽ പ്രതിധ്വനിച്ചു. “ഞങ്ങളുടെ ഏറ്റവും മികച്ച ഡോക്ടർക്കായാണ് നിങ്ങളെ നിയോഗിച്ചിരിക്കുന്നത്.”

ഡേവിഡിനെ പ്രതീക്ഷിച്ചുനിന്നതുപോലെ ഒരാൾ കടന്നുവന്നു. നല്ല ഉയരമുള്ള ഒരു മനുഷ്യൻ. വെള്ള കോട്ട് ധരിച്ചിരുന്നില്ലെങ്കിലും അദ്ദേഹം ഒരു ഡോക്ടറാണെന്ന് ഡേവിഡ് തിരിച്ചറിഞ്ഞു. ചീകിയൊതുക്കാത്ത തലമുടിയിൽ പാതിയും നരച്ചിരിക്കുന്നു. അദ്ദേഹത്തിന്റെ പുഞ്ചിരിക്കൊപ്പം കണ്ണുകളും തിളങ്ങി. ഒരു രാഷ്ട്രീയക്കാരനെന്നപോലെ, ഇരു കൈകളാലും ഹസ്തദാനം ചെയ്തു – വലതു കൈയാൽ ദൃഢമായി കൈപ്പത്തിയിലും, ഇടതു കൈയാൽ കൈത്തണ്ടയിലും പിടിച്ചു. ഊഷ്മളവും ആത്മാർത്ഥവുമായ ആ സ്വീകരണത്തിൽ അവന്റെ ആശങ്കകൾ ലഘൂകരിക്കപ്പെട്ടു.

“അത് ഞാനാണെന്ന് ഊഹിക്കുന്നു” അദ്ദേഹം ജീവനക്കാരനെ നോക്കി. “ഞാൻ ഡോക്ടർ ആണ്. പക്ഷെ മിക്കവരും എന്നെ ഡോക് എന്നാണ് വിളിക്കുക. നിങ്ങൾ ഡേവിഡ്, അല്ലേ?”

“അതെ, ഞാനാവണം ഡേവിഡ്,” ഡേവിഡ് തിരിച്ചും പുഞ്ചിരിച്ചു. “എനിക്ക് അല്പം പരിഭ്രമമുണ്ട്,” അല്പനേരത്തെ മൌനത്തിനു ശേഷം അവൻ കൂട്ടിച്ചേർത്തു.

“നിങ്ങൾ ഒന്നുകൊണ്ടും വിഷമിക്കേണ്ട.” ഡോക്ടർ പറഞ്ഞു.

"ഇവിടെ നിന്നും പോകുമ്പോൾ, ഈ വരവിൽ നിങ്ങൾ സന്തോഷവാനായിരിക്കും."

അദ്ദേഹം രജിസ്റ്ററിൽ എന്തോ കുറിച്ച ശേഷം ഇടനാഴിയിലൂടെ വേഗം നടന്നു. ഇടയ്ക്കു തിരിഞ്ഞു നോക്കി പറഞ്ഞു, "ഡേവിഡ്, ഇന്ന് നിങ്ങൾ എനിക്കൊപ്പമാണ്. എന്റെ വേഗത്തിനൊപ്പം എത്തണം നിങ്ങൾ!"

അദ്ദേഹം വീണ്ടും നടന്ന് ഒരു വാതിൽ കടന്നു പോയി. ഡേവിഡ് ജീവനക്കാരനെ നോക്കി, അയാൾ തോൾ വെട്ടിച്ചു. അയാൾ അവന് സന്ദർശകർക്കായുള്ള ബാഡ്ജ് നൽകി. ആ പ്ലാസ്റ്റിക് ബാഡ്ജ് വാങ്ങി ഷർട്ടിൽ ഉുക്കിയ ശേഷം ഡോക്ടറെ അന്വേഷിച്ചു പോയി.

വാതിലിനപ്പുറമുള്ള ഇരുട്ടിലേക്ക് മായുന്നതിന് മുന്നേ, അവൻ ഡോക്ടറെ കണ്ടു. അദ്ദേഹം ഇടതുവശത്തുള്ള, രോഗികൾക്കായുള്ളതെന്ന് തോന്നിക്കുന്ന മുറിയിലേക്ക് പോയിരുന്നു. ആ മുറിയുടെ വാതിൽക്കലെത്തിയതും അവൻ മടിച്ചു നിന്നു. അകത്തു നിന്നും ഒരു ശബ്ദം കേട്ടു, "അകത്തേക്കു വരൂ, ഞാൻ ഒന്നും ചെയ്യില്ല."

ഉടൻ തന്നെ ഡോക്ടറുടെ ശബ്ദവും, "ഡേവിഡ്, നിങ്ങൾ ഇന്ന് വരുന്ന കാര്യം എല്ലാവർക്കുമറിയാം. ഒരുപാടുപേർ നിങ്ങളെ കാണാനായി കാത്തിരിക്കുന്നു."

"എന്നെയോ?" ആശ്ചര്യത്താൽ ഡേവിഡിന്റെ ശബ്ദം ഉയർന്നു.

ഡേവിഡ് മുറിയിൽ പ്രവേശിച്ചു. അവൻ പ്രതീക്ഷിച്ചിരുന്ന പോലെയുള്ള ആശുപത്രി മുറിയല്ല, നന്നായി അലങ്കരിക്കപ്പെട്ട ഒരു സ്വീകരണമുറിയായിരുന്നു അത്. കട്ടിലിനരികിലുള്ള കസേരയിൽ ഇരിക്കാൻ ഡോക്ടർ അവനോട് ആംഗ്യം കാണിച്ചു. കിടക്കയിലെ ആൾ ഡേവിഡിനെ തിരിഞ്ഞുനോക്കി. കാഴ്ച മറയ്ക്കുന്ന നരച്ച മുടി ഒതുക്കിവെച്ചു. ആ മനുഷ്യൻ സഹിച്ചതും, എല്ലാ ശസ്ത്രക്രിയകളും എല്ലാ പരിശോധനകളും ഡോക്ടർ ചുരുക്കമായി വിശദീകരിച്ചു. ഈ നിമിഷം അയാൾ അതെല്ലാത്തിൽ നിന്നും മുക്തനായതു പോലെ തോന്നി. "നിങ്ങളുമായി സംസാരിക്കാൻ അവസരം ലഭിച്ചതിൽ എനിക്ക് സന്തോഷമുണ്ട്."

എന്ത് പറയണം എന്നറിയാതെ ഡേവിഡ് മിണ്ടാതിരിന്നു. ആ മുറിയിലെ നിശബ്ദതയിൽ, ഡോക്ടറുടെ പരിശോധനാ യന്ത്രങ്ങളുടെ നേരിയ ശബ്ദങ്ങൾ മാത്രം ഒഴുകിനടന്നു.

“എനിക്ക് മരണത്തെ ഭയമില്ല.” ആ വാക്കുകൾ ഡേവിഡിനെ ഞെട്ടിച്ചു. അനാഥാലയത്തിലേക്കുള്ള വരവ് ഒഴിവാക്കാൻ പറ്റാത്തതാണെങ്കിലും, ഈ വിഷയത്തെക്കുറിച്ചുള്ള സംസാരം അവൻ പ്രതീക്ഷിച്ചിരുന്നില്ല. വാസ്തവത്തിൽ, അവനതിൽ തീരെ താത്പര്യമുണ്ടായിരുന്നില്ല, ഒരിക്കലും ചർച്ച ചെയ്യാനാഗ്രഹിക്കാത്ത വിഷയം. ഫുട്ബോളിനെയോ കാലാവസ്ഥയെയോ പറ്റി സംസാരിക്കാം. ഈ സന്ദർശനം അവനു കുഴപ്പമില്ല, പക്ഷേ മരണമെന്ന വിഷയമാണ് പ്രശ്നം.

എന്നാൽ ആ മനുഷ്യൻ തന്റെ ആസന്നമായ മരണത്തെക്കുറിച്ച് സംസാരിക്കാൻ ഉദ്ദേശിച്ചിരുന്നു. “എനിക്ക് സമാധാനമായി. ഞാൻ എവിടേക്കാണ് പോകുന്നതെന്ന കാര്യത്തിൽ എനിക്ക് വിശ്വാസവും ഉറപ്പും ഉണ്ടെന്ന് മാത്രമല്ല, നിങ്ങളോട് സംസാരിക്കാനുള്ള അവസരവും എനിക്ക് ലഭിച്ചു. നിങ്ങൾ ചെറുപ്പമാണ്, എന്നാൽ ഏത് പ്രായത്തിലും നിങ്ങൾക്ക് ഈ ആശയങ്ങൾ പഠിക്കാനാകും. നിങ്ങൾക്ക് കഴിയുമ്പോൾ നിങ്ങൾ പഠിക്കേണ്ട ഒന്നുണ്ട്:മരണം എന്ന അഗാധതയിലേക്ക് നോക്കിനിൽക്കുമ്പോൾ സാമ്പത്തികം നിങ്ങൾക്കൊരു വിഷയമാകില്ല. നിങ്ങളുടെ നേട്ടങ്ങൾ വിഷയമാകില്ല. നിങ്ങൾ സ്നേഹിക്കുന്നവരെക്കുറിച്ചോർക്കും. നിങ്ങളുടെ ജീവിതോദ്ദേശ്യത്തെക്കുറിച്ചോർക്കും.”

ഡേവിഡ് ആ മനുഷ്യനെ നോക്കി. താൻ ഇതുവരെ കണ്ടതിൽ വെച്ച് ഏറ്റവും മികച്ച പുഞ്ചിരികളിൽ ഒന്നാണ് അയാളുടെ ചുണ്ടുകളിൽ കണ്ടത്. അതിന്റെ ഊഷ്മളത മുറിയിലാകെ പടർന്നു. അവൻ ഡോക്ടറെ നോക്കി. അദ്ദേഹം പരിശോധനാ യന്ത്രങ്ങളിൽ ഒന്നുമായി മല്ലിട്ടുകൊണ്ടിരിക്കുമ്പോഴും രോഗിയിൽ നിന്ന് കണ്ണെടുത്തില്ല.

ഡേവിഡ് ഒരു ദീർഘനിശ്വാസമെടുത്തു. അവൻ വീണ്ടും കസേരയിൽ ചാഞ്ഞിരുന്നു. മരണത്തെ മുഖാമുഖം കണ്ടുകൊണ്ടിരിക്കുന്ന ഒരാളുമായി അവനിതുവരെ സംസാരിച്ചിട്ടില്ല, അവനത് പ്രതീക്ഷിച്ചിട്ടുമില്ല. അയാൾ ഡേവിഡിന്റെ ജീവിതത്തെപ്പറ്റി ചോദിച്ചു, അവർ കുറച്ചു നേരം സംസാരിച്ചു. ആ സമയം അവർ ചുറ്റുപാടുകൾ മറന്നു, ജീവിത യാഥാർത്ഥ്യങ്ങളും അതിന്റെ പ്രസക്തിയും മാത്രമായിരുന്നു അവരുടെ വിഷയം.

ഡോക്ടർ പരിശോധിച്ചു കഴിഞ്ഞു. “നിങ്ങൾക്ക് ഉറങ്ങാൻ സമയമായി.” അദ്ദേഹം പറഞ്ഞു. “ഞങ്ങൾക്ക് മറ്റുള്ളവരെക്കൂടി സന്ദർശിക്കാനുണ്ട്.”

അയാൾ കൈയെത്തി ഡേവിഡിന്റെ കൈയിൽ പിടിച്ചു, ഡേവിഡ് മുന്നോട്ടാഞ്ഞ് അയാളെ ആലിംഗനം ചെയ്തു. ഈ കുറഞ്ഞ സമയം കൊണ്ട് അയാളുമായി ഉണ്ടായ അടുപ്പം വിചിത്രമായിരുന്നു. അത്രയേറെ ബുദ്ധിമുട്ടുകൾക്കും വേദനകൾക്കും ഇടയിലും, അയാളുടെ ചിരി ആയിരം സൂര്യന്റെ പ്രകാശം ചൊരിഞ്ഞു.

ഡോക്ടറും ഡേവിഡും മുറി വിട്ടിറങ്ങി, ഡേവിഡിന് അയാളെക്കുറിച്ചുള്ള ചിന്തകളെ മറികടക്കാൻ കഴിഞ്ഞില്ല.

ഒരു സംഭാഷണത്തിനു സമയം നൽകാതെ ഡോക്ടർ മറ്റൊരു രോഗിയെ കാണാനായി അവനെ കൊണ്ടുപോയി, ശേഷം മറ്റൊരാളെ. അവർ രണ്ടുപേരും ഉറക്കത്തിലായിരുന്നു, പക്ഷേ, ഡോക്ടർ ഒരു സഹായിയായി ഡേവിഡിനെ കൂടെ കൂട്ടി. നാലാമത്തെ ആൾ ഉറങ്ങിയിട്ടില്ലായിരുന്നു, അയാളൊരു കസേരയിലിരിക്കുന്നുണ്ടായിരുന്നു.

ആ മുറിയിൽ ഒരു സോഫയുണ്ടായിരുന്നു. ആശങ്കകളിൽ നിന്ന് മുക്തനായ ഡേവിഡ്, നേരെ ചെന്ന് അതിലിരുന്ന് സ്വയം പരിചയപ്പെടുത്തി. ആ മനുഷ്യൻ ഒരു കർഷകനായിരുന്നു, പക്ഷേ ഒരു സാധാരണക്കാരനല്ല. അയാളുടെ ശാന്തവും സൗമ്യവുമായ പെരുമാറ്റത്തിന് പിന്നിൽ ഒരു കൗശലക്കാരനായ മാനേജരെ ഡേവിഡ് കണ്ടു. അസാമാന്യമായ അച്ചടക്കത്തോടെയാവും അയാളുടെ കൃഷിയുമായി ബന്ധപ്പെട്ട ജോലികൾ നടക്കുന്നുണ്ടാവുക എന്നവൻ ഊഹിച്ചു.

“നിങ്ങളുടെ ചോദ്യത്തിനുള്ള ഉത്തരമിതാണ്, എന്റെ ഹൃദയം,” ഡേവിഡിന്റെ മനസ്സിൽ പോലുമില്ലാത്ത ചോദ്യത്തിന് അയാൾ ഉത്തരം നൽകി. “അതിന്റെ അവസാനമടുത്തു. കഴിഞ്ഞ വർഷമുണ്ടായ ഒരു ഹൃദയാഘാതത്തിനു മുൻപു വരെ ഞാനും നിങ്ങളെപ്പോലൊരു യുവാവായാണ് എന്നെയും കണ്ടിരുന്നത്.” അയാൾ പറഞ്ഞു. “എനിക്ക് പ്രായം കൂടുന്നില്ലെന്ന് വിശ്വസിച്ചു. എന്നാൽ, ഇപ്പോൾ നോക്കൂ. എങ്ങനെയാണിത് സംഭവിച്ചതെന്ന് ഞാൻ സ്വയം ചോദിക്കുകയാണ്.”

എന്ത് പറയണമെന്നറിയാതെ ഡേവിഡ് അയാളെ നോക്കിയിരുന്നു.

“ഹൃദയാഘാതത്തെയല്ല,” കർഷകൻ പറഞ്ഞു. “എന്റെ പ്രായാധിക്യത്തെ.” അയാൾ ചിരിച്ചു. “ബെൻ ഫ്രാങ്ക്ലിൻ ഒരിക്കൽ പറഞ്ഞു, ‘പലരും ഇരുപത്തിയഞ്ചിൽ മരിക്കുന്നു, എഴുപത്തിയഞ്ചിൽ അടക്കം ചെയ്യപ്പെടുന്നു.’” അയാൾ പൊട്ടിച്ചിരിച്ചു.

"ഞാൻ അതിൽ പെടില്ല. ഞാൻ ആസ്വദിച്ച ജീവിച്ചു, എല്ലാം ചെയ്തുതീർത്തു."

ശ്വാസമെടുക്കാനും അല്പം വെള്ളം കുടിക്കാനുമായി കർഷകൻ ഒരു ഇടവേളയെടുത്തു. എന്നിട്ട് തുടർന്നു, "മാറ്റമുണ്ടാക്കാനായി നമ്മളിലോരോരുത്തർക്കും ഒരുപാട് ദിവസങ്ങൾ നൽകപ്പെട്ടിട്ടുണ്ട്; നമുക്കതറിയുകയും ചെയ്യാം. എന്നാൽ ഉള്ളിന്റെയുള്ളിൽ," കർഷകൻ തന്റെ വലിയ കൈ നെഞ്ചിൽ വെച്ചു, "നമ്മൾ വിശ്വസിക്കാൻ തയ്യാറാകുന്നില്ല. ഞാനിപ്പോൾ വിശ്വസിക്കുന്നു. അവസാനം ഞാൻ മനസ്സിലാക്കി. ഞാൻ അതിൽ കൃതാർത്ഥനാണ്, നന്ദിയുള്ളവനാണ്. നല്ലൊരു ജീവിതമാണ് ഞാൻ നയിച്ചത്. കഴിഞ്ഞ കാലത്തോടുള്ള നന്ദി എല്ലാവരെയും അറിയിക്കുന്നതാണ് ഇനിയങ്ങോട്ടുള്ള ദിനങ്ങളിൽ എന്റെ ദൌത്യം."

അവിടെ നിന്നും അവരുടെ സംഭാഷണം, ജീവിതം, ബിസിനസ്സ്, കായികം തുടങ്ങിയ എല്ലാ മേഖലകളും ചർച്ച ചെയ്തു.

ഡോക്ടർ വാതിൽക്കൽ തിരിച്ചെത്തുന്നതു വരെ അദ്ദേഹം ആ മുറി വിട്ടു പോയ കാര്യം പോലും ഡേവിഡ് തിരിച്ചറിഞ്ഞിരുന്നില്ല. എത്ര സമയം പോയെന്നു പോലുമറിയാതെ അവൻ ആ നിമിഷങ്ങൾ ആസ്വദിച്ചു. അവൻ മുന്നോട്ടാഞ്ഞ് കർഷകനെ ആശ്ലേഷിച്ചു, അയാളുടെ ചർമ്മത്തിന്റെ പരപരപ്പ് അവന്റെ മുഖത്ത് അനുഭവപ്പെട്ടു. അയാളവന്റെ തോളിൽ തട്ടി. മറ്റൊരു ദിവസം കാണാൻ വരുമെന്ന് ഡേവിഡ് അയാൾക്ക് വാക്കു നൽകി.

ശേഷം, ഡോക്ടർ അവനെയും കൂട്ടി ഹാളിന്റെ ഒരറ്റത്തുള്ള പടിക്കെട്ടുകൾ കയറി ഓഫീസിലേക്ക് ചെന്നു. "ഇവിടെയുള്ള രോഗികൾ... എന്താണ് പറയേണ്ടത്... വളരെ ശാന്തരാണ്, പൂർണ്ണ സമാധാനമുള്ളവരാണ്. എനിക്ക് ആശ്ചര്യം തോന്നുന്നു," ഡേവിഡ് പറഞ്ഞു. അവനെന്തോ ചിന്തയിലാണ്ടു.

ഡോക്ടർ തലയാട്ടി, എന്നിട്ട് ഇരുവർക്കും ചായ കപ്പിലേക്കൊഴിച്ചു. അവിടെ കണ്ട മനുഷ്യരെക്കുറിച്ചുള്ള തന്റെ നിരീക്ഷണങ്ങൾ ഡോക്ടറോട് പങ്കുവെക്കുകയായിരുന്നു ഡേവിഡ്.

ഡോക്ടർ തന്റെ കസേരയിൽ ഇരുന്നു, "മരണത്തെ കാത്തുകിടക്കുന്നവരിൽ നിന്നും, ജീവിക്കാനുള്ള അവിശ്വസനീയമായ പാഠങ്ങൾ ഞാൻ പഠിച്ചു. ജീവിതം അമൂല്യമാണെന്ന് ഞാൻ പഠിച്ചു. ഓരോ പ്രഭാതത്തിലും സമയം എന്ന സമ്മാനം കൈകളിലെത്തും. വിഷമങ്ങളും ആശങ്കകളും കാരണം പലരും അതിന്റെ ശക്തി കാണാതെ പോകുന്നു. വിഷമതകളെല്ലാം മാറ്റിവെച്ച് ഓരോ

നിമിഷവും ആസ്വദിക്കണം. നിങ്ങളുടെ ഉദ്ദേശ്യം നിങ്ങൾ നിറവേറ്റുമോ ഇല്ലയോ എന്നത് വർത്തമാനകാലത്തെ നിങ്ങളുടെ പ്രവർത്തികളെ ആശ്രയിച്ചിരിക്കുന്നു."

ഡോക്ടർ എഴുന്നേറ്റ് ഷെൽഫിനരികിലേക്ക് നടന്നു. അതിൽ നിന്നും തുകൽചട്ടയുള്ള ഒരു പുസ്തകം കൈയിലെടുത്തു. ഒരു അവയവമെന്ന പോലെ, അത് അദ്ദേഹത്തിന്റെ കൈയിൽ ഒതുങ്ങി നിന്നു.

"നിങ്ങളും?" ഡേവിഡ് ചോദിച്ചു. "*എല്ലാവരുടെ* കൈയിലും ഈ പുസ്തകത്തിന്റെ പ്രതിയുണ്ടോ?"

ഡോക്ടർ ചിരിച്ചു. "സത്യത്തിൽ, പത്ത് പ്രതികൾ ഉള്ളതായിട്ടേ എനിക്കറിയുകയുള്ളൂ. എന്റെ ജീവിതം മാറ്റിമറിച്ച സമ്മാനമാണിത്. ഓരോ തെറ്റുകളും വായിച്ചു, മനസ്സിലാക്കി. അതിലേക്ക് വീഴാതിരിക്കാൻ ഭ്രാന്തമായി പരിശ്രമിച്ചു. അവസാനത്തേത്, ഇവിടെ ജോലി ചെയ്യാൻ തുടങ്ങിയതിനു ശേഷമാണ് ഞാനതിന്റെ സ്വാധീനം ശരിക്കും തിരിച്ചറിച്ചത്."

"എന്താണ് അവസാനത്തെ തെറ്റ്?" ഡേവിഡ് ചോദിച്ചു. "അതറിഞ്ഞിട്ട് മരിച്ചാലും സാരമില്ല." അത് പറഞ്ഞയുടനെ, താൻ എവിടെയാണെന്ന് ഓർത്തു, പറഞ്ഞ വാക്കുകൾ പിൻവലിക്കാൻ കഴിഞ്ഞെങ്കിൽ എന്ന് ആഗ്രഹിച്ചു.

ഡേവിഡിന് മുൻപത്തെ പോലെ, ആ വിഷയത്തോട് അത്ര അസഹിഷ്ണുത തോന്നിയില്ല. ഡോക്ടർ ചിരിച്ചു, "ഇനിയുമൊരുപാട് സമയം നമ്മുടെ പക്കൽ ബാക്കിയുണ്ടെന്ന് കരുതുന്നതാണ് ഒമ്പതാമത്തെ തെറ്റ്."

ഡേവിഡ് തലയാട്ടി. അവൻ ഇവിടെ എത്തിപ്പെട്ടതിന്റെ കാരണം മനസ്സിലാക്കി. ഇക്കഴിഞ്ഞ സംഭവങ്ങളെല്ലാം വിവരിക്കുക അസാധ്യമായിരുന്നു. പക്ഷേ അതിന്റെ ക്രമവും നിഗൂഢതയും അവനാസ്വദിച്ചു. അവൻ തന്റെ കപ്പിലേക്ക് വീണ്ടും കുറച്ച് ചായ പകർന്നു.

ഡോക്ടർ ഡേവിഡിനെ കണ്ണെടുക്കാതെ നോക്കി. "നമ്മുടെ സ്വന്തം മരണത്തെക്കുറിച്ച് ചിന്തിക്കുക പ്രയാസമാണ്. ഓരോ ദിവസവും അതിന്റെ ഉദ്ദേശ്യത്തിനായി ജീവിക്കുന്നു. ഈ രണ്ട് കാര്യങ്ങളെയും കുറിച്ച് ചിന്തിക്കേണ്ടത് പ്രധാനമാണെന്ന് ഞാൻ മനസ്സിലാക്കി : ഒരു വശത്ത്, ഓരോ ദിവസവും അത് ഭൂമിയിലെ നിങ്ങളുടെ അവസാന ദിവസമെന്നവണ്ണം ജീവിക്കുക; അതേസമയം, മറുവശത്ത്, നിങ്ങളുടെ ആദ്യ ദിവസമാണതെന്ന് കരുതുക.

ആദ്യത്തെ ചിന്ത, നിങ്ങളുടെ ജീവിതത്തിന്റെ പ്രസക്തി മനസ്സിലാക്കിത്തരും. നിങ്ങൾക്കു ചുറ്റുമുള്ള, സ്നേഹമുള്ള മനുഷ്യരെക്കുറിച്ചോർക്കും. രണ്ടാമത്തെ ചിന്ത, നിങ്ങളുടെ വീക്ഷണകോണും ലക്ഷ്യബോധവും വിപുലീകരിക്കും. അല്ലെങ്കിൽ, നിങ്ങൾക്ക് ലക്ഷ്യങ്ങൾ ദുഷ്കരമാവുകയും, നേടിയെടുക്കാൻ സാധിക്കാതെ വരികയും ചെയ്യും.

"എന്റെ കുമ്പസാരം : അവസാന ദിവസം എന്നതിനേക്കാൾ, ഒരു തുടക്കം എന്ന് കാണാനായിരുന്നു ഞാൻ ആഗ്രഹിച്ചിരുന്നത്. എന്നാൽ, ഇവിടെ ജോലി ചെയ്യാൻ തുടങ്ങിയതിനു ശേഷം, ഒരു അവസാനമുണ്ടെന്ന ബോധം എന്നിലുണ്ടായി. ആ അറിവ്, ജീവിതത്തിന്റെ പ്രാധാന്യവും പ്രസക്തിയും ദൃഢമാക്കാൻ സഹായിച്ചു. പുതിയൊരു കാഴ്ചപ്പാടിലൂടെയാണ് ഞാനെന്റെ ജീവിതോദ്ദേശ്യത്തെ കാണുന്നത്!"

ഡേവിഡ് തലയാട്ടിക്കൊണ്ടിരുന്നു – അവൻ ചിന്തകളിൽ മുഴുകി, തല കുലുക്കുന്നത് നിർത്താൻ പോലും മറന്നുപോയി.

"സമയം പരിമിതമാണെന്ന് മനസ്സിലാക്കാൻ കഴിഞ്ഞാൽ, അതിന്റെ അടിയന്തിരാവസ്ഥ മനസ്സിലാക്കുന്നതിനോടൊപ്പം തന്നെ, രസകരമായ നിമിഷങ്ങൾ ചെലവിടാനും, അത് ആസ്വാദ്യകരമാക്കാനും കഴിയുന്നു. അതാണ് നേട്ടങ്ങൾ കൈവരിക്കുന്നവരും സാധാരണക്കാരും തമ്മിലുള്ള വ്യത്യാസം. നിങ്ങൾക്കൊരു ശരാശരി മനുഷ്യനായാൽ മതിയോ? മതിയെങ്കിൽ, ആവശ്യത്തിനു സമയമെടുത്തോളൂ!"

"സമയത്തിന്റെ മൂല്യം തിരിച്ചറിയുമ്പോൾ നാം അതിനെ ബഹുമാനിക്കുന്നു. മറ്റൊരാളുടെ സമയം പാഴാക്കാൻ ആഗ്രഹിക്കാത്തതിനാലാണ് നമ്മൾ മീറ്റിംഗുകൾക്ക് പലപ്പോഴും കൃത്യസമയത്തിനെത്തുന്നത്. സമയം ബഹുമാനം അർഹിക്കുന്നു."

അതീവ ശ്രദ്ധയോടെ ഇരിക്കുന്ന ഡേവിഡിനെ നോക്കി ഡോക്ടർ തുടർന്നു. "എന്നാൽ അതിനൊപ്പം തന്നെ ശക്തമായ മറ്റൊന്നുണ്ട്. തിടുക്കം നല്ലതാണ്, പക്ഷേ ഭ്രാന്തമായ വേഗത തെറ്റുകൾക്ക് കാരണമാകും. ചില തീരുമാനങ്ങൾ ഉടനടി പ്രാവർത്തികമാക്കുന്നത് പ്രയോജനകരമാണ്. എന്നാൽ ചിലത് ആലോചിച്ചു വേണം. എന്തുകൊണ്ടാണത്? കാരണം, കാലക്രമേണ സമയം പക്വത പ്രാപിക്കുന്നു, വീര്യം കൂടുന്നു, നിമിഷങ്ങൾ കടന്നുപോകുംതോറും ആശയങ്ങളും സർഗ്ഗാത്മകതയും നെയ്തെടുക്കുന്നു."

"എപ്പോൾ വേഗത്തിൽ നീങ്ങണമെന്നും എപ്പോൾ കൂടുതൽ

സമയം നൽകണമെന്നും എങ്ങനെ മനസ്സിലാക്കും?" ഡേവിഡ് സംശയം പ്രകടിപ്പിച്ചു.

"അത് മനസ്സിലാക്കാൻ സമയമെടുക്കും." ഒരു ഹാസ്യച്ഛവയോടെ ഡോക്ടർ പറഞ്ഞു. "വാസ്തവത്തിൽ, അതാണ് ജ്ഞാനം. എപ്പോൾ പ്രവർത്തിക്കണമെന്നും എപ്പോൾ ചെയ്യരുതെന്നും ജ്ഞാനം പഠിപ്പിക്കുന്നു. ചെറുപ്പത്തിൽ ഞാൻ ഉടനടി പ്രവർത്തിക്കും, പിന്നീടാണ് ചില കാര്യങ്ങൾ ആലോചിച്ച് ചെയ്യാൻ ഞാൻ പഠിച്ചത്."

ഡേവിഡും ഡോക്ടറും സമയത്തെക്കുറിച്ചും സ്വാധീനത്തെക്കുറിച്ചും മാറ്റമുണ്ടാക്കുന്നതിനെക്കുറിച്ചും സംസാരിച്ചു. ഈ പ്രക്രിയയുടെ തുടക്കം മുതൽ, ഡേവിഡിന്റെ മനസ്സിലെ അസ്വസ്ഥതകൾ നീങ്ങി പകരം പ്രതീക്ഷകൾ സ്ഥാനം പിടിച്ചു തുടങ്ങി. അവൻ മടിച്ചു നിന്നില്ല, പാഠങ്ങളെക്കുറിച്ച് ചോദ്യങ്ങൾ ചോദിച്ചു, കൂടുതൽ മനസ്സിലാക്കി. അതിന്റെ ആശയങ്ങളെപ്പറ്റി മാത്രമല്ല, അനുഭവങ്ങളെപ്പറ്റിയും അറിയാൻ ശ്രമിച്ചു. ഓരോ തെറ്റുകളും ഇപ്പോൾ അവന്റെ ചിന്തകളുടെ ഭാഗമാണെന്ന് അവൻ തിരിച്ചറിഞ്ഞു.

"ജീവിതോദ്ദേശ്യത്തെ ആസ്പദമാക്കിയുള്ള രസകരമായ ഒരു കളിയാണ് മനോഹരമായ ജീവിതം. നമ്മുടെ സമയം പരിമിതമായിരിക്കാം, പക്ഷേ സ്നേഹത്തിലൂടെ നമ്മുടെ സ്വാധീനം നമ്മുടെ മരണശേഷവും നിലനിൽക്കുന്നു. മറ്റുള്ളവർക്ക് സമയം നൽകുന്നത്, അവരിൽ ശാശ്വതമായ സ്വാധീനം ചെലുത്താനുള്ള ഏറ്റവും വിലപ്പെട്ട അവസരമാണ്. ആദ്യത്തെ തെറ്റ് ഉദ്ദേശ്യത്തെ സംബന്ധിച്ചുള്ളതാണ്. കാരണം, ഉദ്ദേശ്യം എന്നത് വഴികാട്ടിയാണ്, സമയം നല്ല രീതിയിൽ ഉപയോഗിക്കാൻ സഹായിക്കുന്ന വഴികാട്ടി. അതില്ലാതെ നിങ്ങൾക്ക് ദിശാബോധമുണ്ടാകില്ല."

ഡേവിഡ് ഒന്ന് നടുനിവർത്താനായി കസേരയിൽ നിന്നെഴുന്നേറ്റ് ജനാലയ്ക്കടുത്തേക്ക് ചെന്നു. തെരുവിലെ പതിവില്ലാത്ത നിശബ്ദതയിലേക്ക് നോക്കിനിന്നു. നഗരത്തിന്റെ ഈ ഭാഗത്തെ കെട്ടിടങ്ങളുടെ വാസ്തുശൈലി അവനാസ്വദിച്ചു. തെരുവിന്റെ മൂലയിലായി ഒരു പഴയ ഫോൺ ബൂത്ത്, അതവനെ പഴയ കാലത്തിലേക്ക് നയിച്ചു. ഒരു കടയുടമ തന്റെ കടയുടെ മുൻവശം വൃത്തിയാക്കുന്നു.

ജനലിലൂടെ പുറത്തേക്ക് നോക്കുന്നതിനിടയിൽ, ഡേവിഡിന് പിൻകഴുത്തിന്റെ ഭാഗത്ത് പരിചിതമായൊരു സ്പന്ദനം അനുഭവപ്പെട്ടു. തന്നെ ആരോ നിരീക്ഷിക്കുന്നെന്ന തോന്നൽ വരുമ്പോൾ

അവനിങ്ങനെ സംഭവിക്കാറുണ്ട്. അവൻ തിരിഞ്ഞു നോക്കി, വാതിൽക്കൽ സുന്ദരിയായ ഒരു പെൺകുട്ടി. "ഓഹ്, നിങ്ങൾക്ക് സന്ദർശകരുണ്ടല്ലേ. ഞാൻ പിന്നീട് വരാം." അവൾ പറഞ്ഞു.

അത് ആരാണെന്ന് ഡേവിഡ് ഉടൻ തിരിച്ചറിഞ്ഞു. അത് അവളായിരുന്നു! കടലാസ്സുകൾ കാറ്റിൽ പറത്തിക്കൊണ്ട്, ഈ അവിശ്വസനീയമായ യാത്രയ്ക്ക് തുടക്കമിട്ട യുവതി. അവൻ ആശ്ചര്യം അടക്കിനിർത്താൻ പണിപ്പെട്ടു.

"ആരിയ, ഇതാണ് ഡേവിഡ്." ഡോക്ടർ പറഞ്ഞു. "നിങ്ങൾ രണ്ടുപേർക്കും ഒരുപാട് സംസാരിക്കാനുണ്ടാകും. നിങ്ങൾ രണ്ടു പേരും ഒരേ യാത്രയിലാണ്."

"എനിക്ക് തോന്നുന്നു." ആരിയയുടെ കണ്ണുകളിൽ തിളക്കം. "കുറച്ച് നാളുകൾക്കു മുൻപ്, പുസ്തകശാലയ്ക്ക് പുറത്തു വെച്ച് ഞാൻ നിങ്ങളെ കണ്ടതായി ഓർക്കുന്നു."

ഡേവിഡ് ഞെട്ടലൊതുക്കി. "'നിങ്ങളെ പരിചയപ്പെടുന്നതിൽ സന്തോഷം' എന്ന് പറയാൻ എനിക്കാഗ്രഹമുണ്ട്, പക്ഷേ നമ്മൾ നേരത്തെ പരിചയമുണ്ടെന്ന് മനസ്സ് പറയുന്നു. നിങ്ങളുടെ പേര്... ആരിയ... ബാർടെൻഡർ പറഞ്ഞതായി ഓർക്കുന്നു, ആ മദ്യശാല പണ്ട് ഒരു സത്രമായിരുന്ന കാലത്ത് അതിന്റെ പേര് ആരിയ ആയിരുന്നു എന്ന്."

"യഥാർത്ഥത്തിൽ, അത് എന്റെ പൂർവ്വികരിൽ ഒരാളുടെ ഉടമസ്ഥതയിലായിരുന്നു. നൂറ്റാണ്ടുകളായി, ഞങ്ങളുടെ കുടുംബത്തിൽ ഓരോ തലമുറയിലും ഒരാൾക്കെങ്കിലും ഈ പേരുണ്ടാകും." അവൾ പറഞ്ഞു.

ഡോക്ടർ അവരുടെ ഇടയ്ക്കു കയറി. "തടസ്സപ്പെടുത്തുന്നതിൽ ക്ഷമിക്കണം. ആരിയ, എനിക്കല്പം തിരക്കുണ്ട്. നമുക്ക് പിന്നീട് കാണാം. നിങ്ങൾ രണ്ടു പേരും ചെന്ന് വല്ലതും കഴിക്കൂ, എന്നിട്ട് കൈയിലെ കുറിപ്പുകൾ താരതമ്യം ചെയ്യൂ. അവയിൽ ഒരുപാട് സാമ്യമുണ്ടാകുമെന്ന് എനിക്കുറപ്പുണ്ട്." അദ്ദേഹം കണ്ണിറുക്കിക്കാണിച്ചു. ആരിയ നാണിച്ചു.

"നമുക്ക് പോകാം, വിരോധമില്ലെങ്കിൽ?" ഡേവിഡ് അവളുടെ കണ്ണുകളിലേക്ക് പ്രത്യാശയോടെ നോക്കി പുഞ്ചിരിച്ചു.

"എനിക്കതിൽ സന്തോഷമേയുള്ളൂ." അവൾ മറുപടി പറഞ്ഞു.

ഒരുമിച്ചുള്ള നിമിഷങ്ങൾക്ക് നന്ദി പറഞ്ഞുകൊണ്ട്, വീണ്ടും കണ്ടുമുട്ടാമെന്ന വാക്കു നൽകി ഡേവിഡ് ഡോക്ടറോട് വിട പറഞ്ഞു. അടുത്ത വരവിൽ, തന്റെ പുതിയ സുഹൃത്തുക്കളെ വീണ്ടും

കാണണമെന്നും ബാക്കിയുള്ളവരെ പരിചയപ്പെടണമെന്നും ഡേവിഡ് തീരുമാനിച്ചു.

ഡേവിഡും ആരിയയും അനാഥാലയത്തിൽ നിന്നും പുറത്തിറങ്ങി. അവിടേക്ക് വരുമ്പോഴില്ലാത്ത ഒരു ഊർജ്ജവും ഉന്മേഷവും അവനിൽ ഇപ്പോൾ കാണാമായിരുന്നു. പുറത്തേക്ക് കടക്കുമ്പോൾ, അവൻ കോട്ടിന്റെ കീശയിൽ കൈയിട്ടു. അവനുറപ്പായിരുന്നു പേപ്പർ കഷണം അവിടുണ്ടാകുമെന്ന്. പ്രതീക്ഷിച്ചതു പോലെ, അതവിടെ ഉണ്ടായിരുന്നു.

അവനിപ്പോൾ ഒമ്പത് തെറ്റുകളുമറിയാം, ഓരോന്നും. മാത്രമല്ല, അവസാനം അവനവളെ കണ്ടുമുട്ടി. മനസ്സിൽ ഈണമെന്നപോലെ അവനവളുടെ പേര് വീണ്ടും വീണ്ടും ഉരുവിട്ടു.

അവർ നഗരമധ്യത്തിലൂടെ നടന്നു. അവരുടെ സംഭാഷണങ്ങളിലെ അകൽച്ചയും അപരിചിതത്വവും മാറി. അവർ പലതും ചർച്ച ചെയ്തു.

അന്ന് വൈകുന്നേരം, വീട്ടിൽ തിരിച്ചെത്തിയ ഡേവിഡ് തന്റെ യാത്രയെക്കുറിച്ചോർത്ത് അദ്ഭുതപ്പെട്ടു. പാഠങ്ങൾ ഹൃദിസ്ഥമാക്കാനും അതിലെ ജ്ഞാനം പൂർണ്ണമായി പ്രയോജനപ്പെടുത്തുന്ന വിധത്തിൽ ജീവിക്കുമെന്ന് ഉറപ്പാക്കാനും അവൻ തീരുമാനിച്ചു. അവൻ കീശയിൽ നിന്നും കടലാസ് പുറത്തെടുത്ത് വായിക്കാൻ ആരംഭിച്ചു.

തെറ്റ് #9 :

ഇനിയുമൊരുപാട് സമയം നമ്മുടെ പക്കൽ ബാക്കിയുണ്ടെന്ന് കരുതുന്നത്

ഓരോ ദിവസവും ആകുലതകളിൽ പൊതിഞ്ഞ് സമ്മാനമായി ലഭിക്കുന്ന ഒന്നാണ് സമയം. ആകുലതകളെ ഒഴിവാക്കി സമ്മാനം സ്വീകരിക്കൂ.

നിങ്ങളുടെ ഉദ്ദേശ്യം നിങ്ങൾ നിറവേറ്റുമോ ഇല്ലയോ എന്നത് വർത്തമാനകാലത്തെ നിങ്ങളുടെ പ്രവർത്തികളെ ആശ്രയിച്ചിരിക്കുന്നു.

ഓരോ ദിവസവും ജീവിക്കുക; നിങ്ങളുടെ ആദ്യ ദിനമെന്നപോലെ, അവസാന ദിനമെന്ന പോലെയും.

ജീവിത സമയം പരിമിതമാണെന്ന് അറിയുന്നത്, നിങ്ങളുടെ ജീവിതോദ്ദേശ്യത്തിന്റെ പ്രസക്തിയെ മനസ്സിലാക്കിത്തരുന്നു.

വിജയികളായ ആളുകൾക്ക് സമയത്തിന്റെ വിലയറിയാം.

ചില തീരുമാനങ്ങൾക്ക് സമയത്തിന്റെ പക്വത അനിവാര്യമാണ്. അത്, നിമിഷങ്ങൾ കടന്നുപോകുംതോറും ആശയങ്ങളും സർഗ്ഗാത്മകതയും നെയ്തെടുക്കുന്നു.

മനോഹരമായ ജീവിതം എന്നത് ജീവിതോദ്ദേശ്യത്തെ ആസ്പദമാക്കിയുള്ള രസകരമായ ഒരു കളിയാണ്.

സ്നേഹത്തിലൂടെ നമ്മുടെ സ്വാധീനം നമ്മുടെ മരണശേഷവും നിലനിൽക്കുന്നു.

ഉദ്ദേശ്യം എന്നത് സമയം നല്ല രീതിയിൽ ഉപയോഗിക്കാൻ സഹായിക്കുന്ന വഴികാട്ടിയാണ്.

മൂന്നാം നിയമം

⌘ ⌘ ⌘

ഫിലാഡൽഫിയയ്ക്ക് പുറത്ത്, 1774

റെയ്മണ്ട് അമ്മാവനെ ഓർമ്മപ്പെടുത്തുന്ന അടയാളത്തിലേക്ക് ആരിയ നോക്കിനിന്നു. വേനൽ സൂര്യൻ അവൾക്കു മുന്നിൽ നിഴൽ തീർത്ത്, അവളെ പിന്തുടർന്നു. അമ്മാവന്റെ ശവക്കല്ലറയ്ക്കു മുകളിലെ അദ്ദേഹത്തിന്റെ പേരും, ജനന-മരണ തീയതികളും അദ്ദേഹം മരിച്ചുവെന്ന യാഥാർത്ഥ്യത്തെ ഊട്ടിയുറപ്പിച്ചു. ആ മൂകമായ ഉദ്യാനത്തിൽ വന്നിരുന്ന്, അവൾ അമ്മാവനോട് മൗനമായി മിണ്ടാറുണ്ടായിരുന്നു. മരണശേഷവും അദ്ദേഹം തന്റെ കൂടെയുണ്ടെന്ന് അവൾ അദ്ദേഹത്തെ അറിയിച്ചു. കല്ലറ പണിത ശില്പിയുടെ കലാചാരുതയെ അവൾ മനസ്സിൽ അഭിനന്ദിച്ചു. അതിന്റെ താഴെയായി രേഖപ്പെടുത്തിയ വചനം വായിച്ചു, അതിലെ വൈരുദ്ധ്യം അവളിൽ ചിരിയുണർത്തി. "കർത്താവായ ദൈവം തന്റെ ദാസരായ പ്രവാചകന്മാർക്ക് തന്റെ രഹസ്യം വെളിപ്പെടുത്താതെ ഒന്നും ചെയ്യുന്നില്ല" (ആമോസ് 3:7).

അമ്മാവന്റെയുള്ളിൽ ഒരുപാട് രഹസ്യങ്ങൾ ഒളിഞ്ഞുകിടപ്പുണ്ടായിരുന്നു, ഇപ്പോൾ അവളുടെയുള്ളിലും. അവൾ കല്ലറയ്ക്കു മുകളിലെ പൊടി തട്ടിയകറ്റി. അദ്ദേഹത്തിന്റെ ഓർമ്മകൾ അവളുടെ മനസ്സിലും ചുണ്ടിലും സന്തോഷം വിടർത്തി. അസാധാരണമായ സ്വാധീനമാണ് അദ്ദേഹം അവളിൽ ചെലുത്തിയിരുന്നത്.

താൻ വിവാഹം കഴിച്ച ആളെയും അവരുടെ കുട്ടികളെയും ഗുരുക്കന്മാരെയും കുറിച്ച് ഇന്ന് അവൾ അമ്മാവനുമായി പങ്കുവെച്ചു. വാസ്തവത്തിൽ, തന്റെ ഭാവി ഭർത്താവിനെ ശരിക്കും മനസ്സിലായത്, അയാളെ ഒമ്പത് ഗുരുക്കന്മാരിൽ ഒരാളായി തിര

ഞ്ഞെടുത്തപ്പോഴാണ്. അയാളെ ഒമ്പതുപേരിൽ ഒരാളായി തീരുമാനിച്ച ദിവസം തന്നെ, അയാളെക്കുറിച്ച് അമ്മാവനോട് പറയാൻ അവൾ വന്നു. അങ്ങനെ ചെയ്യുന്നത് അവളിൽ ഒരു സമാധാനമുണ്ടാക്കിയിരുന്നു, ഒരു അടുപ്പം നിലനിർത്താൻ സഹായിച്ചിരുന്നു.

"അമ്മാവാ, മറ്റാരെക്കാളും നിങ്ങൾക്ക് നന്നായി അറിയാമായിരിക്കാം, എങ്കിലും എനിക്ക് തോന്നിയത് പറയാം. തങ്ങൾ പണ്ടു ചെയ്ത തെറ്റുകൾ മനസ്സിലാക്കി, ഇപ്പോൾ അത് പഠിപ്പിക്കുന്നവരാണ് മികച്ച ഗുരുക്കന്മാർ. ഓരോരുത്തർക്കും ചുറ്റിലും ഉണ്ടാകേണ്ടത് ശരിയായ ആളുകളാണെന്നും, അതിന്റെ പ്രാധാന്യമെന്താണെന്നും എന്റെ ഭർത്താവിനറിയാം."

ആ നിമിഷം, പുല്ലിലെ അവളുടെ നിഴലിനു മുകളിലൂടെ മറ്റൊരു നിഴൽ പ്രത്യക്ഷപ്പെട്ടു. അവൾ തിരിഞ്ഞു നോക്കി, സൂര്യൻ അവളുടെ കണ്ണുകളെ മഞ്ഞളിപ്പിച്ചു.

അത് അവനായിരുന്നു. അലക്സാണ്ടർ.

അവൻ വക്രമായി ചിരിച്ചു. അവൾ കൈ നീട്ടി അവന്റെ കൈയിൽ പിടിച്ചു. അവന്റെ യാത്ര, അവന്റെ തെറ്റുകൾ, അവന്റെ സത്യാന്വേഷണം, പിന്നെ ഒടുവിൽ അവൾ. എല്ലാം അവരുടെ കഥയുടെ ഭാഗമായിരുന്നു.

അതെല്ലാം ആരിയയെ അദ്ഭുതപ്പെടുത്തി. അമ്മാവനിൽ നിന്നും ഏറ്റെടുത്ത കാവൽക്കാരൻ എന്ന ചുമതല മുതൽ അവളുടെ കല്യാണം വരെ, അവൾക്കൊന്നും മനസ്സിലായില്ല. പക്ഷേ അവൾ തന്റെ കടമ കൃത്യമായി നിറവേറ്റി. പുസ്തകവും നിയമങ്ങളും എല്ലാ മനുഷ്യർക്കും ലഭ്യമാകുന്ന ദിവസത്തിനായി അവൾ കൊതിച്ചു.

അവൾ അമ്മാവനോട് വിട പറഞ്ഞു. അവളും അലക്സാണ്ടറും ഒരുമിച്ച് വീട്ടിലേക്ക് മടങ്ങി. അവൾ ഉന്മേഷവതിയായിരുന്നു. ഉദ്ദേശ്യശുദ്ധിയോടെ പ്രവർത്തിക്കുമ്പോഴെല്ലാം അവളുടെ ഊർജ്ജം കുതിച്ചുയർന്നു. ഫിലാഡൽഫിയയിൽ നിന്നും മാറി അവരിരുവരും കൂടി ഒരു പ്രാദേശിക സത്രം നടത്തിപ്പോന്നു. മറ്റുള്ളവരിലേക്ക് തെറ്റുകളെക്കുറിച്ചുള്ള അറിവ് പകരുന്നത് അവർ ആസ്വദിച്ചു. ഈ പുസ്തകം സമൂഹത്തിൽ എത്രത്തോളം സ്വാധീനം ചെലുത്തുമെന്നവർ ആശ്ചര്യപ്പെട്ടു.

വീട്ടിൽ തിരിച്ചെത്തിയ ആരിയ, ഒളിച്ചുവെച്ച പുസ്തകം കൈയിലെടുത്തു. അവളത് ഇടയ്ക്കിടെ വായിക്കാറുണ്ടായിരുന്നു.

അന്ന് വൈകുന്നേരം കാവൽക്കാരന്റെ മൂന്നാം നിയമം വായിച്ചു. ചെറിയ ചില വാക്യങ്ങളിൽ ഒതുങ്ങിയ ആ നിയമത്തിന്റെ സാരം ഉൾക്കൊള്ളാനായി അവൾ പല തവണ വായിച്ചു. എത്ര തവണ അവൾ ഈ പാഠങ്ങൾ വായിച്ചുകാണും? ചുരുങ്ങിയത്, നൂറ് കണക്കിന് തവണ.

എല്ലാം ലോകത്തിന് മുന്നിൽ വെളിപ്പെടുത്തുന്നത് വരെ കാവൽക്കാരൻ മാത്രമേ ഈ പേജ് വായിക്കൂ. തലമുറകളായി അതങ്ങനെയാണ്.

ആരായിരിക്കും ഇത് എഴുതിയിട്ടുണ്ടാവുക, എത്ര കാലമായിക്കാണും, അവൾ ചിന്തിച്ചു.

അവൾ ശബ്ദം താഴ്ത്തി വീണ്ടും വായിച്ചു:

വിശ്വാസ നിയമം

വിശ്വാസ നിയമം, മൂന്നാമത്തേതും അവസാനത്തേതുമായ നിയമമാണ്. സർവ്വശക്തൻ നിങ്ങളെ സൃഷ്ടിച്ചിട്ടുണ്ടെങ്കിൽ, അതിനൊരു ഉദ്ദേശ്യവും കാണും. നിന്നിൽ വിശ്വസിക്കുക. അസാധ്യമെന്നും അസംഭവ്യമെന്നും കരുതുന്നതാണ് നിങ്ങളുടെ കഴിവുകളുടെ ഏക ശത്രു.

നിങ്ങളുടെ കഴിവിൽ അചഞ്ചലവും, സുദൃഢവും, സുസ്ഥിരവുമായ വിശ്വാസം വളർത്തിയെടുക്കുക. നിങ്ങളുടെ വിശ്വാസത്തിനൊപ്പം തന്നെ നിങ്ങളുടെ ലക്ഷ്യവും അഭിവൃദ്ധിപ്പെടും. നിങ്ങളിലെ സാധ്യതകൾക്ക് പരിധികളില്ല.

നിങ്ങളുടെ വിശ്വാസങ്ങൾ പരുന്തിനെപ്പോലെ ഉയരെ പറക്കട്ടെ. നിങ്ങളുടെ സ്വന്തം വിശ്വാസങ്ങളേക്കാൾ ഉയരത്തിൽ ഉയരാൻ നിങ്ങൾക്ക് കഴിയില്ല. ഏറ്റവും പ്രധാനമായി, നിങ്ങൾക്കാവുന്ന പോലെ മറ്റുള്ളവരിൽ വിശ്വാസം വളർത്താൻ സഹായിക്കുക. ഏറ്റവും പ്രധാനപ്പെട്ടതെന്തെന്നാൽ, ഒരിക്കൽ വിശ്വാസം ഉയർന്നു തുടങ്ങിയാൽ പിന്നെ അസാധ്യമായതൊന്നും തന്നെയില്ല.

ഓരോ തവണ വായിക്കുമ്പോഴും പുതിയ അർത്ഥങ്ങളാണ് ആരിയയ്ക്ക് ഈ സന്ദേശത്തിൽ നിന്നും ലഭിക്കുന്നുണ്ടായിരുന്നത്.

സന്ദേശം ശക്തമായിരുന്നു.

അവൾ പേജ് മറിച്ചു. കാവൽക്കാരനായുള്ള സൂചനകൾ വായിച്ചു : ആ ഒമ്പത് പേരെ എങ്ങനെ തിരഞ്ഞെടുക്കാം, പ്രത്യേകിച്ച് കാവൽക്കാരന്റെ മൂന്ന് നിയമങ്ങൾ പാലിക്കുന്നവരെ കണ്ടെത്തൽ; ഓരോ കാവൽക്കാരനും എങ്ങനെ പുതിയൊരു ഇടം കണ്ടെത്തി അങ്ങോട്ടേക്ക് മാറണം, എങ്ങനെ ഗുരുക്കന്മാരെ കണ്ടെത്തണം; തങ്ങളുടെ പക്കലാണ് പുസ്തകത്തിന്റെ യഥാർത്ഥ പ്രതികൾ ഉള്ളതെന്നും, അവരെപ്പോലെ തന്നെ ബാക്കി എട്ട് പേരും ലോകത്തിന്റെ പല ഭാഗങ്ങളിലായി സന്ദേശം പ്രചരിപ്പിക്കുകയാണെന്നുമുള്ള കാര്യങ്ങളെക്കുറിച്ച് അവരുടെ ധാരണയെന്തായിരിക്കും. അവരിൽ എത്രപേർ ഉണ്ടായിരുന്നു, അവൾക്കറിയില്ല. ഈ ജീവിതകാലം മുഴുവൻ ശ്രമിച്ചാലും തനിക്ക് മനസ്സിലാക്കാൻ പറ്റാത്ത പല നിഗൂഢതകളും ഇനിയും ഒളിഞ്ഞു കിടപ്പുണ്ടെന്ന് അവൾക്കറിയാം.

കാവൽക്കാരന്റെ നിയമങ്ങളും, മനസ്സിലാക്കി പഠിക്കും തോറും അത് തന്നിലെ നേതാവിനെ എത്രയധികം ശക്തിപ്പെടുത്തുന്നുവെന്നുമോർത്ത് ആരിയ ആശ്ചര്യപ്പെട്ടു.

അവൾ അവസാന പേജ് കൈയെഴുത്തുപ്രതിയിലേക്ക് തിരികെ വെച്ച് ജനാലയിലൂടെ പുറത്തേക്ക് നോക്കി. പഠിതാവിനെ തിരഞ്ഞെടുക്കുന്നത് അവൾ ഒറ്റയ്ക്കല്ലെന്ന് അറിയാമെങ്കിലും, തെറ്റുകളെക്കുറിച്ച് പഠിക്കാൻ യോഗ്യനായ അടുത്ത വിദ്യാർത്ഥിയെ കണ്ടെത്താൻ സമയമായിരിക്കുന്നു. ആളുകളെയും സാഹചര്യങ്ങളെയും അനുകൂലമാക്കുന്നത് നിഗൂഢതയുടെ ഭാഗമായിരുന്നു. അവളതിനെ ഈശ്വരേച്ഛ എന്നു വിളിച്ചു. എന്നിരുന്നാലും, *തെറ്റുകളുടെ പുസ്തക*-ത്തിലെ ശക്തമായ സന്ദേശങ്ങൾ ഉൾക്കൊള്ളാൻ സന്നദ്ധരായ വിദ്യാർത്ഥികളുമായി അത് പങ്കുവെക്കുന്നത് അവൾ ആസ്വദിച്ചു.

⌘⌘⌘

ഉപസംഹാരം

അതൊരു ശനിയാഴ്ച പകലായിരുന്നു, ഡേവിഡ് നേരത്തെ ഉണർന്നു. അല്പനേരം കൂടി ഉറങ്ങാൻ ആഗ്രഹിച്ചുവെങ്കിലും അവന്റെ മനസ്സ് അതിനനുവദിച്ചില്ല. പലപല ചിന്തകൾ അവന്റെ ശ്രദ്ധ പിടിച്ചുപറ്റാനായി വടംവലി നടത്തി. അവന് ഉറങ്ങാൻ കഴിഞ്ഞില്ല.

ഇത്രയും നാൾ അവനെ ഉണർത്തിയിരുന്നത് ജോലി സംബന്ധമായ സമ്മർദ്ദങ്ങളും ഭയവും അനാവശ്യ ചിന്തകളുമായിരുന്നുവെങ്കിൽ, കഴിഞ്ഞ കുറേ ദിവസങ്ങളായി അവനെ ഉണർത്തുന്നത് ലക്ഷ്യങ്ങളാണ്. അവന്റെ സ്വപ്നങ്ങൾ, അവന്റെ പ്രതീക്ഷകൾ അവനിൽ ഉന്മേഷവും ഊർജ്ജവും നിറച്ചു. സ്വപ്നമെന്ന പുഷ്പകവിമാനം തന്റെ യാത്രകൾ സുഗമമാക്കുകയാണെന്നവൻ പലപ്പോഴും ചിന്തിച്ചു.

മറ്റുള്ളവർ തന്റെ മേൽ പതിപ്പിച്ച മുദ്രകൾ അവനെ പരിമിതപ്പെടുത്തിയില്ല. ചില അവസരങ്ങളിൽ, മറ്റൊരാളുടെ സ്വപ്നങ്ങൾക്കോ വ്യാഖ്യാനങ്ങൾക്കോ അനുസൃതമായി പ്രവർത്തിക്കുന്നതും, സ്വന്തം ഒഴികഴിവുകളെ ആശ്രയിക്കുന്നതും സ്വയം മനസ്സിലാക്കാനും, അവനെ മുന്നോട്ടു പോകാൻ അനുവദിക്കാത്ത അത്തരം അദൃശ്യമായ തടസ്സങ്ങളെ തന്റെ ചിന്തകളുടെ ശക്തിയാൽ തകർക്കാനും അവനു സാധിക്കുന്നു. തന്റെ ലക്ഷ്യങ്ങളുടെ മേലുള്ള മറ്റുള്ളവരുടെ സ്വാധീനം അവൻ പിന്നീട് അനുവദിച്ചില്ല.

അവന്റെ സുഹൃത്തുക്കൾ, കുറഞ്ഞ പക്ഷം അവനുമായി അധിക സമയം ചിലവഴിക്കുന്നവർ, അവരെല്ലാം അവന് പ്രോത്സാഹനവും പ്രചോദനവുമായിരുന്നു. ഓരോ സുഹൃത്തും ശ്രുതിയിലലിഞ്ഞ സ്വരമായിരുന്നു. അവരെല്ലാം ഒത്തുചേർന്നപ്പോൾ അവന്റെ ആത്മാവിലത് മനോഹര സംഗീതമായി മാറി. അവനു ലഭിച്ച പാരിതോഷികമായിരുന്നു അവന്റെ സുഹൃത്തുക്കൾ, അതിലവൻ നന്ദിയുള്ളവനായിരുന്നു. അതിൽ ഏറ്റവും

മികച്ച സുഹൃത്ത് ഭാര്യയായിരുന്നു, തന്റെ ലക്ഷ്യത്തിന്റെ ഭാഗമാണെന്ന് അവൻ ഉറപ്പിച്ചു പറയാറുള്ള കൂട്ടുകാരി. ആരിയയുടെ സാന്നിദ്ധ്യം അവനിൽ പൂർണ്ണത കൊണ്ടുവന്നു, അവനാഗ്രഹിച്ച മനുഷ്യനാവാൻ അവനു കഴിഞ്ഞു.

ഇന്നത്തെ ശനിയാഴ്ച പ്രഭാതം, സൂര്യനു മുന്നേ ഉണർന്ന അവൻ, അവളെ ആദ്യമായി ഉദ്യാനത്തിൽ വെച്ചു കണ്ട ഓർമ്മകളിലേക്കു പോയി. പേപ്പറുകളുമായി കാറ്റിനൊപ്പം മല്ലിടുന്ന അവൾ. രസകരമെന്തെന്നാൽ, ഒരേ യാത്രയുടെ സമാന്തര ശ്രേണികളിലായിരുന്നു അവർ. എങ്ങനെയോ അവരുടെ അനുഭവങ്ങൾ കോർത്തിണക്കപ്പെട്ടു. വർഷങ്ങൾക്കു മുൻപ്, വൃദ്ധനുമായുള്ള ആദ്യ കൂടിക്കാഴ്ചയിൽ അവളുണ്ടായിരുന്നില്ല. പക്ഷേ അവൾ സ്വന്തം പാതയിലൂടെ തെറ്റുകളെക്കുറിച്ച് പഠിച്ചു.

അവരുടെ യാത്രയിലെ നിഗൂഢതകളെപ്പറ്റി അവൾ ചിന്തിക്കാറുണ്ടെങ്കിലും, പൂർണ്ണമായി മനസ്സിലാക്കാൻ അവർക്കിരുവർക്കും കഴിഞ്ഞില്ല.

അവൻ തന്റെ പഠനമുറിയിലേക്ക് പോയി. പുസ്തകങ്ങളും അവന്റെ പേപ്പറുകളും നിറഞ്ഞ ഒരിടം. മുറിയുടെ ഒരറ്റത്തുണ്ടായിരുന്ന നെരിപ്പോടിലേക്ക് തീ കൂട്ടിയ ശേഷം, അവൻ പഴകിയ തുകൽ പുസ്തകം എടുത്തു.

തെറ്റുകളുടെ പുസ്തകം, മുൻകാല അനുഭവത്തിന്റെ ജ്ഞാനം ഉൾക്കൊള്ളുന്ന പുസ്തകം. വൃദ്ധൻ തന്റെ കൈയിലെ പകർപ്പ് ദമ്പതികൾക്ക് നൽകിയത് ഒരേയൊരു നിബന്ധനയോടെയാണ് : പുസ്തകത്തിലെ ജ്ഞാനം അന്വേഷിക്കുന്നവർക്ക് അത് പകർന്നു നൽകാനായി ദമ്പതികൾ പ്രവർത്തിക്കണം. കാവൽക്കാരൻ എന്ന നിലയിൽ, അദ്ദേഹം സദാ പരിശ്രമിക്കുമായിരുന്നു. പുസ്തകത്തിലെ അറിവ് അനശ്വരമായി നിലനിൽക്കുമെന്ന് ഉറപ്പാക്കാൻ അദ്ദേഹം എപ്പോഴും പഠിപ്പിക്കുകയും പ്രവർത്തിക്കുകയും ചെയ്തു.

തന്റെ പ്രിയപ്പെട്ട കസേരയിൽ ഇരിക്കാനായി ചെല്ലുന്നതിനിടയിൽ, ഡേവിഡ് തന്റെ പ്രതിബിംബം കണ്ണാടിയിൽ കണ്ടു. താനിപ്പോൾ ഒരു യുവാവല്ല. മുടി നരച്ചു തുടങ്ങിയിരിക്കുന്നു, പേശികളിൽ ചുളിവുകൾ വീഴുന്നു. അവൻ കസേരയിലിരുന്ന്, പുസ്തകം തഴുകിക്കൊണ്ട് ചിന്തയിലാണ്ടു. ചുവരിലെ കലാകാരിയുടെ ചിത്രങ്ങളിലൊന്നിലേക്ക് അവൻ കണ്ണോടിച്ചു. ഒമ്പത് പുതിയ ഗുരുക്കന്മാരെ തേടുന്ന കാവൽക്കാരനെന്ന പദവിയിലേക്കുള്ള യാത്രയ്ക്കിടയിലും, ആ കലാകാരി ഇവരുടെ അടുത്ത സുഹൃത്തുക്കളിൽ ഒരാളായി തുടർന്നു.

പുസ്തകം തുറന്നപ്പോൾ വൃദ്ധന്റെ ഒരു കത്ത് അവന്റെ മടിയിലേക്ക് വീണു. ആ വാക്കുകൾക്ക് ശബ്ദമുള്ളതുപോലെ. കാരണം, വൃദ്ധൻ ആ മുറിയിൽ തന്നോടൊപ്പമിരുന്നു സംസാരിക്കുന്നതുപോലെ അവന് അനുഭവപ്പെട്ടു.

കത്തിലെ ആദ്യവരി അവൻ ഓർത്തു. അവസാനത്തെ തെറ്റ് മനസ്സിലാക്കി മാസങ്ങൾക്ക് ശേഷം ആ കഫേയിലേക്കുള്ള രണ്ടാമത്തെ സന്ദർശനത്തിൽ വൃദ്ധൻ അവന് നൽകിയ ഒന്നാണിത്.

“ജീവിതം അർത്ഥവത്താക്കൂ; പ്രകാശവും സ്നേഹവും പ്രതീക്ഷയും ഉള്ള ഒന്ന്. നിങ്ങളുടെ തീരുമാനങ്ങൾക്ക്, നിങ്ങളുടെ ലക്ഷ്യങ്ങളിലേക്കുള്ള ചിറകുകളാകാനും കഴിയും, ശരാശരി ജീവിതം എന്ന കാരാഗൃഹമാകാനും കഴിയും.”

കസേരയിലേക്ക് ചാരി നിന്ന്, ആ വാക്കുകൾ താൻ പിന്തുടരുന്നുണ്ടെന്ന ആത്മവിശ്വാസത്തോടെയും ഉറപ്പോടെയും അവനത് വീണ്ടും വായിച്ചു. അവൻ കീശയിൽ കൈയിട്ടു, അതിൽ കുറച്ച് നാണയങ്ങളുണ്ടായിരുന്നു. ഒരാളുടെ മൂല്യം നിർണ്ണയിക്കുന്നത് മറ്റുള്ളവരല്ല എന്ന് തന്നെ പഠിപ്പിച്ച ബാങ്കുടമ നൽകിയ നാണയങ്ങളായിരുന്നു അത്. അന്ന് മുതൽ, അതവന്റെ കൈയിലുണ്ട്, സുരക്ഷിതമായി.

അവൻ കസേരയിലിരുന്ന് എന്തോ ഓർത്ത് പുഞ്ചിരിച്ചു. ഇന്ന് പ്രാതൽ സമയത്ത്, പുതുതായി തിരഞ്ഞെടുത്ത ഒരാളുമായി കൂടിക്കാഴ്ചയുണ്ട്; താൻ അറിവ് പകർന്നു നൽകിയ നിരവധി പേരുടെ പട്ടികയിലേക്ക് ഒരാൾ കൂടി ചേരാൻ പോകുന്നു. അതവന്റെ ജീവിതത്തിന്റെ ഭാഗമാണ്, വൃദ്ധനു നൽകിയ വാക്കാണ്, ജീവിതോദ്ദേശ്യങ്ങളിൽ ഒന്നാണ്.

നിങ്ങളുടെ തീരുമാനങ്ങൾക്ക്, നിങ്ങളുടെ ലക്ഷ്യങ്ങളിലേക്കുള്ള ചിറകുകളാകാനും കഴിയും, ശരാശരി ജീവിതം എന്ന കാരാഗൃഹമാകാനും കഴിയും.

മുന്നോട്ടു പോകാൻ അനുവദിക്കാത്ത അദൃശ്യമായ തടസ്സങ്ങളെ, ചിന്തകളുടെ ശക്തിയാൽ തകർത്തെറിയുക.

ജീവിതം അർത്ഥവത്താക്കൂ; പ്രകാശവും സ്നേഹവും പ്രതീക്ഷയും ഉള്ള ഒന്ന്.

വിജയകരമായ ഭാവിയിലേക്കുള്ള 9 രഹസ്യങ്ങൾ

1. സ്വന്തം സ്വപ്നത്തെ പിന്തുടരുക.
2. നിങ്ങളുടെ യഥാർത്ഥ മൂല്യം സ്വയം തിരിച്ചറിയുക.
3. ഒഴികഴിവുകളെ ഒഴിവാക്കുക.
4. ശരിയായ ആളുകളുമായി കൂട്ടുകൂടുക.
5. നിങ്ങളുടെ സുരക്ഷിത മേഖലയ്ക്ക് പുറത്തേക്ക് സഞ്ചരിക്കുക.
6. നിശ്ചയദാർഢ്യത്തോടെയും ലക്ഷ്യബോധത്തോടെയും വെല്ലുവിളികളെ മറികടക്കുക.
7. വേറിട്ടു നിൽക്കുക.
8. നിങ്ങളുടെ വിജയസാധ്യതകൾക്ക് പരിധികളില്ലെന്ന ബോധ്യത്തോടെ സധൈര്യം പ്രവർത്തിക്കുക.
9. ലക്ഷ്യങ്ങൾക്ക് മുൻഗണന നൽകി ജീവിതം നയിക്കുക.

കൃതജ്ഞത

ഇരുപത്തിയഞ്ച് വർഷങ്ങളായി, എന്റെ ഭാര്യയാണ് എന്റെ ഏറ്റവും വലിയ അഭ്യുദയകാംക്ഷി. നീയുമായി ജീവിതം പങ്കിടാൻ കഴിഞ്ഞാൽ അതീവ സന്തോഷവാനാണ് ഞാൻ. നന്ദി, അനീറ്റ, നമ്മുടെ കുടുംബത്തിനു വേണ്ടി നീ ചെയ്യുന്ന എല്ലാത്തിനും, എന്റെ സത്യാന്വേഷണത്തിന് മാതൃകയായതിനും.

ഈ പുസ്തകമെഴുത്തിന്റെ ഓരോ ഘട്ടത്തിലും, ഇതിലെ ആശയങ്ങളെയും കഥാപാത്രങ്ങളെയും കുറിച്ച് ചർച്ച ചെയ്യാൻ തയ്യാറായ എന്റെ മകൾ ജോയിക്ക് നന്ദി. നീ സ്വന്തമായി പുസ്തകമെഴുതി പ്രസിദ്ധീകരിക്കാൻ തുടങ്ങുമ്പോൾ, അതിലേറ്റവും കൂടുതൽ സന്തോഷിക്കുന്നത് ഞാനായിരിക്കും.

എന്റെ ജീവിതത്തിൽ അതുല്യമായ സ്നേഹവും അസാധാരണമായ സ്വാധീനവും നൽകിയ എന്റെ അമ്മ, അച്ഛൻ, സഹോദരൻ. ലോകത്തെ സ്വാധീനിക്കുന്നതിനിടയിൽ ഒരുപാട് കാര്യങ്ങൾ മറ്റുള്ളവരിൽ നിന്നും നമുക്ക് പഠിക്കാൻ പറ്റി; എത്ര മികച്ചൊരു അനുഭവമാണ് നമ്മുടെ കുടുംബത്തിലൂടെ എനിക്ക് ലഭിച്ചത്.

എന്റെ പ്രസാധകനാകുന്നതിന് വളരെ മുമ്പുതന്നെ എന്റെ സുഹൃത്തായിരുന്ന റോൾഫ് സെറ്റർസ്റ്റന് നന്ദി. നമ്മുടെ സൗഹൃദത്തിന്റെ ആദ്യ നാളുകൾ മുതൽ തന്നെ, നിങ്ങളെന്റെ പ്രോത്സാഹനമായിരുന്നു. സെന്റർ സ്ട്രീറ്റിലുള്ള ടീമിന് നന്ദി. പ്രത്യേകിച്ച്, എന്റെ എഡിറ്ററായ ക്രിസ്റ്റീന ബോയ്സ്; ആദ്യമായി എഴുതുന്ന എന്നെ പല ഘട്ടങ്ങളിലൂടെ നയിച്ചത് നിങ്ങളാണ്. ഈ പുസ്തകം യാഥാർത്ഥ്യമാക്കാൻ സഹായിച്ച പാറ്റ്സി ജോൺസ്, കാറ്റി കോണേഴ്സ്, കാറ്റി ബ്രോഡ്സ്സ്, കൂടാതെ ഹാച്ചെറ്റ് ബുക്ക് ഗ്രൂപ്പിലെ പലർക്കും നന്ദി.

എന്റെ ഏജന്റായ ഷാനൻ മാർവെനും, ഡ്യൂപ്രീ മില്ലറിലെ

അവരുടെ മികച്ച ടീമിനും ഞാൻ നന്ദി പറയുന്നു. അവർ തങ്ങളുടെ ഭാഗം മികച്ച രീതിയിൽ ചെയ്തു.

നന്ദി സ്റ്റീവ് പേറ്റ്. എന്റെ എഴുത്തിന്റെ ആരംഭത്തിലെ പതിപ്പുകൾ വായിച്ച് വിലപ്പെട്ട അഭിപ്രായങ്ങൾ തന്നതിനും, അത് പ്രസിദ്ധീകരിക്കാനുള്ള പ്രോത്സാഹനത്തിനും.

പുസ്തകങ്ങളിലൂടെയും സെമിനാറുകളിലൂടെയും ചർച്ചകളിലൂടെയും പലരുടെയും ഉപദേശത്തിന്റെ ഗുണഭോക്താവാണ് ഞാൻ. ആ അറിവുകൾ ഈ താളുകളിലേക്ക് പകർന്നിട്ടുണ്ട്. അവയെല്ലാം പട്ടികയിട്ടു പറഞ്ഞു തുടങ്ങിയാൽ, ഈ പുസ്തകത്തിന്റെ പേജുകളുടെ എണ്ണം ഇരട്ടിയാകും. എന്റെ സ്വപ്നങ്ങൾ സാക്ഷാത്കരിക്കാൻ പ്രോത്സാഹിപ്പിക്കുകയും വെല്ലുവിളിക്കുകയും ചെയ്യുന്ന ആളുകളെക്കൊണ്ട് ദൈവം എന്റെ ജീവിതത്തെ നിറച്ചിരിക്കുന്നു.

അവസാനമായി, ഈ പുസ്തകം വായിക്കുന്നതിനും അതിലെ സന്ദേശം മറ്റുള്ളവരുമായി പങ്കുവയ്ക്കുന്നതിനും നിങ്ങൾക്ക് നന്ദി.

രചയിതാവിനെക്കുറിച്ച്

സ്കിപ്പ് പ്രിച്ചാർഡ് ആഗോള തലത്തിൽ പ്രഗത്ഭനായ ഒരു സിഇഒ ആണ്. കൂടാതെ, ഉയർച്ചയുടെ പടവുകൾ കയറിയ ബിസിനസ്സ് നേതാവും, മുഖ്യ പ്രഭാഷകനും. സ്ഥാപനങ്ങളുടെ കാര്യങ്ങൾ വിജയകരമായി പുനഃസ്ഥാപിക്കുന്നതിലും, ഫലങ്ങൾ അവിശ്വസനീയമായ രീതിയിൽ മെച്ചപ്പെടുത്തുന്നതിലും പ്രശസ്തൻ. *ഇൻക്* മാസികയിൽ, മികച്ച 100 നേതൃത്വ പ്രാസംഗികരിൽ ഒരാളായി തിരഞ്ഞെടുക്കപ്പെട്ടിട്ടുണ്ട്. നേതൃത്വം, വ്യക്തിത്വ വികസനം മുതൽ കോർപ്പറേറ്റ് വഴിത്തിരിവുകൾ, സംസ്കാര മാറ്റങ്ങൾ വരെയുള്ള വിഷയങ്ങളിൽ സ്ഥിരം മുഖ്യ പ്രഭാഷകനാണ്. *ഹാർവാർഡ് ബിസിനസ്സ് റിവ്യൂ*, സാമൂഹ്യ സിഇഒ-കളിലെ "റിലെന്റ്ലെസ്സ് ഗിവർ", "സ്റ്റാന്റ് ഔട്ട് എക്സാമ്പിൾ" എന്നീ പേരുകൾ ചാർത്തി ആദരിച്ചു. അദ്ദേഹത്തിന്റെ ലീഡർഷിപ്പ് *ഇൻസൈറ്റ്സ്* ബ്ലോഗിന് നിരവധി അവാർഡുകൾ ലഭിച്ചിട്ടുണ്ട്, കൂടാതെ സ്റ്റേറ്റ് സെക്രട്ടറി കോണ്ടലീസ റൈസ് മുതൽ ജേർണലിസ്റ്റ് ഡാൻ റാതറും ബേസ്ബോൾ മഹാനായ ജോൺ സ്മോൾട്ട്സും വരെയുള്ള നൂറുകണക്കിന് പ്രശസ്തരുമായി അദ്ദേഹം അഭിമുഖം നടത്തിയിട്ടുണ്ട്. *ബിബിസി, ന്യൂയോർക്ക് ടൈംസ്, സിഎൻഎൻ, എൻപിആർ, ഡെയ്‌ലി ബീസ്റ്റ്, ഹാർവാർഡ് ബിസിനസ്സ് റിവ്യൂ, ഇൻഫർമേഷൻ ടുഡേ, ബുക്ക് സെല്ലർ, പബ്ലിഷേഴ്സ് വീക്ക്‌ലി, ക്രിസ്ത്യൻ റീട്ടെയിലിംഗ്, ലൈബ്രറി ജേർണൽ* എന്നിവയുൾപ്പെടെയുള്ള നിരവധി അച്ചടി, പ്രക്ഷേപണ മാധ്യമങ്ങളിൽ അദ്ദേഹത്തിന്റെ പഠനങ്ങൾ പ്രദർശിപ്പിച്ചിട്ടുണ്ട്. ഭാര്യ അനീറ്റയ്ക്കും മകൾ ജോയിക്കും ഒപ്പം, ഒഹായോയിലും ടെന്നസിയിലുമായി താമസിക്കുന്നു. skipprichard.com-ൽ രചയിതാവുമായി ബന്ധപ്പെടുക.

രഘുരാജ് പനങ്ങാട്ട്

പാലക്കാട് ജില്ലയിൽ ജനനം. ബിസിനസ്സ് അഡ്മിനിസ്ട്രേഷനിൽ ബിരുദാനന്തര ബിരുദം. Lettersbay Consultancy-യുടെ സീനിയർ എഡിറ്ററായി പ്രവർത്തിച്ചിട്ടുണ്ട്. വിവർത്തകനായും എഡിറ്ററായും സാഹിത്യമേഖലയിൽ സജീവമായി പ്രവർത്തിക്കുന്നു.

വിവർത്തനങ്ങൾ : *സംയുക്ത പ്രഭാവം* (The Compound Effect), *ഷാവോലിൻ* (Shaolin), *അമിതചിന്താ പരിഹാരം* (The Overthinking Cure), *ശക്തി* (The Power – The Secret Series), *ഇന്ന് തന്നെ ചെയ്യൂ* (Do It Today), *മധ്യവേനൽ നിഗൂഢതകൾ* (Midsummer Mysteries).

ഇ-മെയിൽ : raghuraj.owen@gmail.com